# गावकुसाबाहेरील कथा

(संपादन)

डॉ. शरणकुमार लिंबाळे

 **दिलीपराज प्रकाशन प्रा. लि.** ™

२५१ क, शनिवार पेठ, पुणे ४११ ०३०.

✳ **GAVKUSABAHERIL KATHA**
   **By Sharankumar Limbale**
   sharankumarlimbale@yahoo.com

✳ प्रकाशक
   **राजीव दत्तात्रय बर्वे**
   मॅनेजिंग डायरेक्टर,
   दिलीपराज प्रकाशन प्रा. लि.
   २५१ क, शनिवार पेठ, पुणे ४११ ०३०.

✳ © सौ. कुसुम शरणकुमार लिंबाळे

✳ प्रथमावृत्ती : १५ ऑगस्ट १९९७

✳ द्वितीयावृत्ती : १५ जून २००७

✳ प्रकाशन क्रमांक : ७७९

✳ ISBN - 81 - 7492 - 049 - 8

✳ मुद्रक
   Repro India Ltd, Mumbai.

✳ टाईपसेटिंग
   पितृछाया मुद्रणालय,
   ९०९, रविवार पेठ, पुणे - ४११ ००२

✳ मुखपृष्ठ - अनिल उपळेकर

दया पवार ह्यांच्या स्मृतींना...

## ❑ शरणकुमार लिंबाळे यांचे प्रकाशित साहित्य

**कविता** : उत्पात (१९८२), श्वेतपत्रिका (१९८९), उद्रेक (२००८)

**कथा** : बारामाशी (१९८८), हरिजन (१९८८), रथयात्रा (१९९३), दलित ब्राह्मण (२००४).

**कादंबरी** : भिन्नलिंगी (१९९१), उपल्या (१९९८), हिंदू (२००३), बहुजन (२००६), झुंड (२००९)

**आत्मनिवेदने** : अक्करमाशी (१९८४), राणीमाशी (१९९२), पुन्हा अक्करमाशी (१९९९).

**संपादने** : दलित प्रेम कविता (१९८६), दलित पँथर: भूमिका आणि चळवळ (१९८९), दलित चळवळ (१९९१), दलित साहित्य (१९९१), प्रज्ञासूर्य (१९९१), भारतीय रिपब्लिकन पक्ष: वास्तव आणि वाटचाल (१९९२), विवाहबाह्य संबंध: नवीन दृष्टिकोन (१९९४), गावकुसाबाहेरील कथा (१९९७), ज्ञानगंगा घरोघरी (२०००), शतकातील दलित विचार (२००१), साठोत्तरी मराठी वाङ्मय प्रवाह (२००६), सांस्कृतिक संघर्ष (२००९), भारतीय दलित साहित्य (२०१३).

**समीक्षा** : दलित साहित्याचे सौंदर्यशास्त्र (१९९६), साहित्याचे निकष बदलावे लागतील (२००५), ब्राह्मण्य (२००६), दलित आत्मकथा- एक आकलन (२००९), वादंग (२०१०)

## ❑ शरणकुमार लिंबाळे यांच्या साहित्याचे भाषांतर

**इंग्रजी** : द आऊटकास्ट (२००३), टुवर्डस् ॲन ॲस्थिटिक्स ऑफ दलित लिटरेचर (२००४), हिंदू (२०१०)

**हिंदी** : अक्करमाशी (१९९१), देवता आदमी (१९९४), दलित साहित्य का सौंदर्यशास्त्र (२०००), नरवानर (२००३), हिंदू (२००४), दलित ब्राह्मण (२००४), छुआछूत (२००८), बहूजन (२००९), दलित साहित्य : वेदना और विद्रोह (२०१०), झूंड (२०१२), प्रज्ञासूर्य (२०१३)

**कन्नड** : आक्रम संतान (१९९२), दलित ब्राह्मण (२०१३), हिंदू (२०१४)

**पंजाबी** : अक्करमाशी (१९९६).

**मल्याळम** : अक्कमाशी (२००५), हिंदू (२००५), बहुजन (२०१२)

**तमिळ** : अक्करमाशी (२००३), दलित साहित्याचे सौंदर्यशास्त्र (२००८)

**गुजराती** : अक्करमाशी (२०००), दलित साहित्याचे सौंदर्यशास्त्र (२००९)

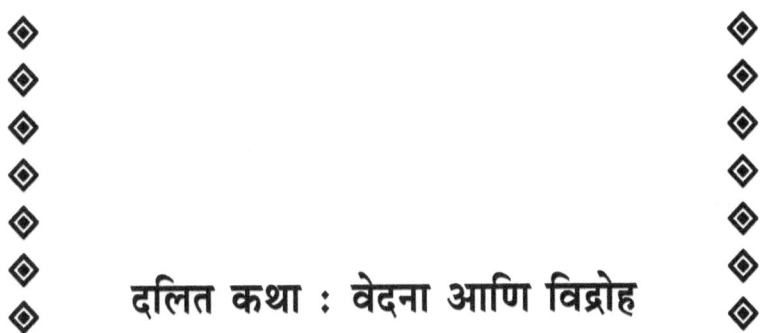

# दलित कथा : वेदना आणि विद्रोह

महात्मा फुले ते बाबासाहेब आंबेडकर हा कालखंड दलित चळवळ आणि दलित साहित्याच्या पायाभरणीचा काळ होता. फुले, आंबेडकरांच्या विचारांनी हा काळ धगधगत राहिलेला दिसतो. 'मूकनायक' (१९२०) ते 'महानिर्वाण' (१९५६) ह्या काळात दलित साहित्याचा उदय झालेला दिसतो. म. फुले, राजर्षी शाहू महाराज आणि बाबासाहेब आंबेडकर ह्यांच्या विचार व कार्यांनी हजारो वर्षांच्या इतिहासाची चक्रे उलटी फिरवली.

हिंदू धर्म व्यवस्थेने स्त्री-शूद्र आणि अतिशूद्रांचे शोषण केले आहे. ह्यातही अतिशूद्र असलेल्या अस्पृश्य, भटके विमुक्त आणि आदिवासी ह्यांचा अनन्वित छळ केलेला आहे. 'ही व्यवस्था ईश्वरनिर्मित आहे. ही व्यवस्था पाप-पुण्यावर चालते. गत जन्माचे पाप म्हणून ह्या जन्मी अस्पृश्याचा जन्म मिळतो. ह्या जन्मी पुण्य केल्यास मोक्ष मिळतो.' अशा पद्धतीचा अपप्रचार व प्रसार केल्याने सर्वसामान्य माणूस पाप-पुण्याच्या फेऱ्यात अडकला. देवा-धर्माविरुद्ध वागणे म्हणजे पापकर्म होय. असे पाप घडले तर तो नरकात जातो, अशा पद्धतीची भीती सर्वसामान्य माणसाच्या मनावर स्वार झाली. माणूस जगण्याऐवजी मोक्ष मिळविण्याच्या मागे लागला. त्यामुळे पौराहित्याचे स्तोम माजले. ही व्यवस्था ईश्वरनिर्मित असल्याने माणूस त्याविरुद्ध बंड करू शकत नव्हता. देवानेच आपल्याला अस्पृश्य म्हणून जन्म दिला आहे. आपल्या नशिबातच हे दैन्य, दारिद्र्य आणि दुःख आहे. त्यामुळे निमूटपणे सहन करणे एवढेच आपल्या हाती आहे, अशी आपली समूजत करून हजारो पिढ्या जगल्या. शूद्रांना ज्ञानाचा अधिकार नव्हता. शस्त्रधारण करण्याचा अधिकार नव्हता. शास्त्र वाचण्याचा अधिकार नव्हता. संपत्ती मिळवण्याचा अधिकार नव्हता. केवळ ब्राह्मण, क्षत्रिय आणि वैश्य ह्यांची सेवा-चाकरी करणे ह्यासाठी त्यांचा जन्म होता. अशी त्यांची दृढ समजूत करून देण्यात आली होती. ह्याविरुद्ध

कोणी वागल्यास त्याची जीभ छाटली जात होती, डोळे काढले जात होते, कानात शिशाचा तप्त रस ओतला जात होता. शूद्रांपेक्षाही अतिशूद्रांची अवस्था शोचनीय होती. मेल्यानंतर नरकात जाण्याची भीती आणि जिवंत असताना सवर्णांची प्रचंड दहशत ह्यामध्ये दलितांच्या हजारो पिढ्या भरडून निघाल्या. दलितांच्या ज्ञानाचं शोषण करण्यात आलं होतं. त्यांच्या भाषेचं शोषण करण्यात आलं होतं. त्यांच्या सृजनाचं, शक्तीचं आणि प्रतिभेचं शोषण करण्यात आलं होतं. अस्पृश्यांना हीन मानून त्यांना गावाबाहेर ठेवण्यात आलं होतं. त्यांचा स्पर्श, वाणी आणि सावली ह्याचा विटाळ मानण्यात आला होता. त्यांची वस्ती वेगळी होती. त्यांचा पाणवठा वेगळा होता. त्यांचे स्मशान वेगळे होते. त्यांच्याबरोबर रोटीबेटीचा व्यवहार होत नव्हता. त्यांना अभद्र आणि अपवित्र मानून दूर ठेवण्यात आलं होतं. त्यांच्यावर हीन दर्जाची कामे लादली होती. त्यांना कसल्याच कामांना नकार देण्याचा अधिकार नव्हता. ते केवळ पशुतुल्य जगणं जगत होते. त्यांनी कधीच देव, धर्म आणि दैव ह्याला आव्हान दिलं नव्हतं. ह्या गुलाम समाजाला स्वातंत्र्याचं स्वप्न कधीच पडलं नव्हतं. समता, स्वातंत्र्य, न्याय आणि बंधुता ही मूल्ये त्यांनी स्वप्नातदेखील पाहिली नव्हती. आपल्या हक्क आणि अधिकाराचा त्यांना विसर पडला होता. अन्याय झाला तरी तो निमूटपणे सहन करणे इतकेच त्यांना ठाऊक होते, स्वाभिमान नावाची तेज:पुंज जाणीव त्यांना कधीच स्पर्शिली नव्हती. ते मुर्दाडपणे जगत होते. ते मूकपणे अत्याचार सहन करत होते. ते अज्ञानाच्या अंधकारात चाचपडत होते. बाबासाहेब आंबेडकरांच्या रूपात त्यांना मुक्तीची वाट मिळाली. त्यांच्या आयुष्यात नवा प्रकाश आला आणि त्यांना माणूसपणाची स्वप्ने पडू लागली.

बाबासाहेब आंबेडकरांनी दलितांच्या मुक्तीसाठी आमरण लढा दिला. त्यांनी दलितांच्या प्रश्नांना वाचा फोडण्यासाठी 'मूकनायक', 'बहिष्कृत भारत' आणि 'जनता नावाची नियतकालिके सुरू केली. दलितांच्या न्याय्य हक्कासाठी त्यांनी इंग्रजांना धारेवर धरले आणि जातीव्यवस्थेवर प्रहार केले. दलितांना सवर्णांबरोबर समानतेने पाणी पिता यावे म्हणून महाड इथल्या चवदार तळ्यावर सत्याग्रह केला, तर सवर्णांप्रमाणे दलितांना मंदिरात प्रवेश करता यावा म्हणून नाशिक इथल्या काळाराम मंदिर प्रवेशाचा सत्याग्रह केला. बाबासाहेब आंबेडकरांनी हिंदू समाज सुधारण्यासाठी प्रयत्न केले पण हिंदूंच्या जातीवादी मानसिकतेत तसूभरही फरक पडला नाही. बाबासाहेब आंबेडकरांनी हिंदू धर्माचा त्याग करून बौद्ध धर्माचा स्वीकार केला. बाबासाहेब आंबेडकरांचं जीवन म्हणजे हिंदू विषम समाजव्यवस्थेविरुद्ध बंड होय. बाबासाहेबांच्या जीवनकार्यापासून प्रेरणा घेऊन दलितांनी आपल्या हक्क-अधिकारांची लढाई सुरू केली.

बाबासाहेब आंबेडकरांनी सुरू केलेल्या नियतकालिकांमधून अनेक दलित लेखकांनी कथा-कविता लिहिल्या आहेत. सन १९३३ ते १९५८ ह्या काळात दलित लेखकांच्या एकूण ११५ कथा प्रकाशित झालेल्या दिसतात. बाबासाहेब आंबेडकरांनी सुरू केलेल्या नियतकालिकांमधून प्रकाशित झालेल्या कथा या बाबासाहेबांचा विचार व कार्याचा प्रचार आणि प्रसार करण्याच्या उद्देशाने लिहिलेल्या दिसतात. बंधू माधव, शंकरराव खरात आणि अण्णा भाऊ साठे हे दलित साहित्याच्या उदयकाळातील महत्त्वाचे लेखक आहेत. 'आम्हीही माणसं आहोत' असा सूर यांच्या साहित्यातून व्यक्त होताना दिसेल. ह्या काळातल्या कथांमधून दलितांच्या व्यथा-वेदना प्रकट झाल्या आहेत. प्रारंभीच्या कथांमधून दलितांची जीवघेणी वेदना आणि आक्रोश व्यक्त होताना दिसतो. सवर्णांच्या हृदयाला पाझर फोडण्यासाठी या कथा लिहिलेल्या दिसतात. या कथा माणुसकीची मागणी करणाऱ्या, दयायाचना करणाऱ्या आणि आपली व्यथा कथन करणाऱ्या आहेत. दलितांच्या जीवनातील दारुण दु:ख या कथांमधून व्यक्त होताना दिसतं. 'आम्हीही माणसं आहोत, आमचंही रक्त तुमच्यासारखं लाल आहे.' असे तपशील देत ही कथा सुरू होताना दिसते. ह्या कथांमधून व्यक्त होणारी वेदना अंगावर शहारे आणणारी आहे. या संपादनातल्या 'सांगावा', 'विखारी भाकरी' आणि 'स्मशानतलं सोनं' या कथा दलितांच्या दारुण दु:खाच्या प्रतिनिधी वाटतात. या कथांमधली वेदना जीवघेणी आहे.

बाबूराव बागूलांनी दलित कथेला विद्रोही सूर दिला. दलितांची वेदना स्फोटकपणे व्यक्त होऊ लागली. बागूलांच्या कथेतील पात्रे बंडखोर आहेत. ती प्रस्थापित व्यवस्था नाकारताना दिसतात. ही पात्रे देवाधर्माविरुद्ध बोलताना दिसतात. बाबूराव बागूलांच्या कथेने दलित साहित्याला विद्रोहाचे रसायन पुरवले. दलित साहित्याला एक वेगळी कलाटणी मिळाली. अमिताब, वामन होवाळ, योगिराज वाघमारे या कथाकारांनी दलित कथेचा प्रांत समृद्ध केला. दलित कथा ही दलित जीवनाची दाहक अनुभूती आहे. दलित लेखकांनी दलितांवरील अन्याय, अत्याचारांना आपल्या कथेचे विषय बनवले. दलितांच्या मनातला जळफळाट, संताप, नकार, विद्रोह आणि बंडखोरपणा या कथांमधून व्यक्त झालेला दिसतो. दलितांच्या जीवनातील विविध भावभावनांना व्यक्त करणाऱ्या या कथा आहेत. दलितांची वेदना आणि बोली यामुळे दलित कथा वेगळी ठरली. दलितांच्या न्याय्य हक्काचा उद्‌गार या कथांमधून ऐकायला मिळतो. दलितांच्या बदलत्या जीवनाचे साद-पडसाद या कथांमधून प्रकट झालेले दिसतात. गावकामगार महारांपासून ते दलित नोकरदारांच्या जीवनातील विविध पैलू आणि स्तर या कथांमधून उलगडून दाखवलेले दिसतील. या कथांमधून दलित-सवर्णांमधील तणाव जसा व्यक्त झाला आहे, तशी दलितांतर्गत असलेली

तेढ व्यक्त झाली आहे. दलितांमधल्या ताणतणावांची साक्ष म्हणून अर्जुन डांगळे ह्यांच्या 'आणि बुद्ध मरुन पडला' या कथेकडं पाहता येईल.

अमिताब, उत्तम बंडु तूपे आणि तु. लिं. कांबळे यांनी आपल्या कथा लेखनासाठी बोलीभाषेचा अत्यंत चांगला उपयोग केलेला आहे, तर वामन होवाळांनी आपली वेदना विनोद आणि व्यंगाच्या आधाराने व्यक्त केली आहे. रविश्चंद्र हडसनकर, भीमसेन देठे, प्रकाश खरात आणि अर्जुन डांगळे यांच्या कथांमध्ये उपरोध आणि उपहास भेदकपणे व्यक्त होताना दिसतो. अनेक दलित लेखकांनी दलित कथेचा प्रांत समृद्ध केला आहे. प्रस्तुत संपादित पुस्तकात काही महत्त्वाच्या दलित कथाकारांच्या कथांचा समावेश केलेला आहे.

॥ १ ॥

दलित कथा ही दलितांच्या वेदनेची आणि प्रश्नांची कथा आहे. वर्णव्यवस्थेनं या कथेला व्यक्त होण्याचा अधिकार नाकारला होता. हे कथाविश्व भीषण आणि भयावह आहे. मध्यमवर्गीय वाचकांना या कथा घाणरेड्या आणि शिवराळ वाटू शकतात. दलित समाज आणि माणूस हा साहित्याचा विषय होऊ शकतो, ही कल्पनाच मुळी अशक्यकोटीतली होती. दलित समाज म्हणजे घाणीचे डबके आहे, त्यांच्या जीवनात काव्य नाही, त्यामुळे त्यांच्या जीवनावर आधारित साहित्याची निर्मिती होऊ शकत नाही, असे इथल्या लेखक आणि वाचकांना वाटत होते. रुपेरी आणि चंदेरी जीवन हेच साहित्याचा विषय होऊ शकते, अशी त्यांची ठाम धारणा होती. जो माणूस अस्पृश्य आहे, अमंगळ आहे, तो माणूस सरस्वतीच्या दरबारात कसा प्रवेश करू शकतो असा हा प्रश्न होता. दलित साहित्याच्या उदयाबरोबरच ही घाण सरस्वतीच्या दरबारात आणू नका, अशी ओरड करण्यात आली. दलित साहित्याने मनूवादी मानसिकतेवर प्रहार केले. दलित कथेतील पात्रे आणि प्रसंग वाचताना मध्यमवर्गीय वाचक भांबावून गेला. आजवर अज्ञात असलेले बहिष्कृत विश्व प्रथमच त्याला वाचायला मिळाले. एक आगळेवेगळे अनुभवविश्व प्रथमच साहित्यात व्यक्त झाले. दलित कथेत गावकुसाबाहेरील माणसाचा स्वर व्यक्त झाला होता. हा स्वर बेडर आणि भेडसावणारा होता. या स्वरातली भाषा अर्वाच्य, असभ्य आणि अश्लील अशी होती. ही पात्रे बेमूर्वतखोर आणि उद्धट वाटत होती. मुळात या कथेचा हा स्थायीभाव होता. सवर्ण मानसिकतेला दलितांचं व्यक्त होणं झोंबणारं होतं. त्यामुळे दलितांच्या हक्काची भाषाही त्यांना उद्धट आणि अश्लील वाटत होती. परंपरेची मोडतोड करत, सर्व सभ्य आणि शिष्ट संकेत झुगारून, कशाचीही पर्वा न करता दलित लेखक लिहू लागला. त्याच्या लेखनातली वेदना

आणि विद्रोह यामुळे त्याची अभिव्यक्ती लक्षवेधी ठरली. एका मूक समाजाची सांस्कृतिक हालचाल सुरू झाली. तळागाळात स्फोट होऊ लागले. शोषितांचा स्वर धरणीकंपासारखा प्रकट झाला. दडपलेले समूह ज्वालामुखीसारखे सक्रिय झाले. त्यामुळे प्रस्थापितांच्या पायाखालची वाळू सरकू लागली.

दलित माणसाला गावाबाहेर का होईना वेगळी वस्ती आहे, वेगळा का होईना पाणवठा आहे, वेगळी स्मशानभूमी आहे. पण भटक्या-विमुक्त समाजाला ना गाव आहे; ना घर. आज इथं; तर उद्या तिथं. दलितांपेक्षा भटक्या-विमुक्तांचे दु:ख दारुण आणि भीषण आहे. दादासाहेब मोरे ह्यांच्या 'विमुक्त'आणि उत्तम कांबळे ह्यांच्या 'माकड' या कथेत याचं प्रत्यंतर येईल.

स्वातंत्र्योत्तर काळात तळागाळातले सामाजिक स्तर जागे झाले. शिक्षणाच्या सार्वत्रीकरणामुळे अक्षरक्रांती झाली. हजारो वर्षांपासून ज्ञानाचा अधिकार नाकारलेला माणूस प्रथमच लिहू-बोलू लागला. अजूनही शिक्षणाचं लोण शेवटच्या माणसापर्यंत पोहचलेले नाही. अजूनही स्वातंत्र्य तळातल्या माणसाच्या रोजी-रोटीपर्यंत पोहचलं नाही. अजूनही लोकशाही दलित, भटक्या-विमुक्त आणि आदिवासी माणसाच्या हक्क-अधिकारांपर्यंत पोहचली नाही. जसजसे शिक्षण, स्वातंत्र्य आणि लोकशाही समाजातल्या शेवटच्या घटकापर्यंत पोहचत जाईल, तसतसे सामाजिक समता, सामाजिक न्याय आणि सामाजिक स्वातंत्र्याचे उठाव होऊ लागतील. दलित साहित्य हे सांस्कृतिक उठावाचं नाव आहे. यजमान समाजाला अपराध्याच्या पिंजऱ्यात उभं करुन त्यांच्या गुन्ह्यांचा आणि अमानवी कृत्यांचा पाढा वाचण्याचं काम दलित लेखकांनी आपल्या लेखनातून मोठ्या प्रमाणावर केल्याचं दिसतं. त्यामुळे या कथांमध्ये अलिप्तता, तटस्थता दिसून येत नाही. या कथा तळतळाटाचा उद्रेक होऊन जन्मल्या आहेत. त्यामुळे त्यातील स्वर संतप्त आणि आक्रमक वाटतो.

१९३० ते १९६० या काळात दलित लेखकांच्या ज्या कथा प्रकाशित झाल्या आहेत; त्यांचं स्वरूप प्रचारी आणि प्रबोधनात्मक आहे. हिंदू धर्मातील अनिष्ट चालीरीती आणि रूढींविरुद्ध या कथा बोलताना दिसतात. अस्पृश्यांवर सार्वजनिक ठिकाणांवर असलेली बंदी, दारिद्र्य, अज्ञान, अंधश्रद्धा, दुष्काळ, कर्ज आणि महार समाजाची बलुतेदारी याविषयी या कथा लिहिलेल्या दिसतात. अन्यायाचा एकेक विषय निवडून त्या विरोधात या कथा लिहिलेल्या जाणवतात. प्रामुख्याने ग्रामीण दलित समाज या कथांमधून प्रकट होताना दिसतो. १९३० ते १९६० या तीन दशकांत दलित लेखकांनी जे लेखन केलेलं आहे, ते कारुण्यानं भरलेलं आहे. सवर्ण वाचकांच्या मनात माणुसकीची भावना निर्माण करणे आणि दलित समाजाला अन्याय-अत्याचाराची जाणीव करून देणे असे दुधारी स्वरूप या काळातल्या दलित

साहित्याचे आहे.

१९४७ साली देश स्वतंत्र झाला. या घटनेचा दलितांच्या मानसिकतेवर दूरगामी परिणाम झाला. १९५६ साली बाबासाहेब आंबेडकरांनी आपल्या हजारो अनुयायांसोबत धर्मान्तर केले. या घटनेचाही दलितांच्या समग्र जगण्यावर दूरगामी परिणाम झाला. स्वातंत्र्य मिळाले, पण व्यवस्था तीच राहिली. कायद्यापुढे सर्वांना समान मानण्यात आलं. प्रत्येकाला मतदानाचा अधिकार मिळाला, परंतु सामाजिक विषमता नष्ट झाली नाही. १९५६ मध्ये बाबासाहेब आंबेडकरांचे निधन झाले. हे महानिर्वाण होते. 'धर्मान्तर' आणि 'महानिर्वाण' या घटना दलित चळवळीच्या विकासाच्या टप्प्यात अत्यंत महत्त्वाच्या ठरतात.

'धर्मान्तर' आणि 'महानिर्वाणा' नंतरचा काळ हा संक्रमणाचा काळ आहे. या काळात प्रचंड पोकळी जाणवतेय. रिपब्लिकन नेते सत्ता आणि स्वार्थ यात गुरफटताना दिसतात. आंबेडकरी चळवळीची गटा-गटांत विभागणी होताना दिसते. अशावेळी दलित साहित्याने दलित समाजाला सांस्कृतिक नेतृत्व देण्याचं काम केलेलं आहे.

शंकरराव खरात, अण्णा भाऊ साठे, बंधूमाधव आणि बाबूराव बागूल यांच्या साहित्यामुळे दलित साहित्याचा पाया मजबूत झाला. १९३० ते १९६० या काळात दलित साहित्यात व्यक्त झालेले 'कौर्य-कारुण्य-करुणा' या भावना बाजूला पडतात आणि १९६० ते १९९० या काळात 'वेदना-विद्रोह आणि आत्मटीका' या भावना प्रमुख बनताना दिसतात. अनेक दलित लेखकांनी दलितांतर्गत असलेली भेदाभेद, गटबाजी, स्वार्थांधवृत्ती याचेही दाभाडे काढले आहेत.

महार बलुतेदाराच्या जीवनाचे विदारक चित्रण करणाऱ्या अनेक कथा लिहिल्या गेल्या. अण्णा भाऊ साठे यांची 'स्मशानातलं सोनं', शंकरराव खरात यांची 'सांगावा' आणि बंधूमाधव यांची 'विखारी भाकरी' या कथा प्रातिनिधिक स्वरूपाच्या आहेत. या कथा म्हणजे दलितांच्या भयावह भूतकाळाच्या भीषण हकीकती आहेत. दलितांच्या जीवनाची घोर विटंबना आणि क्रूर शोषण या कथांमधून व्यक्त होताना दिसते. पहिल्या पिढीचे पूर्वज म्हणून अण्णा भाऊ साठे, शंकरराव खरात आणि बंधूमाधव यांच्या कथांचा या संपादनात समावेश केलेला आहे.

ऊर्मिला पवार यांची 'चौथी भिंत' आणि योगिराज वाघमारे यांची 'कावळे' या कथा भेदक उपरोध आणि उपहासाने व्यक्त झालेल्या आहेत. वृद्धाश्रमातल्या अनाथ वृद्धांच्या मनातली जातीयता मरणाच्या उंबरठ्यावरही किती चिवट चिलखत घालून उभी आहे याचं वर्णन ऊर्मिला पवार यांच्या 'चौथी भिंत' मध्ये व्यक्त झालं आहे, तर योगिराज वाघमारे यांची 'कावळे' ही कथा माणसातील पशूतेचं दर्शन

घडविणारी आहे. 'चौथी भिंत' आणि 'कावळे' या विलक्षण अस्वस्थ करणाऱ्या कथा आहेत.

दलितांनी हिंदू धर्माचा त्याग करून 'बौद्ध' धर्माचा स्वीकार केला. हे केवळ धर्म बदलणे नव्हते. ही एक सांस्कृतिक क्रांती होती. दलितांच्या इतिहासातील हे 'स्वातंत्र्य' होते. धर्मान्तरामुळे दलितांचे अंतरबाह्य जगणेच बदलून गेले. वामन होवाळ यांची 'नवी वाट' ही कथा धर्मान्तराचा संदर्भ घेऊन व्यक्त होताना दिसते. देवाच्या नावाने मुले वाहण्याची प्रथा दलित समाजात होती. पोतराज, वाघ्या, मुरळी, देवदासी ही या प्रथेची अनिष्ट रूपे होत. धर्मान्तरामुळे अनेकांनी हिंदू देव-देवता नाकारल्या. रानटी प्रथेविरुद्ध बंड केले. या बंडाचे निनाद वामन होवाळ यांच्या 'नवी वाट' या कथेत ऐकू येतात. हीच जाणीव उत्तम बंडु तूपे ह्यांच्या 'जग' ह्या कथेत व्यक्त होताना दिसेल.

'धर्मान्तरा' नंतर 'नामांतरा' ची चळवळ हा महत्त्वाचा टप्पा येतो. धर्मान्तरापासून दलित साहित्याची चळवळ सुरू होते, तर नामांतरापासून 'दलित पँथर' ची चळवळ सर्वदूर पोहचते. मराठवाडा विद्यापीठाला डॉ. बाबासाहेब आंबेडकरांचे नाव द्यावे म्हणून दलित तरुणांनी पंधरा वर्षे नामांतराची चळवळ चालवली. महाराष्ट्र शासनाच्या दोन्ही सदनात नामांतराचा ठराव एक मताने पास होऊनही त्याची अंमलबजावणी करण्यासाठी महाराष्ट्र शासनाला पंधरा वर्षे जाऊ द्यावी लागली. नामांतर विरोधकांनी मराठवाड्यात आणि मराठवाड्याबाहेरही तीव्र आंदोलन केले. त्यामध्ये दलितांचे अतोनात नुकसान झाले. अनेकांचे खून झाले. झोपड्या जाळण्यात आल्या. दलित स्त्रियांवर अन्याय -अत्याचार करण्यात आले. तरी दलितांनी नामांतराचा लढा थांबवला नाही.

शिक्षणामुळे आणि राखीव जागांमुळे दलित तरुण शिकत होते. शासकीय सेवेत दाखल होत होते. नोकऱ्यांमुळे, शासकीय योजनांमुळे दलितांची प्रगती होत होती. दलित पँथरच्या चळवळीमुळे दलित तरुण बेदरकार बोलत होते. दलितांचा स्वाभिमान सवर्णांना दुखावणारा होता. हजारो वर्षांपासून जोड्याजवळ असलेली माणसं सत्ता आणि अधिकार मिळवत होती. जीवनाच्या हरेक क्षेत्रात आपला ठसा उमटवत होती. खेड्यापाड्यातील दलितांनी गावकी नाकारली होती. स्वाभिमानाने जगणे सुरू केले होते. सवर्णांना हे रुचत नव्हते. नामांतर आंदोलनाच्या काळात नामांतर विरोधकांनी स्वाभिमानी दलितांचा छळ केला. त्यांची घरेदारे जाळली. पोचिराम कांबळे हा नामांतराच्या चळवळीतला शहीद. सवर्णांनी पोचिराम कांबळेचा खून केला. पोचिरामचा मुलगा चंदरने त्याचा सूड उगवला. या घटनेने अनेक दलित कवी आणि कथाकारांना प्रेरणा दिलेली आहे. अविनाश डोळस यांच्या 'शांतिदूताच्या

शोधात' या कथेत नामांतराच्या चळवळीतला धगधगता विद्रोह व्यक्त झालेला आहे.

दलितांमध्येही अनेक जाती-उपजाती आहेत. या जाती एकमेकाला हीन लेखतात. अनेक वेळा दलितांमधल्या जातींचा आपापसात संघर्षही होतो. दलितांमधल्या जाती नष्ट झाल्याशिवाय दलितांचे अभेद्य संघटन शक्य नाही. बौद्ध समाजातील गटबाजी असो किंवा महार-मातंग संघर्ष असो; यामुळे चळवळीची खूप हानी झालेली आहे. दलितांतर्गत असलेली दुही दलित लेखकाला अस्वस्थ करताना दिसते. याची साक्ष अर्जुन डांगळे यांची 'आणि बुद्ध मरून पडला' ही कथा देते.

दलित समाज एकसंध नाही. तो जाती जमातीत विभागलेला आहे. प्रत्येक जाती-जमातीची मानसिकता, जीवनपद्धती आणि भाषा यांतही तफावत आहे. दलितांमधल्या जाती जातींमध्ये तेढ आणि तणाव आहे. या जातींमध्ये रोटी- बेटी व्यवहार होत नाही. दलित लेखक या कटू वास्तवाकडे दुर्लक्ष करत नाही. आपल्या समाजातल्या वैरभावावर तो प्रहार करताना दिसतो. दलितांनी हिंदू धर्म आणि हिंदू देव-देवता नाकारल्या असल्या, तरी त्यांनी बुद्ध-आंबेडकरांना देवत्व दिलेलं आहे.

राखीव जागांमुळे दलितांचा शासकीय कार्यालयांमध्ये शिरकाव झाला. दलितांना नोकऱ्या मिळाल्या, तरी त्यांचे प्रश्न सुटले नाहीत. दलित कर्मचाऱ्याचा विविध तऱ्हेने छळ केला जातो. त्याला सतत हेटाळलं जातं. त्याला दुय्यम लेखलं जातं. त्याचा मानसिक कोंडमारा केला जातो. राखीव जागेमुळे नोकरीस लागलेल्या दलित कर्मचाऱ्याची जी मानसिक वाताहात होते त्याचे प्रत्ययकारी वर्णन अनेक दलित लेखकांनी केलेले आहे. काही वेळा राखीव जागेमुळे उच्चपदस्थ झालेला अधिकारी आपल्याच समाजाचं शोषण करतो, असेही चित्र दिसते. शिक्षण आणि नोकऱ्यांमुळे दलितांमध्ये निर्माण झालेला नवा मध्यम वर्ग हा समाज आणि चळवळीपासून तुटलेला आहे. शिक्षण आणि सत्तेमुळे दलितांचा कायापालट झाला तरी त्यांची जात नष्ट होत नाही. एखादा दलित उच्चपदस्थ अधिकारी झाला किंवा मंत्री झाला तरी त्याची जात विसरत नाहीत. अशा दलित अधिकाऱ्याचा आंतरजातीय विवाह झाला असेल, तर त्याच्या शोकान्तिकेत भरच पडते. सवर्ण पत्नीबरोबर संसार करताना स्वसमाजाकडे पाठ फिरवावी लागते. सुशिक्षित दलितांची दुःखे बलुतेदार दलितांच्या दुःखापेक्षा वेगळी आहेत.

व्यवस्था मग ती कुठलीही असो, तिला आपला शत्रू नको असतो. सवर्णांना 'शांतिदूताच्या शोधात' मधील पोचिराम नको आहे, 'निळे झेंडे' मधील शरण नको आहे. 'विखारी भाकरी' तील येताळाचा नातू महादेव नको आहे, तर दलितांना 'आणि बुद्ध मरून पडला' मधील अशोक नको आहे, 'विमुक्त' मधील लच्छी नको

आहे कारण ही व्यवस्थेला उद्ध्वस्त करणारी स्फोटके आहेत.

दादासाहेब मोरे यांची 'विमुक्त' ही कथा अस्वस्थ करणारी आहे. मुलाच्या शस्त्रक्रियेसाठी आईला गहाण ठेवावं लागतं, आईही आपल्या मुलाच्या शस्त्रक्रियेसाठी गहाण राहायला तयार होते, पतीही पैशासाठी पत्नीला गहाण ठेवतो हे भयानक सत्य आहे. गहाण ठेवलेली आई आपल्या मुलांच्या, संसाराच्या ओढीनं पळून येते तेव्हा जात पंचायत शिक्षा करते. ही कथा बेचैन करणारी आहे. कथा वाचून मन बधिर होते. काळजाला पीळ पडतो. कथेचा शेवट आश्वासक आहे.

अविनाश डोळस यांच्या कथेचा शेवट 'एक लहानसं हिरवं जंगली रोपटंही दिसत होतं' अशा वाक्याने होतो, तर दादासाहेब मोरे यांच्या कथेचा शेवट 'त्याच वेळी सूर्य उगवत होता' या वाक्याने होतो. फुले-आंबेडकरांनी पेरलेली स्वप्ने या कथांमध्ये उगवताना दिसतात.

॥ २ ॥

दलित कथेची ओढ ही स्वमनापेक्षा अधिक समाजमनाकडे असलेली दिसते. या कथा समाजातील घटना-प्रसंगांवर आधारलेल्या आहेत. दलित कथा समाजातील घडामोड आणि हालचाल यातून आकार घेताना दिसते. तिच्यातून समाजाला वेगळे करता येत नाही. या कथा समाजाच्या आहेत. समाजासाठीच लिहिल्या आहेत. या कथेचा वाचक समाज आहे; निवेदक समाज आहे. ही कथा समाजप्रधान आहे. दलित कथांमधील पात्रे ही नव्या समाजरचेनच्या ध्यासाने पेटलेली आहेत, त्याचबरोबर 'स्व' चा शोध घेत संघर्ष करत आहेत. ही प्रक्रिया दलित लेखकाला अभिप्रेत असलेल्या मानवी मूल्यांच्या रसायनातून जन्मलेली आहे.

दलित कथेच्या विकासाचे टप्पे हे दलित समाजाच्या विकासाच्या आलेखावर आधारलेले दिसतील. दलित कथेतील दलित समाज हा समता, स्वातंत्र्य, न्याय आणि बंधुता या नव्या दिशेने वादळी वेगाने निघाला आहे. परंतु सवर्ण समाज मात्र दलितांच्या न्याय्य हक्कांबाबत अधिक कडवा आणि प्रतिगामी होताना दिसत आहे. 'सांगावा' मधील 'रामा', 'विखारी भाकरी' मधील 'येताळा' आणि 'शांतिदूताच्या शोधात' मधील 'पोचिराम' ही एक चढती कमान आहे. रामा अन्याय सहन करतो, मात्र त्याविरुद्ध बंड करत नाही. येताळा अन्याय सहन करतो. त्याविरुद्ध बंड करत नाही. मात्र, त्याच्या मनात बंडाची भावना जागी होते. पोचिराम हा अन्यायाविरुद्ध लढणारा आहे म्हणून त्याचा गाववाले खून करतात.

'सांगावा' मधील रामाचं धाकटं पोरगं म्हणजे भुकेचं भग्न चित्र होय. 'बा! भाकरी आणलीय?' हा त्या धाकट्या पोराचा भेसूर प्रश्न शेवटपर्यंत अनुत्तरितच

राहतो. 'विखारी भाकरी' मधील येताळाचा नातू महादेव. हा मुलगा मात्र 'सांगावा' मधील मुलापेक्षा भिन्न स्वरूपाचा आहे. त्याला अन्यायी व्यवस्थेची जाण आहे. पण तो परिस्थितीशरण आहे. 'सांगावा' मध्ये कष्ट करूनही भाकरी मिळत नाही. 'विखारी भाकरी' मध्येही कष्ट करून भाकरी मिळत नाही. भूक भागविण्यासाठी जेव्हा भाकर मिळत नाही तेव्हा येताळा शेणामुताने विषारी झालेली भाकरी घेतो. ही विखारी भाकर खाऊन तो तरफडून मरतो. हे मरण अस्वस्थ करणारे आहे. उद्रेकाला जन्म देणारे आहे. पुढे हे मरण 'शांतिदूताच्या शोधात' या कथेमध्ये पोचिरामच्या हत्येच्या रूपात भेटते. 'येताळा' आणि 'पोचिराम' चा या व्यवस्थेने बळी घेतलेला आहे.

'सांगावा' चा शेवट मूक सोसण्यात होतो, 'विखारी भाकरी' चा शेवट हा 'गावकी नाकारली पाहिजे' या करारी स्वरात होतो, तर 'शांतिदूताच्या शोधात' या कथेचा शेवट हा 'खुनाचा बदला खून' करून होतो. 'सांगावा' मधील रामाचा धाकटा पोरगा, 'विखारी भाकरी' मधील महादेव आणि 'शांतिदूताच्या शोधात' मधील चंदर ही बदलत्या काळाची पावलं वाटतात. मात्र, दलित कथेमध्ये व्यक्त होणारा सवर्ण समाज हा खलनायकाच्या रूपात प्रकट होताना दिसतो. गाव आणि गावकरी हे दलितविरोधी षडयंत्रच वाटते. गावाची 'गावकी' आणि 'बलुतं' ही दलितांच्या उदरनिर्वाहाची लाचार साधने आहेत. सवर्ण समाज हा हजारो वर्षांपासून चालत असलेल्या उन्मत्त जातिव्यवस्थेचे रक्षण करणाऱ्या फौजेसारखा आहे. ही फौज पोचिरामचा खून करते; परंतु पोचिरामाचा मुलगा चंदर मात्र आपल्या बापाच्या खुनाचा बदला घेतो. 'सांगावा' तील वेदना ही 'विखारी भाकरी'त निषेधाचे रूप घेते, तर 'शांतिदूताच्या शोधात' मध्ये विद्रोहाचे रूप धारण करताना दिसते.

दलित कथेत व्यक्त झालेली सवर्ण स्त्री हा देखील अभ्यासाचा विषय ठरावा. 'नवी वाट' मधील 'हणमा' असो किंवा 'निळे झेंडे' मधील 'शरण' असो, ही पात्रे सवर्ण स्त्रीच्या जबरदस्त आकर्षणाने झपाटलेली दिसतात. 'नवी वाट' मधील हणमा हा नानांच्या सुनांना नाचवण्यासाठी पोतराज होतो, 'निळे झेंडे' मधील शरण हा आपल्या सवर्ण प्रेयसीसाठी आपल्या संपूर्ण कुटुंबाच्या हत्याकांडाची जबर किंमत मोजतो, वामन होवाळ, शरणकुमार लिंबाळे, कुमार अनिल यांच्या कथांमध्ये सवर्ण स्त्रीविषयी असलेली आसक्ती आणि आकर्षण, आदर आणि आवड, धिक्कार आणि द्वेष या भावना व्यक्त झालेल्या दिसतात.

उत्तम कांबळे ह्यांची 'माकड' ही कथा वाचकांना चटका लावणारी आहे. श्री.म.माटेच्या मनातली दलितांविषयीची करूणा घेऊन उत्तम कांबळेंची कथा व्यक्त

होताना दिसते. त्यांची शैली प्रत्ययकारी आणि चित्रदर्शी आहे. निसर्गातील माकड आणि शरणाप्पाच्या घरातील माकड ह्यात किती महद् अंतर आहे, हे लक्षात आल्यावर वाचक हादरून जाईल. दंगलीत होणारी सार्वजनिक संपत्तीची मोडतोड ब्रेकींग न्यूज ठरते. पण माकडाचा खेळ करून उदर निर्वाह करणाऱ्या कुटुंबाची दंगलीमुळे कशी फरफट होते हे कोणाच्याच लक्षात येत नाही. उत्तम कांबळेंनी दंगलीची झळ माकडवाल्याला कशी उद्ध्वस्त करते ह्याचं हृदयद्रावक चित्रण केलं आहे. उत्तम बंडू तुपे ह्यांची 'जग' ही कथाही अशीच अस्वस्थ करणारी आहे. 'जग' मध्ये देवदासीच्या जीवनाची फरफट चितारलेली आहे. 'जग'मधील दलित जीवनाचे तपशील आणि संदर्भ वाचले की दलित लेखकच दलित साहित्य लिहू शकतो ह्याचा प्रत्यय येईल. उत्तम बंडू तुपे ह्यांची बोलीभाषा आणि ह्या बोलीला असलेली काव्यात्मकतेची तरल लय लक्षणीय आहे. वामन होवाळ आणि उत्तम बंडु तुपे ह्यांच्या कथा देवाला मुलं वाहणाऱ्या प्रथेवर घणाघाती प्रहार करणाऱ्या आहेत. वामन होवाळ ह्यांच्या 'नवी वाट' मधील हणमा असो किंवा उत्तम बंडू तुपे ह्यांच्या 'जग' मधील राधा असो, ह्यांच्या मनात बंडखोर जाणीवा निर्माण झाल्या आहेत.

गौतमीपुत्र कांबळे ह्यांची कथा दलित कथेला गवसलेलं सौंदर्य स्थळ आहे. वाङ्मयाविषयीची प्रगल्भ जाणीव असलेला हा दलित कथाकार आहे. अस्वस्थ करणारा आशय, अनघड शैली आणि प्रतिमा प्रतिकांच्या भरगच्च ओझ्यानं लगडलेली वाक्यरचना ह्यामुळे गौतमीपुत्र कांबळे ह्यांची कथा वाचकांना आव्हानप्रद वाटते. त्यांच्या कथा लांब पल्ल्याचा विचार करायला लावणाऱ्या आहेत. 'विरूपनगरी' हे त्याचे उत्तम उदाहरण म्हणता येईल. वामन होवाळ, उत्तम बंडू तुपे आणि गौतमीपुत्र कांबळे हे आपल्या कथांमधून ईश्वरशाहीवर हल्ला चढवताना दिसतात. अनिष्ट प्रथा आणि रुढीचे वाभाडे काढताना दिसतात.

दलित लेखक देवदत्त प्रतिभा लाभलेला कलावंत नाही. तो जीवनाच्या विविध पातळ्यांवर संघर्ष करतो आहे. जातीमुळे आलेले दुय्यमपण घेऊन तो उभा आहे. हेटाळलेलं, तिरस्कृत अस्तित्व ही त्याची पारंपरिक जमा आहे. दलित म्हणून जन्मापासून ते मरणापर्यंत त्याला एका दमनयंत्रणेत वावरावे लागते. जातिव्यवस्था आणि जातीय प्रवृत्तीविरुद्ध तो अविरत लढत आहे. हे त्याचं लढणं त्याच्या साहित्यातून व्यक्त होत आहे. दलित लेखक केवळ कलावंत नाही, तर तो कार्यकर्ताही आहे. तो जगलेलं, भोगलेलं, पाहिलेलं लिहितो आहे. त्यामुळे त्याची अभिव्यक्ती प्रस्थापित अभिरुचीला बदलत आहे. दलित लेखकाचं कार्यकर्तेपण, त्याच्या समाजाचे प्रश्न आणि त्याचे जातिविशिष्ट अनुभव यामुळे त्याचे वाङ्मय

मराठी साहित्यात विलक्षण वेगळे ठरले आहे.

दलित लेखकाचं लेखन आज विपुलपणे प्रकाशित होत आहे. दलिताचं लेखन केवळ दलित नियतकालिके किंवा दलित प्रकाशक छापत नाहीत, तर मान्यवर प्रकाशन संस्थाही दलित साहित्य प्रकाशित करण्यामध्ये आघाडीवर आहेत. दलित लेखकांची संख्या वाढली आहे. निरनिराळ्या जाती-जमातींचे लेखक लिहित आहेत. चळवळ आणि शिक्षणाचं लोण जसंजसं तळागाळापर्यंत पोहचत आहे, तसतसा नवा लेखक नव्या जाणिवा घेऊन दलित साहित्यात उभा राहतो आहे. त्यामुळे दलित साहित्याच्या कक्षा विस्तारत आहेत.

दलित साहित्याचं सुरुवातीचं प्रचारी स्वरूप बदललेलं आहे. दलित साहित्य वाङ्मयीन गुणवैशिष्ट्यांनी व्यक्त होत आहे. बोलीभाषा, शिवराळ आक्रमकपणा बाजूला पडून चिंतनगर्भ काव्य आणि तरल ललित लेखनाच्या अंगानेही दलित लेखक लिहिताना दिसत आहेत.

॥ ३ ॥

मराठी कथेपेक्षा दलित कथेचा स्वभाव आणि चारित्र्य वेगळे आहे. ही कथा वाचून वाचक अस्वस्थ होतो. अंतर्मुख होतो. ही कथा माणसाची आहे. ही कथा समाजपरिवर्तनाच्या भावनेने प्रेरित झालेली आहे. ही कथा बेगडी नाही. ही कथा अस्सल आहे. या कथेने मराठी साहित्यात नवा नायक प्रस्थापित केला. नवी भाषा रूढ केली. नवी अभिव्यक्ती व्यक्त केली. नवे अनुभव व्यक्त केले. या कथेने मराठी अभिरुचीला नवे वळण दिले आणि समीक्षेचे क्षितिज विस्तारले. दलित कथेत सफाईदारपणा नाही. मोहकशैली नाही. प्रतिमा-प्रतीकांचा हव्यास नाही. अलंकारिक भाषेचा उपद्व्याप नाही. साध्या सरळ भाषेत ही कथा व्यक्त झाली आहे. ही कथा दलितांची व्यथा आहे. या कथेतील दुःख, दारिद्र्य आणि प्रश्न काल्पनिक नाहीत. या कथेने उपस्थित केलेली समस्या महत्त्वाची आहे. ही कथा विचारप्रवर्तक आणि प्रेरक आहे. ही कथा जातिव्यवस्थेविरुद्ध, माणसाच्या शोषणाविरूद्ध उभी राहताना दिसते.

दलित कथेची प्रेरणा, त्यातील पात्रे, प्रसंग, भाषाशैली, अनुभव, वातावरण, अभिव्यक्ती आणि दलित लेखकाची बांधीलकी यामुळे या कथेचा पिंड मराठी कथेपेक्षा वेगळा झालेला आहे. ही कथा लक्षवेधी आहे. वेदना, विचार आणि विद्रोह यामुळे ही कथा सामाजिक प्रवृत्तीची झाली आहे. तिच्यात वाङ्मय मूल्यांपेक्षा सामाजिक मूल्ये अधिक प्रकर्षाने व्यक्त होताना दिसतात. ही कथा मनोरंजन करणारी नाही. ही कथा प्रबोधन करणारी आहे. मराठी कथेपेक्षा या कथेचा आशयविषय

वेगळा आहे. या कथेच्या अभिव्यक्तीची धाटणीही वेगळी आहे. सर्वार्थाने वेगळी असलेली ही कथा बहिष्कृत समाजाची सनद ठरली आहे.

दलित लेखक कथा लिहिताना त्याने आपल्या मनाशी काही गोष्टी ठामपणे पक्क्या केलेल्या दिसतात. त्याला बहिष्कृत समाजाविषयी लिहावयाचे आहे, हे त्याचे युद्धक्षेत्र आहे हे त्याने मनाशी निश्चित केलेले असते, त्याच्यावरील अन्यायाला वाचा फोडायची आहे, असे ठरवून दलित लेखकाने स्वत:कडे या दु:खाचे प्रवक्तेपण घेतलेले आहे. आपण एक कथा लिहित आहोत यापेक्षा आपण एक सामाजिक दुखणे व्यक्त करत आहोत असे त्याचे भान आहे. त्यामुळे तो वाङ्मय मूल्यांपेक्षा सामाजिक मूल्ये आपल्या साहित्यात कशी आविष्कार होतील याकडे विशेष लक्ष देताना दिसतो. आपला माणूस, आपला समाज, आपला अनुभव, आपली भाषा वेगळी आहे, याची त्याला अगदी सुरुवातीपासून जाण आहे. त्याच्या मस्तकात कथा बीज नंतर पडलेले आहे. त्यांच्या कथेच्या जन्माअगोदर त्याची वेदना जन्मली आहे. जातिव्यवस्था नष्ट करण्याच्या विचाराने तो भारावला आणि भडकावला आहे. विषम प्रस्थापित व्यवस्थेविरुद्ध त्याने लेखणी उचलली आहे. त्याची कथा म्हणजे त्याची भूमिका आहे. त्याची कथा म्हणजे त्याच्या मनातील असंतोषाचा स्फोट आहे. त्याची कथा म्हणजे त्याच्या दु:खाची सनद आहे. त्याची कथा म्हणजे हजारो वर्षे न सुटलेल्या प्रश्नांची उत्तरपत्रिका आहे. या कथेत जसे प्रश्न व्यक्त झाले आहेत, तसे या कथेने उत्तर दिलेले आहे. ही कथा माणुसकीची भाषा बोलते. ही कथा मानवाधिकाराची आहे. मानव धर्माची आहे.

दलित कथेची त्वचा ही चळवळीची आहे. या कथेमागे एका कार्यकर्त्याचे सक्रिय मन कार्य करताना दिसते. त्यामुळे ही कथा तटस्थ किंवा अलिप्त वाटत नाही. ती आपल्या समाजाची पक्षकार आहे. ही कथा बहिष्कृत समाजाची कैफियत मांडताना दिसते. त्यामुळे या कथेत आक्रमकपणा, आवेश आणि आंदोलनाचा पवित्रा व्यक्त झालेला दिसतो. अगदी प्रेमकथा असो, दलितांमधील दुही व्यक्त करणारी कथा असो किंवा व्यक्तिगत जीवनाचा आविष्कार करणारी कथा असो, त्यामध्ये सामाजिक परिवर्तनाची धग व्यक्त झालेली दिसून येते. जसजसा काळ बदलत चालला आहे, तसतसे दलितांचे प्रश्न अधिक बिकट होत आहेत. जातिव्यवस्था नवा चेहरा धारण करत आहे. अन्याय-अत्याचाराची साधने बदलत आहेत. दलित समाज अन्यायाच्या वरवंट्याखाली भरडला जात आहे. त्याचे शोषण संपलेले नाही. उलट या शोषणाने भीषण रूप धारण केलेले आहे. याची जाणीव दलितांना झाली आहे. दलितांच्या शोषणाची सर्व रूपे आणि परिमाणे दलित कथेतून प्रकट होताना दिसतात. ही कथा पर समाजावर जशी टीका करते, तशी स्व समाजावरही टीका

करताना दिसते. आपल्यातील दोष, दुही आणि स्वार्थलोलुपता याचे ती वाभाडे काढताना दिसते. समाज बदलताना तो समग्र बदलावा अशी सम्यक जाणीव घेऊन ही कथा व्यक्त होताना दिसते. त्यामुळे वाचकाच्या मनात सामाजिक समतेचा विचार जन्म घेतो. समता, स्वातंत्र्य, न्याय आणि बंधुता या विचारांची महती विशद करणारी ही कथा आहे. ही कथा माणसाची आहे. माणसासाठी व्यक्त झाली आहे. या कथेतला निसर्गही माणसाची वेदना व्यक्त करणारा दूत वाटतो. या कथेची शैली आणि शब्द शस्त्रासारखे वाटतात. हा लेखक कार्यकर्ता वाटतो. त्यामुळे या कथेचे मूल्यमापन करताना या कथेतील सामाजिक मूल्ये, तीमध्ये व्यक्त झालेला आक्रोश आणि आवेश, विचार आणि बांधीलकी याकडे डोळेझाक करता येत नाही.

दलित लेखकाला वाङ्मयाच्या फॉर्मपेक्षा आपली कथावस्तू अधिक महत्वाची वाटते. त्यामुळे त्याची कथा आकारबद्ध, बांधीव आणि कलात्मक वाटत नाही. या कथेतल्या दाहक अनुभवांमुळे ती लक्षवेधी ठरली आहे. दलितांचे अनुभव विश्व वेगळे असल्याने ही कथा चर्चित ठरली आहे. अनेक दलित कथांमधून अन्याय अत्याचाराचे तेच ते तपशील पुन:पुन्हा व्यक्त होत असल्याने ही कथा ऊथळ, रुक्ष आणि प्रचारी वाटते. दलित लेखकांनी वाङ्मयीन मूल्ये, वाङ्मयीन प्रकार याकडे लक्ष देण्यापेक्षा आपल्या मनातील अस्वस्थता, संताप, चीड आणि निषेध याकडेच अधिक लक्ष पुरवल्याचे दिसते. दया पवार, बाबूराव बागूल, कुमार अनिल आणि शरणकुमार लिंबाळे यांनी तर कथेसाठी स्वकथनाचा फॉर्म वापरलेला दिसतो. अशामुळे ही कथा अधिक जीवंत, प्रत्ययकारी होताना दिसते. तथापी कथेचं रुप यातून व्यक्त होईलच असे नाही. अनेक लेखकांनी आपल्या कथेमध्ये उपकथानक, बोली भाषा, प्रचारी संवाद, आपला हेतू साध्य करणारा शेवट अशा क्लृप्त्या योजलेल्या दिसतात. त्यामुळेही दलित कथा कृत्रिम आणि रचून सांगितलेली व्यथा वाटते. कथेचा आवाका, आकार आणि आशय याचा अभिव्यक्तीच्या दृष्टीने खूपच कमी लेखकांनी गांभीर्याने विचार केलेला दिसतो. दलित कथेच्या ह्या अंगभूत मर्यादा आहेत. कदाचित काही लेखक आपल्या उणीवांचे समर्थन करण्यासाठी 'हा फॉर्म मोडतोडीचा प्रकार आहे' अशीही भूमिका घेतील. अशा उत्तरांमुळं एकवेळ लेखकाचं समाधान होईल. पण वाचकांच्या पदरी असमाधानाच पडेल. याचीही दलित लेखकांना जाणीव ठेवावी लागेल. 'गावकुसाबाहेरील कथा' वेगळ्या आहेत म्हणून त्या वाचनीय आहेत असे नाही. त्या मानवी मूल्यांची आणि अधिकारांची बाजू घेणाऱ्या आहेत. म्हणून या कथा सामान्य माणसाच्या शोषणाचा 'सांगावा' घेऊन निघाल्या आहेत. अशा कथांचं रुप-स्वरुप आणि शैली ही अशीच असणार आहे.

- डॉ. शरणकुमार लिंबाळे

# अनुक्रमणिका

# १.
# कावळे
**योगिराज वाघमारे**

एक प्रेतयात्रा स्मशानभूमीकडे येत असलेली त्याला दिसली. लगेच त्यानं कावळीला विचारलं, "कुणाचं प्रेत असेल ते सांग बरं?" कावळीनं विचार केला. ह्याच्या सराईत नजरेला प्रेत कोणाचं ते तेव्हाच ओळखू येतं. यात्रेतील लोकांना आपण या वडाच्या झाडावर बसलो आहोत हे समजावं म्हणून हा धूर्तपणे 'कावऽ कावऽ' करतो. वडाच्या उंच उंच शेंड्यावर जातो. हिरव्या गर्द फांद्यांत लपून राहतो. प्रेताचे नातेवाईक झाडाखाली येतात आणि आशाळभूतपणे याची वाट बघतात. तेवढ्या वेळात तो कावळीशी बोलत असतो. मग कावळी त्याच्याशी जे सुचेल ते बोलत असते.

"होय गं, सांग ना कोण असेल ते?" कावळ्यानं पुन्हा विचारलं.

"अवं, मलाच नेहमी काय विचारता? एखादं दिवशी तुम्ही सांगावं की आपण होऊन!"

त्यावर कावळा खदखदून हसला. तिची टिंगल करावी म्हणून पुन्हा तो म्हणाला, "तरी पण तुला ओळखू येत नाही म्हणून विचारणं पडतं ना!"

"असू द्या. मला काय वेड्या बापडीला समजतंय...." कावळी लटक्या रागानं म्हणाली.

"हत् वेडे... किती तरी वर्षं आपण नांदतोय ह्या स्मशानातल्या वडावर. आपल्याला पोरं झाली. पोरांनाही पोरं झाली. आजवर ह्या स्मशानात कित्येक आत्मे येऊन गेले. त्यांची सरणात राख झाली. पण अजून तुला प्रेत कुणाचं ते ओळखू येऊ नये....!" तो तिच्या डाव्या गालाजवळ आपली चोच आणून अंगचटीला येऊन म्हणाला. तशी ती लाजली आणि म्हणाली, "सरका बाजूला प्रेतयात्रा जवळ आली ना!"

तसा तो भानावर आला. टण्‌दिशी उडी मारून दुसऱ्या फांदीवर बसला.

आपला एक डोळा दोन्ही बाजूंनी फिरवून प्रेतयात्रेकडे बघितलं. प्रेत चांगलंच शृंगारलेलं होतं. फुलांच्या माळा होत्या. फुलं उधळली जात होती. माणसं मोजकीच होती. मागे चार-पाच बायका होत्या. एका बाईला बाकीच्या बायांनी सावरलेलं होतं. रडून रडून ती मलूल झाली होती. हुंदके सरले होते. अश्रू आटले होते. एकदाचं प्रेत ओट्यावर टेकवलं. बाकीची माणसं सरणाच्या व्यवस्थेला लागली. प्रेताचं डोकं कोणीकडे असावं याबद्दल सरण रचणाऱ्या दोघांतच चर्चा सुरू झाली. तसा कावळा फसकन् हसला. कावळीनं एकदम तोंडावर हात ठेवला.

"अवं हसताय काय? माणूस मेलंय् नव्हं?"

"म्हणून तर हसतोय ना! जन्मल्याचे विधी या लोकांना माहीत असतात पण मेल्यावरचे विधी कसे काय विसरतात बुवा?" कावळा शहाणपणा दाखवित तिला म्हणाला.

"पुरे... काहीतरीच...!"

"अगं, दररोज पाहतोय ना मी. उगवतीकडे डोकं ठेवावं... चाळीस मण लाकडं आणावीत. तेही नाही जमलं तर नुसत्या गोवऱ्या आणाव्यात. आणि तेही शक्य झालं नाही तर....?"

"काय?" कावळी मध्येच ओरडली.

"...तर बेवारशासारखं आयत्या खड्ड्यात लोटून द्यावं!" कावळा निर्विकारपणे म्हणाला.

"काहीतरीच बाई... अवं खाली माणसं शोकाकुल झालेली आहेत आणि तुम्हाला त्यांच्याबद्दल असं बोलवतं तरी कसं?"

कावळीच्या या प्रश्नावर त्याला उत्तर देता आलं असतं पण तो बोलू शकला नाही. उगाच गप्प बसला.

इकडे सरण रचणं संपलं होतं. त्यांच्यापैकी एक माणूस म्हणत होता. "हं... उठा....!"

तसा एकदम गलका उडाला. बायांनी पुन्हा हंबरडा फोडला.

"अरे, गपा म्हणावं!"

"अगं, कुसुम रडं आवर आणि पाहून घे तोंड आता... पुन्हा दिसणार नाही." कुणी तरी कातर स्वरात म्हणालं.

कुसुमनं हंबरडा फोडला, "दादाऽ!"

क्षणभर वातावरण सर्द झालं. परिसरात हुंदके दाटले. रडणं भरून उरलं. कोणालाच हालचाल करता आली नाही. क्षणभर हृदय थंडावलं. डोळे अश्रूंनी जड झाले. विवशता... हळहळ व्यक्त झाली. पण क्षणभरच. दुसऱ्याच क्षणी कुणाचेतरी

हातपाय हलले. तोंड उघडलं.

"पुरं आता... पुढचं आटपा..."

त्या आवाजाबरोबर सगळे क्रियाशील झाले. प्रेत सरणावर ठेवलं. उरलेली लाकडं रचून घेतली. एकाने रॉकेल त्यावर ओतलं आणि शिकाळे धरलेल्या तरुणानं अग्नी दिला. क्षणार्धात चितेनं भडका घेतला.

कावळी बघत होती. तिच्या डोळ्यांत आलेलं टिपूस वडाच्या पानावर पडलं. त्याचा टप झाला. कावळा मात्र निर्विकारपणे दूरवर पाहत होता. तिनं विचारलं, "संपलं एकदाचं!..."

"काय?" कावळा म्हणाला.

"हेच... बिचाऱ्याचं!" सुस्कारा टाकीत ती म्हणाली.

"अगं एवढं काय त्यात सुस्कारा टाकण्यासारखं!" तो.

"अवं, तुम्हाला बोलवतं तरी कसं? अजून ते लोक गेलेही नाहीत तोच....!"

"कवटी फुटल्याशिवाय जाणार नाहीत."

"फुटेल की थोड्या वेळानं!"

"नाही फुटणार!" तो आत्मविश्वासानं म्हणाला.

"कशी काय?" त्याच्या विक्षिप्त बोलण्यानं ती गोंधळात पडली.

"डोक्याकडच्या बाजूला लाकडं अधिक हवीत?" एखाद्या तज्ज्ञ डॉक्टराने रोगांचे निदान करावे अशा पद्धतीने कावळा बोलून गेला.

"कायतरीच बाई. माणसांच्या प्रेतांचा आणि चितेचा एवढा कशाला हिशेब ठेवावा एखाद्यानं तरी?" कावळीनं त्याच्या अतीपणावर टोमणा मारला.

"अजून बेवारशी प्रेताचा आणि खड्ड्याचा नाही हिशेब विचारला?"

"अहो! मी म्हणते एवढा का तुम्हाला प्रेताचा सोस तरी आहे!" कावळी त्राग्यानं म्हणाली.

"सोस नाही म्हटलं!"

"मग काय आहे?" तिनं तिरळा डोळा त्याच्यावर रोखून म्हटलं.

"राग आहे."

"काय?"

"राग!"

"अगंबाई! राग तो कशासाठी? ते का आपले भाईबंद-नातेवाईक की सोईरेसंबंधी?"

कावळी पूर्णपणे चक्रावली. आपल्या नवऱ्याला खरंच का वेड लागलं आहे? काय या स्मशानाचा गुण आहे? कोणता शब्द त्याचा सरळ असा नाहीच. अगदी

भूत लागल्यासारखा काहीबाही बोलतोय... तरी मी म्हणत असते, "नका बरं असं माणसाच्या प्रेताला न्याहाळून पाहू... दूरच्या झाडावर बसत जा. सगळं आटोपल्यावर येत जा." पण काडीचं ऐकणं नाही. त्यापेक्षा म्हणते येथून दुसरीकडे का जाऊ नये? पण तेही ऐकणं नाही. माझं बापडीचं हा नवरा ऐकतच नाही. अन् उगंच काहीबाही बोलत राहतोय.

तिला भयावह वाटलं. माणसावर याचा राग का? बायकोला मनातलं सांगू नये होय? घरोघरी वेगळं अन् आमच्या दारीच निराळं. कधी लाडंलाडं बोलणं नाही की समजावणं नाही... अन् ही उगीच माणसाच्या रागाची राख डोक्यात घालून घेणं? तिला रडायला आलं. ती पटकन् उठली अन् त्याच्या शेजारी जाऊन बसली.

"व्हय हो... कसला राग हाय तुमचा?"

"ऐक!..." कावळा सांगू लागला.

"इथं येण्यापूर्वी मी एका गावी राहत होतो. गाव तसं लहानच. अवतीभोवती वडा-लिंबाची, बाभळीची झाडं. मी बाभळीच्या झाडावर घरटं बांधलेलं. माझ्या घराच्या समोरच एक वाडा होता. वाड्यात चाफ्याचं आणि डाळिंबाची झाडं होती. दुपारी मी वाड्यात प्रवेश करी. डाळिंबीवर बसून घरातलं टुकटुक पाहत असे. वाड्यात माणसांचा मोठा राबता होता. मी डाळिंबीवरून उतरून पार ओसरीपर्यंत जायचो. पहिल्यांदा भीती वाटायची. माझ्या मागोमाग चिमण्याही यायच्या, पण त्या पार आतल्या घरात जात. तांदूळ, दाळ, ज्वारीचे दाणे टिपायच्या. मला भीती वाटायची. मी मात्र अलीकडे वावरायचो. अधून-मधून सावध राहून कावऽ कावऽ करायचो. कुणाची चाहूल लागली की पटकन् उडून चाफ्यावर जाऊन बसायचो. पुन्हा जिकडेतिकडे सावरासावर झाली की अंगणात उतरायचो. असं करताकरता मी वाड्यात माणसाळलो. माझी भीती दूर गेली. मला वाटायचं ह्या वाड्यातील माणसं खूपच प्रेमळ आहेत.

मला त्या वाड्याबद्दल लळा लागायला आणखी एक कारण होतं ते म्हणजे घरमालकिणीचं दीड वर्षांचं मूल. मूल फारच गोंडस होतं, हातात दूधवाटी घेऊन अंगणभर रांगायचं. कधी उभं राहायला निघायचं. हातातली वाटी मात्र गच्च धरून दुसऱ्या हातानं दुधाचा काला खायचं. त्याचे गाल सगळे भरायचे. दूध सांडायचं. अंगण भरून जायचं. मला खूप आनंद व्हायचा. मला बघून बाळ कधी झोपावयाचा, कधी रडायचा, कधी वाटी दडवायचा. मी मात्र बाळाच्या मागेमागे टुणटुण उड्या मारून फिरायचो. कधी त्याची आई त्याला कडेवर घेऊन चाफ्याच्या झाडाकडे बोट दाखवून, 'काऊ... कावऽ कावऽ' करायची. बाळ हसायचं. मी हरखून जायचो. मीही त्याला प्रत्युत्तर द्यायचो, "कावऽ कावऽ"

पण एके दिवशी मात्र विचित्र घडलं. माझ्या दृष्टीने चूक काहीच नव्हती. पण बाळाच्या आईला वेगळंच वाटलं. तिचा तो अवतार पाहून माझ्या मनावर खूप परिणाम झाला. माणसाच्या जातीचा मला खूप राग आला. वाटलं, एवढी कशी उलट्या काळजाची जात?

"झालं तरी काय?" कावळीनं मध्येच त्याला अडवीत म्हटलं.

"त्या दिवशी बाळ दूधवाटी घेऊन अंगणात बसला होता. भाताची शितं अंगणभर सांडली होती. मी टुणटुण उड्या मारीत अंगणात गेलो. अलीकडची शितं टिपली. अंगणात दुसरं कोणी नव्हतं म्हणून मीही धीट झालो. अगदी बाळाजवळ गेलो. बाळ हसल्यासारखा करीत होता. पण मनातून भीतही होता. मी पुढंपुढं जाऊन शितं टिपीत होतो. अगदी वाटीजवळची शितं टिपावीत असं मला वाटू लागलं म्हणून बाळाजवळ गेलो. चोच लावून शीत उचलणार इतक्यात बाळ घाबरून ओरडला. त्याचबरोबर त्याची आई धावत बाहेर आली. आणि मी हे असं कसं झालं म्हणून घाबरून माघारी फिरून उडू लागलो. तोच नेमका डाव्या पंखाचा स्पर्श बाळाला झाला. ते आईनं पाहिलं. झालं. तिला अघटित वाटलं. बाळ विटाळलं म्हणून आक्रोश करू लागली. आई ओरडते म्हणून बाळही अधिकच भयभीत होऊन ओरडू लागलं. आईकडे झेपावू लागलं, पण त्याला आई घेईना. बाळ अधिकच भांबावला. खूप रडू लागला. मला तर काहीच कळेना. हे असं का व्हावं? माझ्या पंखाचा स्पर्श होताच आईने एवढं कठोर होण्याचं कारण काय?

मी बाभळीवर जाऊन अपराध्यासारखं बघू लागलो. वाड्यातला गोंधळ बघून शेजारीपाजारी गोळा झाले. त्यांना बाळाची आई रडूनरडून सांगत होती. "बाळाला कावळ्यानं शिवलं!"

आयाबायाही चिंतागती झाल्या. बाळापासून पटकन् दूर झाल्या. एरव्ही बाळ कोणाच्या वाटणीला येत नव्हता. पण आज मात्र ते घाबरलेलं लेकरू कोणीच घ्यायला तयार नव्हते. ते एकटंच चक्रव्यूहात अडकल्यासारखं दिसत होतं. अखेर कोणी तरी गडीमाणसानं बाळाला उचललं आणि शेताच्या कुंपणातून डोकं दोन-तीन वेळा घालून आणलं. बाळाला अंघोळ घातली. तेव्हाच बाळाला आईकडे पाठविलं. हे सगळं मी पाहत होतो. माझ्या स्पर्शामुळे माणसं बाटतात! मला कसंसंच वाटलं. एवढे आपण अमंगळ का? माणसाने माणसात जाती पाडल्या असतील पण पक्ष्यांनी कधीच जाती मानल्या नाहीत. जर माझ्या पंखस्पर्शामुळे बाळाला एवढी शिक्षा होत असेल तर येथे राहणेच नको. माझ्या मनात वादळ उठलं आणि त्या वादळानेच मला येथे आणून सोडलं.

आपली कहाणी सांगितल्यानंतर कावळा क्षणभर थांबला. कुठेतरी नजर

लावून बघत होता. मग एक दीर्घ सुस्कारा टाकून म्हणाला, "ऐकलं!"

"हं" कावळीनंही दीर्घ सुस्कारा टाकला. तिचाही चेहरा लालबुंद झाला होता. पण त्याच्या चेहऱ्यावर ज्या घृणेच्या रेषा उमटल्या होत्या, त्या मात्र अधिक प्रखर होत्या. आपल्या नवऱ्याचा राग योग्यच आहे असे तिला वाटत होते. ती काहीतरी बोलणार होती, तोच शहराच्या दिशेकडून पुन्हा काही माणसं येत असलेली दिसली. तेरावीच्या विधीसाठी आलेली मंडळी होती. सगळ्यांच्या पुढे असलेल्या माणसाच्या हातात नैवेद्याचं सूप होतं. अशी माणसं प्रत्येक तासा अर्ध्या तासाला येतच राह्यची. दररोजच चितेवर जाणारी आणि तिच्या तेरा दिवसांनी, कुणाचा तीन दिवसांनी अथवा दहा दिवसांनी येणारा विधी. स्मशानाकडची वाट कधी ओस पडली नाही.

आलेल्या माणसांनी प्रेत जाळल्याची जागा शोधली. अवती-भवतीचे चार दगड गोळा केले. त्यावर गोमूत्र शिंपडलं. हळदी-कुंकू वाहिलं. उदबत्ती लावली. मृत व्यक्तीच्या आवडीच्या वस्तू ठेवल्या. नैवेद्य ठेवला. पाया पडून माणसं आकाशाकडं बघू लागली. कुणी वडाच्या झाडाकडे. कावळ्याचा शोध घेण्यासाठी. बाकीची माणसं ओट्यावर बसून म्हणायची,

"कावळ्यानं शिवलं म्हणजे मुक्त झालो."

"एरव्ही लाख कावळे दिसतील हो, पण आज एकही दिसत नाही."

"अन् कावळा पिंडाला शिवला तर...?"

कावळा-कावळी हे संवाद नेहमीच ऐकायचे. कावळी त्याच्याकडे बघत राही. नजरेनेच त्याला म्हणे.

"शिवा ना!"

"ऊंहू मी नाही."

"का?"

"स्त्रीच्या पिंडाला मी कसा शिवणार? तूच जा..."

कावळी म्हणायची, "असं काय हो करायचं? ते आपण ठरविलं पाहिजे."

कावळीचा नाईलाज होई. ती गप्प बसे, पण पुन्हा तिला राहवत नसे ती म्हणे, "अहो! जा ना!"

तसा कावळा डोळा मिचकावी आणि हळूच 'कावऽ' करी. माणसं मोहरायची. आकाशातून दुरून कोठून तरी कावळ्याचा आवाज येत असल्याचा त्यांना भास होई.

"अरे वा! कावळा ओरडला बरं!" एकजण.

"हो मी सुद्धा ऐकलंय!" दुसरा.

सगळे इकडे-तिकडे बघू लागत.

कावळा मात्र मनातल्या मनात हसत असे. कावळीला अशी थट्टा पसंत नसायची. ती पुन्हा बोले,

''जा-''

तसा कावळा हळूच ओरडे. लोक पुन्हा हरखत, पण कावळा मात्र दिसत नसे.

कावळा लोकांची सारखी फसगत करीत होता. लोक मेटाकुटीला आले होते. कावळा मात्र भाव खात होता. त्याला लोकांचं हसू येत होतं कारण त्यावेळी तो एकटाच होता ना! राहायला प्रचंड वटवृक्ष. पलीकडे छोटासा ओहोळ. दूरवर दिसणारं शहर. जवळपास पडीक नापीक जमीन. दिवसासुद्धा भयाण दिसणारं स्थळ. भर उन्हात पाखरूसुद्धा या झाडावर विसावत नव्हतं, पण त्या दिवशी क्रोधिष्ठ बनून आलेला तो या झाडावर थांबला. डोक्यात विचारांचं काहूर माजलेलं. मनात रागाचा लोळ पेटलेला. आपण कोठे थांबलो आहोत याचे त्याला भान नव्हते. सहज टेकला आणि तेथेच त्याला झोप कशी लागली ते त्याला समजले नाही. जेव्हा त्याला जाग आली, तेव्हा त्याला वडाची सावली खूपखूप आवडली. सगळ्या फांद्यान् फांद्या बसून पाहिल्या. चार दोन वेळा वडाच्या भोवती घिरट्या घातल्या. 'कावऽ काव' करून एकट्यानेच घसा साफ केला, तेव्हा त्याला सगळीकडे नि:शब्द वाटले. तरीही त्याला ही जागा पसंत पडली. त्याने ठरवलं आता येथेच राहायचे. तो तेथेच राहू लागला. वडाची संगत जमली.

असेच एके दिवशी भर दुपारी थंडगार सावलीत बसून तो कावऽ काव करीत असताना त्याला शहराकडून येत असलेले लोक दिसले. लोकांचा समुदाय मोठा नव्हता. त्यांना घाई गडबडी नव्हती. त्याच्या बारीक डोळ्याला ते दृश्य कसंसच वाटलं. असंच तीरासारखं सुटावं आणि एकेकाची डोकी चोचींनी टोचा मारून फोडावीत. पण जसतसे लोक जवळ येऊ लागले तसतसे ते प्रेतयात्रेतले लोक आहेत हे त्याला जाणवलं. तरी पण तो स्वत:ला दडवून घेण्यासाठी वडाच्या शेवटच्या शेंड्याला दाट पानात दडून बसला.

लोक वडाच्या जवळ आले. त्यांनी सरण रचले. अग्नी दिला. फट आवाज आल्यावर ते निघून गेले. हे सगळं त्यानं पानात दडूनच पाहिलं. आपण त्यांच्या दृष्टीस पडूच नये असे त्याला वाटलं. लोक निघून गेल्यावर कितीतरी वेळाने तो उठला आणि परिस्थितीची पाहणी केली.

लोक दररोज येत. 'अरे, हे स्मशान आहे.' त्याच्या लक्षात आलं. ''स्मशान असलं तरी बरं आहे. जिवंत माणसापेक्षा मेलेल्यांची प्रेतं बरी... कारण तिसरी,

अकरावी, तेरवीला भातपोळी आणून देतात. पिंडाला स्पर्श करावा म्हणून मनधरणी करतात. पिंडाला शिवलं तर मुक्ती... नाहीतर... '' कावळा स्वतःवरच खूष असायचा. मध्येच त्याला 'त्या गावातली' मागची आठवण यायची. तो दुःखी व्हायचा... असं सुख आणि दुःखाच्या लाटेवरच तरंगत राहत होता.

एके दिवशी असाच तेरवीचा नैवेद्य आला. माणसं कावळ्याची वाट पाहत होती. कावळा पानांआडून उठला आणि लांब खालच्या फांदीवर येऊन बसला. त्याला भाताचे, पोळीचे, गुळाचे कण दिसू लागले. त्यानं काही धोका आहे का ते पाहिले, पण धोका कोठेच नव्हता. माणसं खूप दूर बसलेली होती. पुन्हा त्यानं त्याच्या पद्धतीप्रमाणे वडाच्या झाडाला एक गिरकी घेतली आणि भाताच्या कणाजवळ उतरला. चोचीत कण घेऊन फांदीवर आला. तशी लांबवरची माणसं उठली आणि शहराकडे चालू लागली.

इकडे कावळ्याने पोळीचा तुकडा उचलला. फांदीवर येऊन मोठमोठ्यानं कावऽ कावऽ करायला सुरुवात केली. पोळीचा तुकडा खातखात तो कावऽ कावऽ करीत होता. थोडा वेळ असाच गेला आणि त्याला वडावरच पण पलीकडच्या बाजूनं कावऽ असा प्रतिध्वनी ऐकू आला. तो बावरला.

तो पुन्हा ओरडला "कावऽ!"

पुन्हा प्रतिध्वनी "कावऽ!"

आवाजात गोडवा होता. कावळीच ओरडत हाती. त्याचं पोळीवरचं लक्ष उडालं. नजर स्थिर होईना. कावरीबावरी झाली. तो बेभान होऊन ओरडू लागला. तसतसा त्याला प्रतिसाद मिळू लागला. त्यानं ओळखलं. याच झाडात कोणीतरी लपलं आहे. त्यास त्या आवाजाने ओढून घेतलं. कावळी त्याच्या प्रदेशात त्याच्या सारखीच वाट चुकून आली होती. दोघांची दृष्टादृष्ट होताच त्याला खूप आनंद झाला आणि तिला खूप लाजल्यासारखं झालं. त्यानं आपलं साम्राज्य स्वखुशीनं दाखविलं.

आता दोघेही त्या झाडावर राहू लागले. पती-पत्नी म्हणून तासन् तास बोलत असत. गप्पा मारत असत. झाडावर झोके घेत असत. लपाछपी खेळत असत. लहर आली तर तिला तो गाणे म्हणायला सांगत असे. तीही त्याला गायाला लावायची. दोघेही एकमेकांच्या गाण्यावर बेहद्द खूष व्हायचे. दररोज प्रेतयात्रा यायच्या. प्रेत कोणाचं? पुरुषाचं की स्त्रीचं? बाळाचं की मोठ्या मुलाचं...? ओळखण्यासाठी दोघांच्या पैजा लागायच्या. ती नेहमीच हरायची. तो नेहमीच जिंकायचा. हरण्यातही तिला मौज वाटायची...

कोठे भटकणं नसायचं. दररोज आलेला भात किंवा पोळी खायची. त्याला भात आवडायचा. तिची आवड म्हणून यालाही पोळी आवडू लागली आणि त्याची

पसंती म्हणून हिलाही भात पसंत असायचा.

पिंडाला शिवायचं किंवा नाही हे त्याच्यावर अवलंबून. पण तिनं एका गोष्टीसाठी मात्र सूट मिळवून घेतली होती, ती म्हणजे 'लहान मुलाच्या बाबतीत अडवून धरायचं नाही.' तो म्हणाला, "एकदम कबूल!"

तसंच त्याने एक अट घातली होती. "पुरलेली प्रेतं किंवा बेवारशी फेकून दिलेलं प्रेत चुकूनही चोचवायचं नाही!"

तीही म्हणाली, "एकदम कबूल."

असे होताहोता त्यांचे दिवस मजेत चालले होते. एके दिवशी तिनं आनंदाची बातमी सांगितली, "अंडी उबविली असून चिमुकले जीव जन्माला आलेले आहेत." दोघांना खूप आनंद झाला. फक्त भातच खाऊन त्यांनी तो आनंद साजरा केला.

पिल्लं मोठी झाली. त्यांना वडाच्या फांद्या, पानं पुरेनात. गोंगाट खूप वाढला. शेंड्यावर बसून पोरं ओरडायची. आकाशात उंचउंच उडत. त्यांचं उंडारणं कमी होईना.

आणि एके दिवशी सायंकाळी असंच एक जोडपं येऊन वडावर विसावलं. रात्रीचा मुक्काम म्हणून कावळा काही बोलला नाही, पण रात्री त्या दोघांचं बोलणं कावळीनं ऐकलं होतं, 'वड प्रचंड आहे. अंडी घालायला याशिवाय दुसरं झाड मिळणं अवघड आहे.'

कावळीनं तेच आपल्या नवऱ्याला सांगितलं, त्यानेही मूक संमती दिली. असं करताकरता दुसरं तिसरं चौथं... अशी कितीतरी जोडपी आली. त्यांची मुलंबाळंही खूप झाली. काही दिवसांपूर्वीचा रुक्ष, अबोल, एकाकी वाटणारा वृक्ष आता सदैव कावऽ कावऽ करू लागला.

कावळ्याला वाटलं, "काय हे?"

पण आता नाईलाज झाला होता. एके दिवशी त्याने शेंड्यावर जाऊन पाहिलं तर शहराचा बराच भाग स्पष्ट दिसू लागलाच होता. वस्ती सारखी वाढत होती. आणि प्रेताला काही कमी नव्हतं. संख्या रोडावत नव्हती. पिंडाला कावळे लवकर शिवत होते. उलट त्यांच्यात भांडणे व्हायची. ह्या कावळ्याला वाटायचं, 'हे काय? कावळ्यानं कसं कावळ्यासारखं वागलं पाहिजे. एवढं स्वस्त होऊन प्रेतांच्या नातेवाईकांना मुक्त करू नये.' पण त्याहीपेक्षा तो एका गोष्टीने अधिकच बेचैन झालेला होता. एके दिवशी काही कावळे बेवारशी प्रेतावर तुटून पडलेले त्याने पाहिले. त्याला भयंकर राग आला आणि तो ओरडला.

"अरे मूर्खांनो! काय करताय तुम्ही हे?"

ते कावळे दचकले, त्यांना काहीही कळालं नाही. म्हणून ते म्हणाले,

"म्हणजे?"

"काय करता तुम्ही हे?"

"अन्न खातोय आम्ही!"

"थूत तुमच्या जीनगानीवर! बेवारशी प्रेतावर तुटून पडता. लाज वाटत नाही तुम्हाला. त्यापेक्षा मरत का नाहीत...?"

क्षणभर कावळ्यांना काहीच कळले नाही. पण लगेच ते विसरून गेले आणि प्रेतावर पुन्हा तुटून पडले. तो कावळा रागाने फणफणत आपल्या घरट्याकडे आला आणि कावळीला म्हणाला, "चला, आता येथे राहणे नाही. मुडदे आणि जिवंत कावळे यांत भेदच उरला नाही ह्या वृक्षावर."

कावळी शहारली.

"कुठं जायचं?"

"कुठंही, जिथं कावळ्यासारखं जगता येईल तिथं!..."

कावळा-कावळी त्या वडावरून उठून गेली.

त्या शहराचा खूप विस्तार झाला. पार त्या स्मशानभूमीच्या पलीकडे झोपड्या रातोरात उभारल्या गेल्या. वडाच्या झाडाच्या अवतीभोवती दाटीवाटीने घरं उभी राहिली. सकाळी उठून कावळ्यांनी पाहिलं तर स्मशानभूमीत जिवंत माणसांची घरंच दिसत आहेत, काय करावे ते त्यांना सुचेनासे झाले. सगळे कावळे एकत्र जमले आणि म्हणाले, "काय करायचं?"

"कशाचं?" एकजण.

"येथे राह्यचं की त्या म्हातारा-म्हातारी सारखे..." पण पुढं कोणीच ऐकलं नाही. कारण शेजारच्या झोपडीतून एक बाई बाहेर आली आणि तिनं विटकं अन्न गटारीत फेकून दिलं. ते टिपण्यासाठी सगळे कावळे तुटून पडले...!

●●●

## २.

# सांगावा

**शंकरराव खरात**

दारात शेळी मान टाकून बसली होती. ती रवंथ करत नव्हती. कालवड खोल पोटानं उभी होती. ती दाराकडं ओढ घेत होती. वाळकं कुत्रं दारातच मुटका होऊन गप्प पडलं होतं.

आज चूल थंड होती. भाकरीचं टोपलं मोकळं पडलं होतं. साऊबाई कपाळाला हात देऊन बसली होती. मध्येच पापण्या वर करून वाटेकडे नजर टाकत होती. तिनं तोंडावर आलेल्या झिंज्या मागं सारल्या. डोईवरचा पदर नीट केला व जागची उठली. घरात गेली. उतरंडीची गाडगी उतरू लागली. दोन-तीन बोचकी निथळली. तळातल्या डेऱ्याचा तळ लागला होता. गाडग्यात दाण्याचा कण नव्हता. साऊबाई वैतागली. उतरंडीला गाडगी लावता लावता वैतागाच्या भरात तिनं हातातलं एक गाडगं भुईवर आपटलं व बडबडली, "आता का पोटाला बिबं घालावं? हेंचा अजून पत्त्या न्हाय!"

तेवढ्यात धाकटं पोरगं सटक्यानं घरी पळत आलं आणि साऊला बोललं, "आय, बा आला!" पोराच्या या बोलानं साऊबाईनं कोंडलेला श्वास सोडला.

दारात रामा आला. त्याला बघून कुत्रं चटकन् उठलं. त्याच्यापुढं गोंडा घोळू लागलं. त्याचे पाय चाटू लागलं. शेळी झटकन् उठली व रामाकडं ओढ घेऊ लागली. त्याला बघून कालवड हंबरली. रामा तिच्यापुढं गेला. तिच्या पाठीवर त्यानं थाप टाकली नि मानेला गोंजारलं. धाकटं पोरगं मधेच धोतराला धरून बोललं, "बा! भाकरी न्हाय म्हणतीय आय!"

त्याबरोबर रामानं त्याला उचलून कडेवर घेतलं. त्याच्या पाठीवरून हात फिरवून तो तसाच पुढं दाराच्या चौकटीला टेकून बसला. घरात डोकावलं व लागलीच साऊला बोलला, "काय ग, घरात ही खापरं मांजरानं पाडली का?"

तोच साऊ वैतागात बोलली, "कशाला कोण फोडतंय् ! आपलंच नशीब

फुटकं !"

"अगं, नशिबाला काय झालंय्? देवाच्या दयेनं पोटपाणी पिकलं! घरी-दारी पोरंबाळं हायेत!"

"हायती मस्त पोरं, मग काय त्यास्नी घालू खायला मूटमूट माती? का या चुलीत घालू माजं हातपाय मोडून?"

"अगं, आज अशी का वंगाळ बोलतीय?" "बोलू न्हाय तर काय तुमच्या म्होरं डोसकं फोडून घेऊ? कालच्यान् तो गावकी जाळायला गेलाय् अन् एवढा दिवस वर करून आलाय! काय हाय का लेकरा-बाळांच्या पोटाची काळजी?"

"मला सगळं कळतं! पण फौजदार जवा म्होरच्या गावाला लावला तवाच तेच्या तावडीतून सुटनूक झाली!"

"तुमचं सदान्कदा काम - काम! ही सोन्यासारखी पोरं भुकंनं तारताळ्या देत्याती. तेंचं काय करू?"

साऊबाईच्या ताडताड बोलानं रामा डोकं धरून खाली मुंडी घालून बसला. त्याच्यापुढं घरचं काजवं चमकू लागलं... सकाळपासून पोरं निराकार उपाशी होती. घरातलं दाणं उडालं होतं. आता कुणाच्या दारी जावं? कुणाकडून शेरमापटं दाणं मागून आणावं याच घोरात रामा बुडत चालला होता. तेवढ्यात दारातलं कुत्रं बसल्या जागी वाटेकडं बघून गुरगुरू लागलं. उठून भुंकू लागलं. त्याच्या वासावर रामानं वाटेकडं नजर लावली आणि एकाएकी काळ्या मळ्यातला जाधवाचा कुंडलिका दारात आला. त्याला बघून रामानं भुईवरचं पागुटं डोक्यावर ठेवलं व त्याला एक तिढा देऊन कपाळावरच्या लोंबत्या चिंध्या खोवत पुढं झाला आणि जोहार घालून बोलला, "का जी मालक, आमनधपक्या येणं केलं?"

रामाला बघून कुंडलिका गप्प झाला व जवळच्या शिळेवर खाली मुंडी घालून बसला. 'गडी गप्प का झाला?' त्यात चेहरा पडलेला. ते पाहून रामा घोटाळ्यात पडला अन् लागलीच त्यानं विचारलं, "का जी मालक, गप्प का झाला? काय बिलामत आली?"

रामाच्या बोलानं कुंडलिका जरासा सावरला. त्यानं मुंडी थोडीशी वर केली व पडत्या आवाजात तो बोलला, "रातीच आय गेली...!"

"धुर्पता आय म्हणता?" एकदम धक्का बसल्यासारखं रामानं विचारलं. त्यावर कुंडलिकानं नुसती मुंडी हालवली व पाणावलेल्या डोळ्यांना धोतराचा पदर लावला. असं कसं एकाएकी झालं म्हणून आपल्याच मनाला धसका घेऊन हळहळत रामानं पुन्हा पुसलं, "चांगल्या काठीगत टणक होत्या. मग एकाएकी असं का झालं बरं?" असं विचारून मधेच रामानं आपल्या बायकोला हाक मारली, "अगं हे,

आलीस का बाहीर, काळ्या मळ्यातलं मालक आल्यात.''

रामाच्या हाकेसरशी साऊबाईनं चौकटीबाहेर तोंड काढलं आणि फाटक्या पदरातनं बाहेर आलेलं केसं मागे सारत ती चौकटीच्या बाहेर आली. तोच रामा पुन्हा तिला बोलला, "अगं, मळ्याची धनीन गेली म्हणं!''

मळ्याची मालकीन गेल्याचा बोल तिच्या कानांत गोळीगत घुसला. ती झटकन् दोन पावलं पुढं आली व धक्का बसल्यागत कुंडलिकाकडं तोंड करून बोलली, "धुर्पता आय गेली म्हणता?''

"तर काय!'' मधेच रामा बोलला.

"आरं देवा! एकाएकी असं का झालं?'' असं ती गहिवरून बोलली आणि डोळ्यांना पदर लावून खाली बसली. पुन्हा तिनं पुसलं, "त्या चांगल्या असताना एकाएकी काय झालं?''

त्यावर कुंडलिका हलकेच बोलला, "दोपारपसनं आय कसनुसं करीत होती. दिस बुडल्यावर घाबरल्यासारखी करायला लागली. आमी हिकडं-तिकडं पळून देव-देवर्षी बघायच्या आत रातीच तिनं जीव सोडला.''

"आरं देवा! काय केलंस हे?'' असं साऊबाई हळहळली. कुंडलिका शिळवरनं उठला व रामाकडं बघून म्हणाला, "मग निघतूच नव्हं रामा? ततं लाकडाचं आवरून, पुढं आंजनाबाईला सांगावा पोचता कराय पाईजे.''

"तर वं काय! मायेची लेक हाय ती! तिचं मातीला तर हात लागत्याल!'' असं मध्येच बोलून साऊबाई दाल्ल्याला म्हणाली, "मग तुम्ही कशाला आता उशीर लावताय्! निघा मालकाबराबरच!''

लागलीच रामानं घोंगड्याचं पटकार खांद्यावर टाकलं व कुंडलिकाबरोबरच तो काळ्या मळ्यात निघाला.

मळ्यात कुंडलिका जाधवाच्या दारात खाली मान घालून गडी बसले होते. बाया एकमेकींच्या कानाला लागत होत्या आणि डोळ्यांना पदर लावीत होत्या. घरात सगळी रडारड चालली होती. ते बघून रामाच्या पोटात कालवाकालव झाली. "मळ्याची धनीन गेली!'' असं पुटपुटून तो लांब, बाजूला खाली मुंडी घालून बसला.

मळ्याचा महार दारात आल्याचं बघून दोन कर्ते गडी जागचे उठले. ते रामाजवळ आले. त्यांना बघून रामा उभा राहिला. त्यांनी रामाला लाकडाचा व गोवऱ्यांचा ढीग दाखविला. रामा लाकडाच्या ढिगाऱ्याजवळ उभा राहिला. त्यानं अंगातली पैरण काढली. ती कंबरेला बांधली. घोंगड्याच्या पटकाराची घडी केली. ती नीट खांद्यावर ठेवली आणि तो लाकडांची ओझी ओढ्याकाठी मसणवट्यात वाहू लागला. लाकडांच्या भारानं तो कराकरा लवत होता. त्याबरोबरच अंगाच्या

निबार फासोळ्या उठून दिसत होत्या. ओझ्याच्या भारानं पावलोपावली त्याचं भकाळी पोट भात्यासांरखं  खाली-वर होत होतं. बेलदाराच्या गाढवागत रामानं लाकडाच्या खेपामागं खेपा मसणवट्यात टाकल्या. त्यात डालपाटीनं गोवऱ्यांची भर टाकली. लाकडं-गोवऱ्या टाकायचं रामाचं काम झालं. तो बाजूला उभा राहिला. कपाळावरच्या घामाच्या धारा निरपल्या. घोंगड्याचं पटकार सपासपा झाडलं. कंबरेची पैरण सोडली. नेसत्या धोतऱ्याच्या चार निऱ्या सोडून अंगाचा घाम पुसला. अंगात पैरण घातली. पागुटं नीट बांधलं व बाजूला, खाली मुंडी घालून बसला.

तेवढ्यात माणसांच्या घोळक्यातून कुंडलिका बाहेर पडला आणि थेट रामाकडं आला. त्याला पाहून रामा उठून उभा राहिला. कुंडलिका रामाजवळ आला व बोलला,

"आरं रामा!"

"कां जी?"

"आरं आता पुढचं कसं?"

"कशाचं जी?"

"आंजनाबाईला सांगावा पोचता करायचं!"

"खरं हाय! एकुलती एक लेक! शेवटच्या घटकंला आयचं तोंड नदरला पडायला पाहिजे!"

"आरं, पण ती का जवळ हाय व्हय?"

"ते बी खरंच हाय! आंजानाचं गांव सा कोस! झपाट्यानं गेलं तरी निम्या इळाची वाट!"

"तुमचंबी खरंच हाय! पण आंजानाचा बोल राहील बगा!"

"आरं तुजं खरं हाय! पण आता का आय तिला घावायची येळ हाय का? अन् आपल्या तरी हातात दुसरं काय हाय, तवा ती पक्ष्यासारखी लगुलग येईल!"

"मग काय करायचं जी?"

"अरं, मग तिचा मातीला तरी हात लागला पाहिजे!"

"आवं, तिच्याबिगार कावळा तरी शिवील का? आंजानापाय म्हातारीचा जीव वडून धरील की!"

"त्यापाय माजं असं म्हणणं हाय बग रामा."

"कसं?"

"तुला आता हितनंच आंजानाला सांगावा पोचता करायला बाभळगावला निघालं पाहिजे."

"असं केल्याशिवाय त्यास्नी तरी येळंला माती कशी घावल?"

"मग आताच हिकडच्या हिकडंच नीघ. वेळ कशाला लावतूस?"

धुर्पता आईची एकुलती एक लेक आंजानाबाई हिला सांगावा पोचता करायचं बोलणं झालं. रामाला आताच निघावयाला पाहिजे होतं. त्यालाही आली वेळ बघून ते पटलं होतं. पण त्याच्यापुढं मोठा पेच उभा होता.

तो उभ्याउभ्या घर तसंच टाकून मळ्यात आला होता.

दारातलं धाकटं पोरगं त्याच्या नजरंपुढं उभं राहत होतं आणि त्याच्यापुढे आपल्या घरादारातला गलगा तीव्रतेने उभा राहिला. त्याचं मन सुन्न झालं.

त्यातच 'हिकडच्या हिकड नीघ!' असा मालकाचा बोल रामापुढं आला. त्याला आल्यावेळला 'न्हाय' म्हणणं त्याच्या जिवावर आलं. मालकाचा बोल आल्याआल्या रामा क्षणभर मनात घुटमळला आणि चटकन् त्यानं होकार दिला.

"मग काय! निघतू आताच!"

"ठीक हाय! सांगावा देऊन आल्याआल्या तुज्या पोटाला दाणं घालीन!"

"पोटाला दाणं घालीन!" असं कुंडलिका बोलल्यावर रामाला धीर आला. पण त्याला वाटलं, "तेच या घटकेला मिळालं असतं तर घरची चूल पेटली असती. बिनघोरी सांगावा घेऊन गेलो असतो." पण मालकाला या वेळला कसं बोलावं असा पेच त्याच्यापुढं पडला.

घरात रडारडीचा अधिकच कालवा होत होता. घरादारात आकांत चालला होता. रामाला वाटलं, "आपलं बोलायची ही घटका नव्हं! आपण आपली बाभळगावची वाट धरावी. पहिला सांगावा पोचता करावा! मग पुढचं पुढं बघावं!" असा विचार करूनच तो मयताचा सांगावा देण्यासाठी बाभळगावच्या वाटेला लागला.

आंजानाच्या गावची वाट लांबची, त्यात ऊन-तान, वाट खराब, रामाच्या पोटात काही नव्हतं. तरीही लांबची वाट तोडायची व सांगावा पोचता करून लागलीच घरच्या ओढीनं माघारी फिरायचं म्हणून तो झपाझपा चालत होता आणि आपल्या घरच्या काळजीत बुडत होता. वाटेनं जाताजाता रामाची नजर सहज पुढच्या झाडावर गेली...

झाडावर उंच शेंड्याला घरट्यात पिल्लांचा चिवचिवाट झाला आणि आभाळात तरंगती घार मुटका होऊन गोळीगत घरट्यात आपल्या पिल्लांपाशी आली आणि पिल्लांचा अधिकच चिवचिवाट झाला... रामाची नजर तिकडं अधिकच ओढली गेली. तो गलबलून गेला. पण मन घट्ट करून तसाच तो अधिक झपाट्यानं पावलं उचलू लागला. बाभळगाव जवळ करू लागला.

●●●

दिवस बराच खाली आला. झाडाच्या सावल्या लांब खाली उतरल्या. रामाबाभळगावात पोचला. चार घरं मागं टाकल्यावर पुढच्याच तोंडाला आंजानाबाईचं घर त्याला घावलं. तो नेटानं लांबचा टिपिरा मारून आला. आंजानाबाईच्या दारापुढच्या लिंबाखाली जरा विसावला.

एकाएकी लिंबाच्या झाडाखाली नवखा गडी हेरून आंजानाबाईच्या घरातून दोन कुत्री रामाच्या अंगावर धावत भुंकत आली. तो हाडऽऽहाडऽऽ असा ओरडत त्यांच्या अंगावर दगड टाकीत होता. तरीही ती कुत्री रामाच्या अंगावर तावदारून भुंकत येत होती. त्यांनी भुंकूनभुंकून गोंधळ केला. झाडावरचे कावळे जागवले आणि कुत्र्यांच्या भुंकण्याने त्यांनीही कावऽकावऽऽचा सपाटा सुरू केला. झाडावरून उडून कावळे कावऽ कावऽऽ करीत वर तरंगू लागले. त्यात कुत्र्यांनी भुंकून अधिकच कालवा केला व त्यामुळे घरातून माणूस बाहेर आला. त्यानं रांजणावरच्या माळ्याच्या मेढीवर बसलेला कावळा 'हाड्याऽऽ' म्हणून उठवला आणि पाय उचलून नेटात झाडाकडं आला. हऽड हऽड म्हणून त्याने कुत्री बाजूला हाणली. तरी ती लांब जाऊन भुंकू लागली. पुढच्या दोन्ही पायानं खराखरा माती उकरू लागली. तो गडी रामाजवळ आला व त्यानं रामाला विचारलं,

"कोण बाबा तुमी?"

"मी लांबचा महार हाय!"

"कुणाकडं आलायस्?"

"हितं आंजानाबाई राहताता. तेंच्याकडं आलूय!"

"अरं बाबा, ह्यो महारवाडा नव्हं!"

"आवं महाराची अंजी नव्हं. देसाईंची आंजानाबाई!"

"व्हय्! व्हय्! ती याच पुढच्या घरात राहती! थांबा, त्यास्नी सांगतु!"

"सांगा, सांगा त्यास्नी - मी महार आलुय म्हनूनशान!"

तो गडी आंजानाबाईच्या घरात गेला. तोवर रामानं पटकारानं पाय झाडले. पटक्याच्या सोंग्यानं तोंडावरचा घाम पुसला. झाडाखाली टेकला. त्यानं विचार केला, 'पाणी मागावं. ते पोटभर प्यावं. मग सांगावा द्यावा. पोटाला चार भाकरी वाढतील त्या पदरात बांधून शिरवाळचीच घरची वाट धरावी अन् पोरा-बाळांना हे चार घास घालावं.' असा विचार करून तो त्या गड्याकडे बघत राहिला.

आंजानाबाई उंबऱ्याच्या तोंडाला पुढं बघून सुपानं दाणं नीट करीत बसली होती. तिला त्या गड्यानं जरा अंतरानं हाक दिली, "आंजानाबाईऽ!"

हाक आल्याआल्या तिनं वर बघितलं. वर पदर नीट घेऊन म्हणाली, "कावं दाजिबा?"

"आवं, बाहीर कोण लांबचा महार तुमच्याकडं आलाय!"

"खरं म्हणताय काय?" असं बोलून "अरं देवा... कुठला महार दारात आला?" असं घाबऱ्याघाबऱ्या बडबडून समोरचं दाण्याचं सूप तिनं झटकन् बाजूला सारलं. बसल्या जागीच कपाळ धरून बसली व पुन्हा मनाशीच बडबडली, "देवा! कुणाचा शेर भरलाय्? तरी म्हणत हुती मगाच्या धरनं दारात मेढीवर बसून कावळा सारखा वरडतुया!" असं बडबडून ती तशीच कपाळाला हात देऊन काळजी करत बसली. त्यावर दाजिबा तिला म्हणाला, "आवं वहिनी, काय ती नीट तेला विचारा! कुठला महार, का आलाय?"

आंजानाबाई कपाळावर हाणून घेत बोलली, "आता काय पुढचं इचारता? लांबनं महार आला तो काळच हून आलाय् हे का उलगडून सांगायला पाइजे?"

"आवं, असं कसं वंगाळ बोलताय? काय दुसरं काम असंल बगा!" दाजिबा तिची समजूत घालत बोलला. त्यावर आंजानाबाई लागलीच म्हणाली, "लांबचा महार उगं कशाला आपल्या दारात इल?"

"आवं, ते काय का असंना, पन तेला नीट इचारा तरी! असं घाबरताय काय?"

"आता कय इचारू देवा तेला? महार घर बोटानं दावल्यासारखा नीट आलाय!"

असं पुटपुटून आंजानाबाई मोठ्या जोरानं जागची हालली, एकदम उतरलेल्या चेहऱ्यानं पुढं आली व दाजिबाला बोलली, "मी आलीच मागं! पण तुमी पुढं हून इचारा तरी तेला, कंच्या गावचा महार हाय?" असं म्हणत ती म्होरच्या दारानं बाहेर आली अन् बाहेर पाहून 'खरंच की झाडाखाली महार!' असं म्हण मटकन् खाली बसली आणि आपलं कपाळ धरून त्याच्याकडं टकाटका बघू लागली. तोवर दाजिबा पुढं झाडाखाली गेला व त्यानं त्याला विचारलं, "का रं म्हारा, तू कंच्या गावानं आलाच?"

रामानं भुईवर ठेवलेलं पागुटं उचलून डोईवर ठेवलं व बोलला, "मी लांबचा. कामत गावचा हाय जी! सांगावा पोचता करायला आलुया आंजानाबाईकडं! त्यास्नी तेवढं बोला अन् मला पाणी तरी वाढा!"

दाजिबा चटकन् माघारी फिरला. म्होरच्या दरवाज्याजवळ गेला व पडत्या आवाजात आंजानाबाईला बोलला, "वहिनी, आवं त्यो तुमच्या माहेरनंच महार आलाय् सांगावा घेऊन!"

हे शब्द ऐकून अंगावर दरड कोसळावी तसं आंजानाबाईला झालं व ती "अरं देवा! कुणाला घेऊन गेलास?" असं ओरडून कपाळ बडवून घेऊ लागली आणि वारे गेलेले हात-पाय सावरून उठावं तसं ती कसंतरी मोठ्या जुलमानं रडतओरडत उठून आतल्या दारात गेली आणि अधिकच मोठमोठ्यांदा रडू लागली.

"देवा, हे काय केलंस?" म्हणून गहिवर घालू लागली. तिचं रडणंओरडणं बघून दाजिबा दगडासारखा गप्प होऊन तिच्याकडं बघत उभा राहिला आणि त्याच्याही डोक्यात चटकन् उजेड पडला, "माहेरचा महार मयताचा सांगावा घेऊन आलेला दिसतुया!"

आंजानाबाईचं रडणं बघून त्यालाही काही सुचेना. त्यातच तिच्या रडण्या ओरडण्याच्या आवाजाने आजूबाजूच्या आयाबाया तिच्या घरी जमल्या. कसला गोंधळ म्हणून पोराटोरांनी त्यात अधिकच गर्दी केली. कुणी घरी असलेलं बापयगडी 'एकाएकी आंजानाबाईच्या घरात काय झालं?' असा विचार करीत लगोलगी उठून तिथं आले. त्यात कुत्र्यांनी भुंकून कालवा केला. एक कुलुंग कुत्रं रामाच्या अंगावर तावदारून जात होतं. लिंबाच्या झाडावर कावळ्यांचा कावऽ कावऽ अधिकच माजला होता. तशातच अंजानाबाईच्या घरात माणसांचा गलका अधिकच वाढला. माणसानं माणूस अधिकच जमलं आणि घरात ही रडारडी का हे कुणालाच नीट कळेना. बाया एकमेकींना कुजबुजून विचारपूस करीत होत्या. गडी एकमेकांना विचारत होते. पण कुणाला रडण्या-ओरडण्याचा पत्ता लागेना.

"काय झालंय् म्हणूनशान पुढं होऊन कुणी आंजानाला पुसा गं!"

"तर काय, एकाएकी काय झालंय कळू द्या तरी!"

"तिनं लय खंदूस घातलाय्! का कुणाला दगाफटका झाला?"

"अरं! तम्ही बायांनी का उगं गोंदूळ मांडलाय? आता गड्या माणसासनी कळू द्या की काय झालं ती!"

"व्हय! व्हय! तर काय!" असं बाया-गडी आपापसात बडबडत होते. एकमेकांना बोलत होते. पण गलगा वाढतच होता. कुणाचा कुणाला काहीच उमज पडत नव्हता. आंजानाबाई मात्र धायधाय रडत होती. सारखं डोळं गाळत होती. कालव्यानं उगीचच कारभारी गडी कावला आणि जागचा उठून ओरडून म्हणाला, "अरं, तुमी ह्यो आवाज बंद करा अन् आमाला कळू द्या की काय घडलं ते! उगं का बोंबलताय?"

बदकन दगड पडल्यावर चिमण्यांचा कलकलाट थांबतो, तसा कारभाऱ्याच्या कडक बोलानं कलकलाट कमी झाला. घरादारात बरीच शांतता झाली आणि त्यावर पुन्हा कारभाऱ्यानं पुसलं, "आरं, आमाला कळू द्या की, काय असं आमनधपक्या झालं ती!"

तोच घरामागची वंचाळाबाई मध्येच बोलली, "खरं तर काय, दोडांनी उगं आरूड केलाय्. काय घडलं ती धड कळंना!"

पुन्हा कारभारी आवाज चढवून म्हणाला, "आरं, कुणी तरी नीट इचारा की

त्या आंजानाला, बया का वरडतीस?''

तोच दाराजवळ उभा राहिलेला दाजिबा उभ्याउभ्याच बोलला, ''आवं! आंजानाबाईच्या माहेरचा महार सांगावा घेऊन आलाय! तो तकडं झाडाखाली बसलाय!''

दाजिबाचं बोलणं ऐकल्याऐकल्या बाहेर बसलेल्या गड्यांच्या नजरा झाडाखालच्या रामाकडं टवकारल्या. कुणी उठून रामाकडं पाहू लागलं. कोण महारगडी झाडाखाली बसलाय् म्हणून कळती पोरं बावरलेल्या नजरेनं रामाच्या दिशेने गेली. एक गोष्टीचा सुगावा लागला म्हणून पुन्हा कारभारीगडी गप्प बसलेल्या दाजिबाला बोलला,

''आरं, माहेरचा महार सांगावा घेऊन आला खरं, पण काय सांगावा आणला कळलं का?''

''न्हाय काय कळालं!''

''बिनकळताच का ही रडारडी?''

''माहेरचा महार सांगावा घेऊन आला हे कळल्याकळल्या आंजानाबाई रडायला लागल्या.!''

''मग तिलाच इचारा की तुला काय कळालं का?'' तेवढ्यात मागच्या बाजूनं एक गडी बोलला, ''कारभारीअण्णा तुमीच जरा म्होरं हून खडसावून इचारा की!''

मग कारभारीअण्णा उठले. पुढेच गेले. त्यांना पाहून घोळक्यानं बसलेल्या बायांनी डोईवरचा पदर पुढं तोंडावर ओढला व जराशी बाजूला सरकल्या. मग कारभाऱ्यानं शांतपणे विचारलं, ''ये आंजाना, महारानं काय सांगावा दिला?''

आंजानाबाई डोळं पुसतपुसत बोलली, ''माहेरचा महार सांगावा घेऊन आला त्यातच न्हाय का कळत?''

''आवं कळलं! पण मी विचारतु की कोण खरचलं? काय झालं हुतं? ही कळालं का?''

''ती काय सरळ म्हाराकडनं कळालं न्हाय!''

''थु: तुमच्या आयला! बिन-काय-कळताचं रिकाम्या रानी गोंधळ केलाय लेकानु! त्या म्हाराला नीट इचारा तरी!'' असं रागात बडबडून कारभारी पुन्हा बोलला, ''अरं, त्यो म्हारगडी कुठाय? घ्या तेला पुढं बोलावून अन् नीट काय ते इचारा!''

कारभारीअण्णाच्या बोलाबरोबर दाजिबा झाडाकडं पुढं गेला आणि लांबनंच रामाला बघून हाक मारली, ''ए म्हारा, जरा म्होरं ये!''

दाजिबाच्या हाळीनं रामाला बरं वाटलं व तो आशेनं उठला. त्याच्या मनात

विचार आला, 'हितं चार घास खाण्याऐवजी फक्त पोटभर पाणी प्यावं; वाढतील त्या चार भाकरी पदरात बांधून घ्याव्यात अन् शिरवाळचं झपाट्यानं चालून आपलं घर गाठावं अन् घरी पोरांपुढं भाकरी सोडून ठेवाव्यात.'

रामा हाकेसरशी पुढं गेला. म्हाराला बघून सर्वजण गप्पचिप झाले. कारभाऱ्यानं त्याला विचारलं, "कायरं म्हारा, त्वां काय सांगावा आणलाय?"

कारभाऱ्यानं रामाला सवाल केल्यावर, म्हाराच्या तोंडातून काय बोल बाहेर पडतोय हे ऐकण्यासाठी सगळे गडी-बाया कान टवकारून होते.

कारभाऱ्याच्या बोलाला रामानं उभ्याउभ्याच सहज उत्तर दिलं, "आवं, धुर्पता म्हातारी रातीच गेली! आंजानाबाईची आय!"

आंजानबाईनं मळ्याच्या रामा म्हाराला ओळखलं अन् त्यानं बोलून दावलेला सांगावा तिच्या कानात तापल्या शिशागत गेला. ते ऐकून तिनं मोठ्यांदा हंबरडा फोडला.

रामाकडं तोंड केलेल्या बायांनी कर्रकन आंजानाबाईकडे तोडं फिरवली. त्यांनीही तिचा आक्रोश पाहून डोळ्यांना पदर लावला. घरात एकच आकान्त झाला. गडी-माणसं खाली मान खालून बसली. रामा तिथून हलला. झाडाकडे निघाला. बाजूची कुत्री रामावर भुंकू लागली.

आंजानाबाईच्या घराकडं पाणी कवा वाढतात, पोटाला भाकरी कवा घालतात या आशेनं रामा सारखी टक लावत होता आणि घरातील रडारडीचा कालवा वाढतच चाललेला त्याच्या कानावर पडत होता.

'आंजानाबाईच्या अशा घरच्या दुःखाच्या घोळात किती वेळ इथं थांबावं? आपल्याकडं कुणाचं ध्यान जाईल का न्हाय!' अशा विचारातच तो दाराकडं टक लावून बसला आणि घरातला गहिवर आक्रोश अधिकच वाढत होता.

रामाच जागचा उठला. घोंगड्याचं पटकार खांद्यावर टाकलं. तसाच घराकडं टक लावत उभा राहिला. अन् 'तेच त्यांच्या दुःखात हायेत. आपलं कशाला काय बोला!' असं आपल्या घरच्या वाटेला लागला. तो ओढ्यात उतरला. चूळ भरली. झऱ्याचं पाणी पोटभर प्याला आणि 'घरी लेकरं-बाळं तशीच टाकून आलू; तेंच्या पोटापाण्याचं काय झालं असंल!' याच काळजीत तो नेटानं पाय उचलून निघाला.

•••

रामा रात्र करून गावात आपल्या दारी आला. दारात रामाला बघून कालवड हंबरली. शेळी उठून त्याच्याकडं ओढ घेऊ लागली. कुत्रं गोंडा घोळत पुढं आलं.

जेवणवेळ टळली होती. माणसांनी अंगं टाकली होती. रामा घरी आला. साऊबाई वाट बघत उंबऱ्याला उसं देऊन कलंडली होती. 'बा' ची वाट बघून पोरं झोपली होती.

रामा खाली बसला. झोपलेल्या धाकट्या पोराच्या अंगावरनं त्यानं हात फिरवला. अंगाला गार हात लागल्यानं पोरगं चटकन् जागं झालं. त्याबरोबर रामा बोलला,

"का रं बाळा, मी हाय!"

"बा! भाकरी आणलीय?"

लहान पोराच्या या बोलानं रामानं चटकन् पोराला उचलून मांडीवर घेतलं. तो त्याच्या अंगावरून पुन: पुन्हा आपला उजवा हात फिरवू लागला व डाव्या हातानं आपल्या डोळ्यांच्या ओलावलेल्या कडा पुसू लागला.

•••

## ३.
# विखारी भाकरी
**बंधूमाधव**

सुगीचं दिवस आलं... रानात खळणी-मळणी सुरू झाली... आभाळातून पाखरं भिरभिरू लागली, की माझंही हृदय त्या बारा वर्षांपूर्वीच्या अंतराळात घिरट्या घालू लागतं... एखाद्या घायाळ पाखरावानी...! फडफडत... धडपडत... त्यावेळी असाच सांगाव्यावरून कुपवाडला येताळा आजाकडं गेलो होतो.

त्या दिवशी नित्याप्रमाणं येताळा आज्यानं मळणी-खळणी कुठं मिळते का, म्हणून बघण्यासाठी संगती मलाही घेतलं होतं. उद्देश हा, की कुठं रयताच्या शेतातील वाळकं-शेंदाडं मागून मला खायला द्यावीत... कुठं डहाळशेंगा उपडून तोंडी लावायला द्यावीत... उगीच कामाला हाताखाली, 'लेकीचा मुलगा' आहे, असं सांगून चार पसा मापटं जादा बैतंबलुतं मागून घ्यावीत... जुंधळ्यांची चार कणसं जादा मिळावीत.

खळणी-मळणी चाललेल्या एका शेताजवळ येऊन मी नि आजोबा थबकलो. तिथं खळ्यात बापू पाटील पसरलेल्या जोंधळ्याच्या कणसाच्या राशीत आजूबाजूस विसकटलेली कणसं व्यवस्थित करत बसला होता. आजोबांनी जवळ जाऊन त्यांना 'जोहार' घातला.

जोहार घेत बापू पाटील राजामहाराजाच्या तोऱ्यात उत्तरला, "का रं, आज सकाळच्या रामा धरमाच्या पाऱ्यातच त्वांड दाखवलंसय? काय चितुनबितुन तर आला न्हायीस? व्हय, म्हाराचं त्वांड नि सा महिनं द्वांड!"

बापू पाटलाच्या या उद्दाम बोलण्याचं आजोबांना काहीच सोयरसुतकं वाटलं नाही. उलट 'मी तुमचा दास हाय. मला आपल्या जोड्यात वागवून घ्या.' अशा दीनवाण्या शब्दांत अगदी अदबीनं ते म्हणाले, "असं का म्हणतायसा अण्णा? तुमाकडंच आलू होतू जी! खळणी हाय न्हवं आज तुमाकडं? भीकवरचा म्हार हाय मी. तुमी माझं रयत. रयताकडं बलुतं मागायचा धरम हाय आमचा! मान हाय आमचा!"

मऊ घावलं, की कुणीही खोपरानं खणू लागतं. आजोबाच्या मऊ बोलानं बापू मग जास्तच खोपरानं ढोपरू लागला. "आरं, रयताकडं बैतं बलुतं मागाया तुम्ही आता म्हार-मांगं राहिलासा व्हय? तुम्ही आता 'हरिजन'...आता आमच्या मांडीला मांडी लावून बसतायसा म्हनं शहरातून हाटीलात... अन् एका कप-बशीतनं 'च्या-पाणी' पितायसा... तुमा आमात फरक त्यो कसला राहिलाय? मग आता आमाकडं बैतंबलुतं रं कशाला मागतायसा? तुमी आमच्या बरोबरीला आलायसा..."

बापू पाटलानं शालजोडीतून टिकवलेल्या जोड्याचं आजोबांना काहीच वाटलं नाही. उलट ते ताठ छाती काढून अभिमानानं उत्तरले, "असं कसं म्हणतायसा अण्णा? तशातला ह्यो येताळ्या न्हाय. देवानं मग धरम केलाय कशापायी? जात केलीया कशापायी?"

"आरं, तुमा म्हारा-मांगांनी धरम सोडला, म्हणून तर मेघुराजा कोपला. जात सोडून पंढरीचा इटुबा तुमी इटाळला. म्हणून तर चंद्रभागेला आट पडला!" बापू पाटलानं साऱ्यावर कडी केली अन् त्यानं माझ्या कपाळाची शीर उडू लागली. आतून धमनी उकळू लागली. मला ते सहन होईना. ऐकवेना. मी मध्येच बापू पाटलांना नम्रपणे म्हणालो, "आम्ही धरम सोडला, जात सोडली, देव विटाळला म्हणजे हो काय? एका माणसानं दुसऱ्या माणसाशी माणसाप्रमाणं वागल्यावर जर धरम सुटत असेल, तर तो तसला माणुसकीशून्य धरम तरी कशाला? माणसाच्या शिवाशिवीने जर देव विटाळत असेल, तर मग या म्हारा-मांगांना जन्म तरी दिला कुणी व कशाला? म्हारा-मांगांचा मग देव कोणता हे तर सांगाल?" माझ्या या उलट उत्तरानं पाटलाचं पित्त खवळलं. म्हाराची पोरं पाटलाला 'अण्णा' म्हणत. मी त्याला पाटील म्हणूनच संबोधिलं होतं. त्यात माझ्यासारख्या एका महाराकडून उलट बोलणं? तो संतापानं लालेलाल झाला. तो माझ्यावर एकदम कडाडून ओरडला, "आरं, शेंबूड काढाया येईना अजून नि यो माज्याशी वाद घालतूया? येताळ्या, लेका, कोन रं हा पोरगा? कुठला रं हा?"

बापू पाटलांचा हा चढलेला रागाचा पारा पाहून, येताळा आजोबाची 'पाचावर धारण' बसली होती. पाटलाचा 'इपरित' राग त्यांना माहीत होता. रागाच्या भरात तो एखाद्याचा खूनही करावयास मागे-पुढे पाहावयाचा नाही, या कल्पनेनं आजोबा थरथर कापू लागले होते. म्हणून अगदी नम्रपणानं भीतभीत ते उत्तरले, "माझ्या थोरल्या लेकीचा ह्यो पोरगा, सांगलवाडीचा. लहान हाय, कळत न्हाय. शेहरातला हाय... चार बुकं लिवनं शिकलाय..."

"लिवून शिकलाय, म्हनून एवढा ताल सोडाया नगं! म्हारानं लिवनं शिकलं

म्हंजी, कुनी त्येला बामन म्हननार न्हाय! एलेल. बीलबील ब्यालीष्टर झाला तरी म्हार ते म्हारच! चोखामेळा एवढा मोठा संत झाला, म्हणून काय पंढरीच्या विठुबानं त्येला आपल्या कळसात घेतला हाय? पायरी केलीया कशापाय? ज्यानं त्यानं आपापली पायरी सांभाळूनच राह्यला पाहिजे!''

"ज्याची त्याची पायरी? कशाची? कुठली पायरी?'' तशा तापलेल्या वातावरणातही मी माझा भुईनळा उडविलाच! सांगली शहराच्या हवेतून आलेला मी... थोडी धिटाई आलेली. पण त्यानं बापू पाटलाचा राग जास्तच भडकला. तावातावानं तोंडातून तो कडक वाफ सोडू लागला, "हे बग पोरा, चार बुकं शिकलास म्हणून तू मला शिकवू नगंस! आर, बामन, मराठी, कोळी, कोष्टी, म्हार मांग, ढोरं-चांभार... अशा देवानं एकाखाली एक पायऱ्या केल्या हायीत. त्या परमानं परतेकानं आपापल्या पायरीपरमानं वागायचं हाय... पायातली वहान पायातच, दारातच ठिवत्याती. तिला कुनी डोक्यावर ठिवत न्हायीत... की देव्हाऱ्यात ठेवून त्येची कुनी पूजा करीत न्हाय...!''

"म्हणजे? तुमच्या पायातल्या वहाणा म्हणजे म्हारं? ती तर तुमच्यासारखीच रक्तामांसाची माणसं आहेत. तुमच्यासारखीच नऊ महिन्यांनीच ती जन्मली आहेत... तुमची जी पायरी तीच त्यांची पायरी!'' मी अवसान धरून उत्तरलो.

"येताळ्या, तू खळं मळायला आलायास, का माझ्यासंग भांडन काढायला? एवढा तू नि तुझा नातू तालेवाराचे आहात, मग माझ्याकडं भीक मागाया का आलात? चला! चालते व्हा हिथून! चार बुकं शिकलं न्हाय तर ग्यान सांगतंय मला.''

त्यासरशी येताळा आजोबा पाटलांच्या अक्षी पायावरच पडले आणि अगदी कळवळून म्हणाले, "नगा नगा! असं म्हनू नगा! पोरगं हाय. त्येचं मनावर घेऊ नगा! जगाचं काय... त्येला कळत न्हाय. कुणाशी कसं बोलावं ते समजत न्हाय. म्हादेवा, काय बगतूस आसा अण्णांच्या त्वांडाकडं. घे ते खुरपं नि लाग कामाला!'' असं म्हणून आजोबांनी माझ्या हातात खुरपं दिलं. माझा नाईलाज झाला. आजोबांनी हातात खुरपं देऊन माझ्या तोंडाला जणू खिळच घातली!

खाली मान घालून, मी माझा हात खुरप्यासह कणसांच्या राशीतून फिरवू लागलो. क्षणभर, मी राग मनातल्या मनात गिळून टाकला. पाटीलही शांतपणे पाहत उभा राहिला. आणि काही वेळानं आम्हाला बजावून तो गेला, "घरी न्याहरी करून येईपर्यंत हे खळं तयार करून ठिवा... संध्याकाळला मळणीसाठी बैलं जुपूच! आवरा बिगीबिगी! बैतंबलुतं पाहिजी, मग काम करायला नगं?''

मग आम्ही दोघांनी कामाची जुळणी केली. अर्ध थोडं काम करून, आजोबा ग्यानबा पाटलाच्या खळ्यावरून तिवडा नि दानं घेऊन येतो, म्हणून सांगून निघून गेले... मी एकटाच उरलो.

मी खळं करीत होतो... डोकीवर सूर्य उन्हं पाखडीत होता. कामाच्या नि उन्हाच्या तापानं माझ्या अंगातून घामाच्या धारा वाहत होत्या... पोटात भुकेची आग पेटत होती. तरी आजोबांचा पत्ता नाही... आणि खळ्याचाही ठावठिकाणा नाही... माझ्या अगोदरच तापलेल्या डोक्यातून मग नाना विचारांच्या वाफा उसळू लागल्या.

आता बापू पाटील येईल. खळं अजून तयार नाही म्हणून अद्वातद्वा बोलेल. अगोदरच आपल्याविषयी त्याचं पित्त खवळलेलं, त्यात तो जास्तच फुटून उठेल! मी विचारात पडलो.

भूत म्हणावं, तोच ते दत्त म्हणून पुढं उभं राहावं, त्याप्रमाणं बापू पाटील आणि तुका मगदूम माझ्यापुढं दत्त म्हणून अचानक उभे राहिले. काळजात धस्स झालं. अगोदरच घामानं भिजलेला देह, जास्तच दरदरला. खळ्याचा अजून ठावठिकाणा नव्हता नि आजोबांचाही पत्ता नव्हता. त्यात तिरकस मोहरा धरला होता बापू पाटलानं माझ्यावर! आधीच उल्हास त्यात फाल्गुनमास! अगदी तसंच झालं.

"काय रं, येताळ्याच्या नातवा, कुठं उलतला तुझा आजा?" बापू पाटलानं पहिली फेर झाडली.

मी भीतभीत अडखळत उत्तरलो, "ग्यानबा पाटलाच्या वस्तीवर तिवडा आणाया गेलाय!"

पाटलाच्या तळव्याची आग मस्तकात गेली.

"म्हाराची जात, काम करायला नगं! नुसत्या टिवल्या-बावल्या कराया व्होव." पाटलाच्या बरोबर आलेल्या तुका मगदुमाने त्या आगीत तेल ओतलं आणि त्यात माझ्या रागाचा भडका जास्तच उडाला.

मी खालच्या आवाजात म्हणालो, "का उगीच शिव्या देतायसा! येईल आजोबा इतक्यातच..." माझ्या या बोलानं बापू पाटलांच्या रागाचा वणवा वाढला. ते भडकून गरजले, "शिव्या नगं देऊ, तर काय पाया पडू म्हनतूस काय तुज्या आजाच्या? सकाळच्यान् उगच बगतूया तुका. ह्यो पोरगा मला उलटंसुलटं प्रश्न बोलतुया! म्हाराचं कारटं चुरूचुरू बोलतंया...!"

"मला काय सांगातयासा अण्णा! घाला की लाथ त्याच्या पेकटात नि मोडा कंबरडं! पायातली व्हाण पायात असलेली बरी!" त्या वणव्यात तुका मगदुमानं जणू रॉकेलचा पिंप ओतला.

इतक्यात आजोबाही धावतपळत आले. त्यांना पाहताच पाटलाच्या शब्दांतून

निखारे उडू लागले. "काय रं येताळ्या, खळं करतुयास, की आट्यापाट्या खेळतुयास? दिस डोईवरून कलू लागलाय, अजून खळ्याचं त्वांडबी कुठं दिसंना? आन् सकाळच्यान् तुजा नातू, गवतच नुसता खुरपतूया. नगं करूसा तुमी खळं माजं. माजं मी बगून घेईन! मी तुमाला काही देनार न्हाय... उठा!"

"नगा, नगा, तसं करू नगा आण्णा! पाठीवर मारा पण पोटावर मारू नगा!" आजोबा आत्यंतिक कळवळ्यानं, आतडं पिळवटून म्हणाले. पण पाषाणहृदयी पाटलाला पाझर फुटला नाही! आम्ही दोघांनी खळ केलं... खळ्यात बैलं फिरवली...

पण असं दिवसभर काम करूनही अखेर बापू पाटलानं चार पसा मापटं जोंधळाही आजोबाच्या वट्यात घातलं नाही. आजोबा मनोमनी दुःखी, कष्टी, खिन्न झाले. जड अंतःकरणानं तिथून आम्ही निघालो. जाताजाता सहज त्यांची नजर बैलांच्या गोठ्यात गेली. चांभाराचं लक्ष जसं तुटक्याफाटक्या जोड्यांवर, तसं म्हाराचं लक्ष शिळ्या बुरसटलेल्या भाकरीच्या तुकड्यावर!

पाटलाच्या गोठ्यात चार-सहा दिवसाचं शिळं तुकडं बैलाच्या पुढं खायला ठेवलं होतं. त्यावरून माशा सारख्या घोंघावत होत्या, बुरसटल्यामुळं भाकरीचं तुकडं हिरवंगार दिसत होतं. म्हणून आजोबांनी बापू पाटलांना ते भाकरीचं तुकडं मागितलं. बैल ते तुकडे खात नव्हते. शेणामुतात ते तुकडे पडले होते... बुरसटलेले! शेणामुतानं बरबटलेले.

येताळा आजोबांनीच ते सारं घेतलं. किती आनंदानं... उल्हासानं... किती अपूर्वाईनं ते वट्यात भरले! बापू पाटलाला दुवा देत निघाले... खालमानेनं मीही निघालो.

आमच्यात गंभीर शांतता पसरली होती.

अखेर आजोबांनी त्या शांततेचा भंग केला.

"म्हादेवा, रागावला गड्या रयत तुझ्यामुळं माज्यावर! दिवसभर आपून खपलो, काही तरी शेर, पसा मापटं जुंधळं मिळंल म्हटलं, पन... आता रातीच्याला काय करायचं?"

"वट्यातलं शिळं तुकडं गिळायचं! दिवसभर राबल्याच्या मोबदल्यात शिळं तुकडं मिळाल्यात नव्हं? म्हार-मांग म्हंजी कुत्री-मांजरं... शिळ्या तुकड्यावर निरवा करायची त्यांनी!" मी म्हणालो.

"कसा बोललास! म्हादेवा, म्हारा-मांगांच्या जन्मात सुख कंदी नसतंच का? कसलं हे लाचारवाणी आपलं जिणं... म्हादेवा, गावकऱ्यांचा... रयतांचा आमच्यावर होणारा जुलूम, जबरदस्ती वरडून वरडून सांगावंसं वाटतं. त्यापायी

भांडावं-लढावंसं वाटतं. पन... पन इथं काय चालतंच न्हाय बग!''

"कसं चालणार?'' मी उत्तरलो. "सिंहासारखा सिंह असला तरी त्याला जन्मभर पिंजऱ्यात कोंडून ठेवल्यावर तो हालचाल तरी कसा करणार? पुढ्यात पडतील ते तुकडे चघळून वाढलेलं त्याचं धूड स्वतंत्र शिकार करून कशी खाणार? आपला सिंहपणा कसा दाखविणार? तसं आपलं झालं आहे. वतनी जमिनीच्या पिंजऱ्यात महाराला जन्मोजन्मीचं जखडबंद करून टाकला आहे. त्यात बैतंबलुत्यांच्या बुरसट शिळ्या तुकड्यावर पोसलेला त्यांचा पिंड, स्वतंत्र धंदा करून कसा जगणार? रयताच्या खरकट्या अन्नावर जगणारा महार, पुरुषार्थ तो काय दाखविणार? भिकेच्या पोटी भीक रोटीच असते.''

मी फाडफाड बोलत होतो. आवेगानं, संतापानं, उद्वेगानं. येताळा आजोबा माज्याकडं फिरफिरून पाहत होता. आश्चर्यानं. अचंब्यानं. त्याला माझ्या बोलण्यानं आनंद वाटत होता. माझं बोलणं मनोमनी पटत होतं. पण कळत नव्हता सुटकेचा मार्ग! त्यांना पुढं अंधार... दाट दाट... काळाकभिन्न अंधार दिसत होता. म्हणून हळूच त्यांनी मला विचारलं, "म्हादेवा, हे सारं सारं पटतं?... पण या वतनाच्या कचाट्यातून सुटायचं कसं?''

"या वतनावर तुळशीपत्र ठेवूनच! त्याशिवाय दुसरा मार्ग नाही!'' मी चटकन् उत्तरलो. क्षणभर येताळा आजा शांतपणे चालू लागला. कसला तरी मोठा विचार त्याच्या मनात चालला होता जणू! एकदम थांबून त्यांनी मला विचारलं, "वतन गेल्यावर म्हारांनी खायचं काय? नि जगायचं कसं? ह्ये वतन हाय, म्हणून ही शिळं तुकडं तरी मिळत्यात कुत्र्यावानी चगळायला! रयताच्या दारापुढं जाऊन, हक्काचा म्हार म्हणून, हक्काची भीक तरी मागता येते... ते गेल्यावर आमी काय करायचं?''

"वतनावर तुळशीपत्र ठेवायचं म्हणजे, वतनी सोडायच्या नव्हेत, तर त्या वतनामुळं आपल्यावर लादलेल्या रूढी सोडायच्या... बैतंबलुत्याच्या गोंडस नावाखाली हक्काची भीक मागायची सोडायची आणि या पुढं वतनी जमिनीच्या तुकड्यात जन्मभर राबून असं गुलामीचं जिणं जगण्यापेक्षा, वतनी जमिनी रयताऊ करून स्वतंत्र बाण्यानं जगायला शिकायचं. आम्हा महारांना वाटतं, वतन म्हणजे एक हक्काची-जन्माची भाकरीच! पण ज्या भाकरीवर महार जगतात; त्याच भाकरीमुळं त्याचं जिणं असलं कंगालवाणी होतं याची कल्पनाच येत नाही...'' घर जवळ आल्यानं मी एकदम बोलण्याचं थांबलो.

"बरोबर हाय. पटलं मला अक्षी. हुरद्यात जाऊन भिडलं!'' असं म्हणून आजोबांनी घरापुढं बसलेल्या कुत्र्यांना वाट्यातलं काही तुकडं टाकलं.

आजी आतून धावतच आली अन् वसकन् आजोबांवर ओरडली, “अवं, खुळं का श्यानं? सगळं तुकडं कुत्र्यांना टाकता, मग आमाला काय?...” असं म्हणून आजीनं कुत्र्यापुढं टाकलेलं तुकडं उचललं. आजीनं सारं तुकडं साफ करून, त्यावर चढलेला बुरा काढून डल्लीच्या कोरड्याश्यात उकडले... अन् रात्री साऱ्यांनी 'डल्ली' च्या त्या भाकरीचं तुकडं उकडलेल्या कोरड्याश्यावर ताव मारला, ढेकर येईतोपर्यंत! डल्लीचं कोरड्यास... त्यात उकडलेली भाकरी... सर्वांना झोप कशी गपकन् लागली. पण पहाटेपहाटे आजोबा विष खाऊन तळमळणाऱ्या कुत्र्याप्रमाणं तडफडत होते.

आम्ही सारे दचकून उठलो. भीतीनं घाबरून. काळजीनं घामाघूम होऊन. गांगरून. आजोबांना उलट्या व जुलाब होत होते. शेजारीपाजारी जमले. घाबऱ्याघुबऱ्या उपाय सुचवू लागले... कोण काय... कोण काय! मी जवळच बसलो होतो. मला काही सुचत नव्हतं.

माझ्या डोळ्यांसमोर महार जातीचं जीवन उभं राहिलं. बापू पाटलाचं गोठ्यातील शेणामुतातील शिळं तुकडं माझ्या डोळ्यांसमोर तरंगू लागलं. बापू पाटलांच्या त्या बलुत्याच्या भिकेमुळेच आजोबांना ढाळ होत होतं. वांत्या होत होत्या. वतनाच्या भाकरीचा झटका आजोबांना जिव्हारी लागला होता. मी सुन्न होऊन बसलो होतो. डोळ्यांतून आसवं गाळीत बसलो होतो. बधिर, सुन्न, खिन्न मनानं! आतून मन आक्रंदत होतं... “कधी उद्धार होणार माझ्या या दीन दुबळ्या समाजाचा? कधी माणूसपण येणार? कधी?”

मामानं धावत जाऊन सांगलीतनं डॉक्टर बोलावून आणले. आजोबांची प्रकृती तपाशीत डॉक्टरनं विचारलं, “रात्री जेवण कसलं घेतलं होतं?”

मी चटकन् उठलो नि डल्लीचं गाडगं डॉक्टरांना दाखवीत म्हणालो, “चार दिवसांच्या शिळ्या-बुरसटलेल्या भाकरीच्या तुकड्यांचा हा केलेला आंबुरा! रात्री जेवण म्हणून घेतलंय...”

डॉक्टर आश्चर्य करीत उद्‌गारले, “तरीच... बुरसटलेल्या पदार्थात विष तयार होत असतं... अन् मला वाटतं, त्या विषामुळंच यांना असे ढाळ होत असावेत! केस सीरियस आहे...”

अंथरुणात पडल्या पडल्याच आजोबा आश्चर्य करीत पुटपुटले, “काय? त्या भाकरीच्या तुकड्याचं ईख झालं होतं म्हनता? ईख? ईखारी भाकरीचं तुकडं... ईख झालं...”

आजोबांनी मग 'हाय' खाल्ली. अगोदरच जुलाबवांतीनं त्यांचा शक्तिपात झाला होता. त्यात ही भर!

कसलेच डॉक्टरी औषध लागू पडेना... आम्ही हवालदिल झालो.

आजोबांची ती विकल धडपड पाहून मला भडभडून आलं आणि दाटून आलेल्या उमाळ्यानं बांध फुटल्याप्रमाणं मी म्हणालो, ''आज्या... आज्या, काय तरी बोल की गा माझ्यासंग...'' असं म्हणून मी रडू लागलो. आजीनं डोळ्यांना पदर लावला. मामा हुंदके देऊ लागले.

ते पाहून आजोबांनी शिकस्तीनं धडपड केली. सारी शक्ती एकवटून बोलण्याची धडपड केली, ''म्हादेवा, रडू नगंस... पिकलं पान... गळून एक दिशी पडायचंच... पोरा, तुझ्याशी आता काय बोलू?... आमावानी तू असा म्हारकीच्या ईखारी भाकरीवर जगणारा म्हार बनू नगं... लई लिवनं शीक... अन् पिढ्यान् पिढ्या चालत आलेली... साऱ्या म्हारापोरांच्या त्वांडातली ही ईखाची भाकरी काढ... ही ईखाची भाकरी... ईखारी... मानसातल्या मानसाचा जीव घेनारी...''

अन् आजोबांचं एकदम बोलणं थांबलं. त्यांनी एका बाजूला तोंड फिरवलं... डोळं मिटलं! त्यासरशी आजीनं मोठ्यानं हंबरडा फोडला... मामीनं त्याला जोरात साथ दिली... जमलेल्या साऱ्या बायकामुलींनी एकच आकांत केला. एकच आक्रोश! आभाळात टिटव्याही ओरडत होत्या. मी सुन्न. सारं वातावरण सुन्न.

त्यातही आजोबांच्या ओठात मध्येच विरलेले ते शब्द 'विखारी भाकरी... विखारी भाकरी...' ते आतडे पिळवटून टाकणारे आजोबांचे शेवटचे शब्द... 'मानसातल्या मानसाचा जीव घेनारी...' त्या आक्रोशाच्या कल्लोळातहीं मोठमोठ्यानं कानावर आदळत होते... त्याच्या दु:खानं, शोकानं मला रडविण्याऐवजी, अश्रू ढाळण्याऐवजी, कसल्यातरी त्वेषानं, उद्वेगानं ते मला चेतवीत होते... पेटवीत होते... प्रतिकारार्थ उठवीत होते...

सुगीचं दिवस आलं... रानात खळणी-मळणी सुरू झाली... नि आभाळातून पाखरं भिरभिरू लागली, की माझंही हृदय त्या बारा वर्षांपूर्वीच्या अंतराळातून घिरट्या घालू लागतं... एखाद्या घायाळ पाखरावानी!

•••

# ४.

# स्मशानातील सोनं

## अण्णा भाऊ साठे

शेजारच्या गावात एक बलाढ्य सावकार मरण पावल्याची बातमी ऐकून भीमानं ताडकन् उडीच मारली. त्याला समाधानाचं भरतं आलं. आनंद त्याच्या हृदयात मावेनासा झाला. त्यानं त्या गावाकडे पाहून भुर्रकन् आपली नजर आकाशात सूर्याकडे झुगारली.

सूर्य तेव्हा मावळत होता. आकाशात पावसाळी ढगांनी गर्दी केली होती. ते नांगरून पडलेल्या जमिनीप्रमाणे ओबडधोबड दिसत होतं. त्या अक्राळविक्राळ ढगांतून मावळता प्रकाश मुंबईवर वर्षत होता.

वारा मंद होता. त्यामुळे ते घनदाट जंगल करकरत होतं आणि त्या जंगलात वसलेली ती पन्नास झोपडी भेदरली होती. जुने पत्रे, चटया, फळ्या, पोती यांनी तिथं घरांचा आकार घेतला होता नि त्या घरात माणसं राहत होती. बेकार वस्तूंनी तिथं बेकारांवर छाया धरली होती. दिवसभर पोटाच्या पाठी धावून दमलेली माणसं आता तिथं स्थिरावली होती. सर्व चुली पेटल्या होत्या. हिरव्या झाडीतून शुभ्र धूर रेंगाळत होता. पोरं खेळत होती. एका प्रचंड चिंचेखाली भीमा विचारमग्न बसला होता. त्याच्या हृदयात भयंकर हुरहुर उठली होती. त्याला त्या मेलेल्या सावकाराची ओढ लागली होती. त्याचा आत्मा कित्येक वेळा त्या गावच्या स्मशानात जाऊन परत त्या चिंचेखाली येत होता. भीमा पुन: पुन: सूर्याकडे पाहून त्या गावाकडे पाहत होता. त्याला आता अंधाराची गरज होती. म्हणून तो चुळबुळत होता. त्याची लाडकी लेक नार्बदा जवळच खेळत होती आणि बायको घरात भाकरी थापत होती. हा भीमा अंगापिंडानं जबरा होता. लाल रंगाचा मोठा पटका, पिवळे धोतर, जाड कापडाची पैरण, असा त्याचा सातारी पोशाख होता. तो भर पहिलवानासारखा दिसे. त्याचं प्रचंड मस्तक, रुंद गर्दन, दाट भुवया, पल्लेदार मिश्या, रुंद पण तापट चेहरा पाहताच कित्येक दादांना हुडहुडीच भरत असे.

भीमाचं गाव दूर वारणेच्या काठी होतं. पण रेड्याचं बळ असूनही पोट भरत नाही म्हणून तो मुंबईत आला होता. मुंबईत येऊन त्यानं काम मिळावं म्हणून सारी मुंबई पालथी घातली होती. पण त्याला काम मिळालं नव्हतं. आपणाला काम मिळावं, आपण कामगार व्हावं, पगार आणावा, बायकोला पुतळ्याची माळ करावी अशी कित्येक स्वप्नं फाटून भीमा निराश होऊन त्या उपनगरात, जंगलात आला होता. मुंबईत सर्व आहे, पण काम आणि निवारा या दोन गोष्टी नाहीत; त्यामुळं त्याला मुंबईचा राग आला होता. आणि त्या उपनगराजवळ येताच शेजारच्या डोंगरात, एका खाणीत त्याला कामही मिळालं होतं.

त्या जंगलात काम आणि निवारा मिळताच भीमाला आनंद झाला होता. तो आपलं रेड्याचं बळ घेऊन त्या डोंगराला जणू टक्करच देत होता. त्यानं टिकाव घेताच डोंगर मागं सरकत होता. त्यानं सुतकी उचलताच काळे पाषाण तोंड पसरत होते. त्यामुळे कंत्राटदार त्याच्यावर खूष होता आणि भीमाही संतुष्ट होता. कारण त्याला पगार मिळत होता.

परंतु सहाच महिन्यांत ती खाण बंद पडली आणि भीमावर बेकारीची कुऱ्हाड कोसळली. तो एका सकाळीच कामावर रुजू झाला आणि लगेच त्याला समजले की आजपासून ही खाण बंद झाली. आपलं काम सुटलं ही वार्ता ऐकूनच भीमा भांबावला. उपासमार त्याच्यापुढे नाचू लागली. क्षणात तो विवंचनेच्या डोहात बुडाला. आता उद्या काय हा एकच प्रश्न तो स्वत:ला विचारू लागला.

अंगातील कापडं काखेत दाबून भीमा घरी निघाला होता. तो एका ओढ्यावर थांबला. त्यानं तिथं अंघोळ केली आणि उद्विग्न मन:स्थितीत तो घराकडे फिरला. तोच त्याची नजर एका राखेच्या ढिगावर स्थिरावली. ती राख मढ्याची होती. जळकी हाडं सर्वत्र पसरली होती. त्या मानवी हाडांच्या जळक्या खुळप्या पाहून भीमा अधिकच गंभीर झाला. एखादं बेकार असेल बिचारं. कंटाळून मेलं असेल. सुटलं असेल एकदाचं -असं मनाला सांगू लागला. आपणही असेच मरणार! दोनच दिवसांत उपासमार सुरू, मग नार्बदा रडत बसेल. बायको मलूल होईल आणि आपण काहीच करू शकणार नाही.

इतक्यात त्या राखेच्या ढिगावर काहीतरी चमकलं. तसा भीमा पुढे झाला. त्याने वाकून, निरखून पाहिले, तिथं एक तोळ्याची अंगठी होती. ती चटकन् उचलून भीमानं करकरून मूठ दाबली. त्याला आनंद झाला. एक तोळा सोनं आणि तेही मढ्याच्या राखेत, याचा त्याला हर्ष झाला. मढ्यात राखेत सोनं असतं याचा त्याला नवा शोध लागला. जगण्याचा नवा मार्ग सापडला.

आणि दुसऱ्याच दिवसापासून भीमा या प्रदेशात सर्वत्र हिंडू लागला. नदी

नाल्यातले मसणवटे तुडवू लागला. प्रेताची राख जमवून ती चाळणीनं चाळू लागला. आणि रोज त्या राखेतून सोन्याचे कण काढू लागला. बाळी, मुदी, नथ, पतळी, वाळा असे काही ना काही घेऊन रोज येऊ लागला.

भीमाचा हा नवा उद्योग जोरात चालू होता. तो निर्भय होऊन राख चाळीत होता. अग्नीच्या दाबानं प्रेताच्या अंगावरचं सोनं वितळून त्याच्या हाडात जातं याचा त्याने ठाव घेतला. जळकी हाडं चेचून तो त्यातून कण काढी. कवट्या फोडी. मनगटं कुटी. पण सोनं मिळवी.

संध्याकाळी तो कुर्ल्याला जाऊन ते सोनं विकून रोख रक्कम मोजून घेई. आणि घरी येते वेळी नार्बदासाठी खजूर घेई. त्याचा तो धंदा अखंड चालला होता.

भीमा प्रेताची राख चाळून जगत होता. त्यामुळं जगणे नि मरणे यातील अंतरच त्याला कळेनासे झाले होते. ज्या राखेत सोनं असेल ती राख श्रीमंताची आणि सोनं नसेल तरी गरिबाची अशी त्याची ठाम समजूत झाली होती. मरावं तर श्रीमंतानं नि जगावं तर गरिबानं. गरिबानं मरूच नये असा त्याचा दावा होता. अवमानित पामराला जगण्याचा नि मरण्याचा मुळीच अधिकार नाही, असं तो शेजाऱ्यांना दरडावून सांगत होता. जो मरतेसमयी तोळाभर सोनं दाढेत घेऊन मरतो तो भाग्यवान असतो असं त्याचं मत होतं.

बेकारीच्या उग्रतेनं त्याला उग्र केला होता. तो रात्रं-दिवस मसणवटी धुंडाळीत होता. मढं हे त्याच्या जीवनाचं साधन झालं होतं. त्याचं जीवन मढ्याशी एकरूप झालं होतं.

त्याच दरम्यान त्या भागात अनेक चमत्कार घडत होते. पुरलेली मढी बाहेर पडत होती. एका सावकाराच्या तरुण सुनेचे प्रेत तर स्मशानातून नदीवर येऊन पडले होते आणि त्या प्रकारामुळे कित्येक लोक भयभीत झाले होते. अलीकडे मढी नदीपर्यंत कशी जातात याचं त्यांना नवल वाटत होतं. कोणीतरी प्रेत उकरून काढीत असावा असा संशय येऊन पोलीस खातं पाळतीवर होतं. पण मढ्यावर पाळत करणं तितकं सोपं नव्हतं.

सूर्य मावळला. सर्वत्र अंधार पसरला. भीमाच्या बायकोनं भीमाला जेवण वाढलं, तेव्हा तो गंभीर होऊन जेवू लागला. आज हा कुठंतरी जाणार हे लक्षात येऊन ती हळूच म्हणाली, ''आज कुठं जाणार वाटतं? मला वाटतं; हे काम नको आम्हाला. कुठं तरी दुसरं काम करा. मढं, मढ्याची राख, सोनं, संसार, हे विपरीत आहे. लोक नावं ठेवतात-''

''तू बोलू नको!'' तिचं बोलणं ऐकून भीमाचं मन दुखावलं. तो चिडक्या स्वरात म्हणाला, ''मी काहीही करीन. त्यात काय जातं? माझी चूल बंद झाल्यावर

कोण पेटवणार आहे कां?''

"तसं नव्हे-'' नवऱ्याचा तो उग्र चेहरा पाहून ती हळूच म्हणाली, "भूताखेता-सारखं हे हिंडणं चांगलं नाही. मला भीती वाटते म्हणून म्हणते.''

"मसणवट्यात भुतं असतात असं तुला कोणी सांगितलं? अगं, ही मुंबई एक भुतांचा बाजार आहे. खरी भुतं घरात राहतात आणि मेलेली त्या मसणवट्यात कुजतात. भुतांची पैदास गावात होते - रानात नाही.'' भीमा म्हणाला.

त्याचं हे बोलणं ऐकून ती गप्प झाली आणि भीमानं निघण्याची तयारी केली. तो गुरकून म्हणाला, "मुंबई चालून मला काम मिळालं नाही. पण मढ्याची राख चाळून सोनं मिळालं. डोंगर फोडला तेव्हा दोन रुपये दिले मला. पण आता सहज ती राख मला दहा रुपयेही देते-'' असं म्हणून तो घराबाहेर पडला, तेव्हा बरीच रात्र झाली होती. सर्वत्र नि:शब्द शांतता नांदत होती नि भीमा निघाला होता.

भीमा अंधारातून निघाला होता. त्यानं डोकीला टापरं बांधली होती. वर पोत्याची खोळ घातली होती आणि कंबर कसली होती. काखेत एक आणीदार पहार घेऊन तो ढेंगा टाकीत होता. त्याच्या सभोवती घोर अंधार थैमान घालीत होता. त्याला कसलीही भीती वाटत नव्हती. सकाळी एक लुगडं, एक पोरका, पोलका, खजूर, एवढाच तो विचार करीत होता. आज तो बिथरला होता.

वातावरण घुमत होतं. क्षणोक्षणी गंभीर होत होतं. मध्येच एखादं कोल्ह्याचं टोळकं हुकी देऊन पळत होतं. एखादा साप सळसळत वाट सोडून जात होता. दूर कुठं तरी घुबड घुत्कार करून भेसूरतेत भर घालीत होतं. त्या निर्जन जंगलात सर्वत्र ओसाड दिसत होतं.

कानोसा घेत भीमा त्या गावाच्या जवळ आला. त्यानं खाली बसून दूर पाहिलं. गावात सामसूम होती. अधूनमधून कोणीतरी खाकरत होतं. एखादा दिवा डोळे मिचकावीत होता. परिस्थिती अनुकूल आहे असं पाहून त्याला आनंद झाला आणि तो चटकन् स्मशानात शिरून त्या आजच्या सावकाराची नवी गोर शोधू लागला. फुटकी गाडगी, मोडक्या किरड्या बाजूला सारीत या गोरीवरून त्या गोरीवर उड्या मारीत निघाला. प्रत्येक ढेपणीपाशी जाऊन काडी ओढून पाहू लागला. एका रांगेनं तो निर काढीत निघाला होता.

आकाशात ढगांनी गर्दी केली होती. त्यामुळे अंधार अधिकच काळा झाला होता. पण एकाएकी वीज उठली होती. ती ढगांच्या कप्प्यात नाचत होती. पाऊस पडण्याचा संभव वाढला होता. त्यामुळे भीमा घाबरला होता. पाऊस पडला की नवी गोर सापडणार नाही याची त्याला चिंता पडली होती म्हणून तो चपळाई करीत होता. त्याला घाम फुटला होता नि तो भान हरपला होता.

मध्यानरात्रीपर्यंत त्यानं सारं स्मशान चाळलं. या टोकापासून त्या टोकाला तो जाऊन पोहोचला आणि भयचकित होऊन मटकन् खाली बसला. वारा भरभरत होता. मोडक्या किरडीच्या जुन्या झावळ्या फडफडत होत्या. जणू कोणी तरी दातच खात असावं, तसं ऐकू येत होतं आणि त्यातून भयंकर गुरगुर उठत होती. कोणी तरी गुरगुरत होतं. मुसमुसत होतं आणि माती उकरीत होतं. त्याला नवल वाटलं. तो पुढे सरकला तोच सर्व काही शांत झालं. आवज येईनासा झाला. परंतु लगेच कोणीतरी हातपाय झाडीत असल्याचा भास होऊन तो चमकला, खटकन् जागीच थांबला. विद्युतगतीनं भीती त्याच्या देहातून सरकून मस्तकाकडे धावली. आयुष्यात आजच तो प्रथम भयभीत झाला.

परंतु दुसऱ्याच क्षणी त्यानं स्वत:ला सावरलं. खरा प्रकार त्याच्या लक्षात आला आणि तो स्वत:च खजील झाला. कारण जवळच ती नवी गोर होती आणि दहा-पंधरा कोल्ही जमून तिला चौफेर उकरीत होती. त्यांना मेलेल्या माणसाचा वास लागला होता. गोरीवरचे दगड तसेच ठेवून दुरूनच त्यांनी घळी पाडायला प्रारंभ केला होता. आजूबाजूनं गोर उद्‌ध्वस्त करायचं काम ती करत होती. परंतु पुन: त्यांच्यातही भयंकर स्पर्धा निर्माण झाली होती. प्रथम मढ्याजवळ कोण जाणार या ईर्षेनं ती एकमेकांवर गुरगुरत होती, पुन: नाकानं वास घेत होती आणि प्रेताचा वास येताच ती सर्व शक्ती एकवटून माती ओढीत होती.

हा प्रकार लक्षात येताच भीमा चिडला. त्यानं प्रचंड झेप घेतली आणि धपकन् त्या गोरीवरच जाऊन बसला. लगेच गोरीवरचे दगड उचलून त्याने त्या कोल्ह्यांच्या टोळीवर हल्ला चढविला.

अचानक झालेल्या त्या भडिमारानं कोल्ही चमकली, दचकली नि मुरून बसली. तसा भीमाला चेव आला. कोल्ह्यांआधी आपणच गोर उकरायची असं ठरवून तो गोरीवरची माती काढू लागला.

आणि याच वेळी कोल्ह्यांनी भीमाला पाहिलं. एक कोल्हा पिसाट होऊन भीमावर धावला. क्षणात भीमाचा लचका तोडून तो पुढे पळाला. अंगावरचं पोतं फाटलं हे पाहून भीमा दु:खी झाला. त्याचं सर्वांग शहारलं. हातातील पोतं झटकून तो कोल्हा पुन: भीमावर धावला नि भीमा त्याच्याशी झुंज घ्यायला तयार झाला. त्यानं हातातील पहार सरळ धरली. कोल्हा पुढे येताच त्यानं दणका दिला. झपाट्यानं कोल्हा गारद झाला. बाजूला पडून त्यानं पाय खोडून प्राण सोडला नि रणधुमाळी सुरू झाली. पुन: भीमा गोर उकरू लागला आणि मग सर्व कोल्ही त्याच्यावर तुटून पडली. भयंकर युद्धाला प्रारंभ झाला.

भीमानं निम्मी गोर उकरून मढे अर्धे उघडे केले होते. पण कोल्ह्यांच्या

हल्ल्यापुढे तो भांबावून गेला आणि हातातील पहार घेऊन त्यानेही प्रतिकाराला सुरुवात केली होती.

चारी बाजूने कोल्ही त्याच्यावर धावत होती आणि जिकडून कोल्हे येईल तिकडे तो दणका मारीत होता. कोल्हे तिरपडून पडत होते आणि अचानक त्याचा लचका तोडून पळत होते.

गावाच्या शेजारी ते अभूतपूर्व युद्ध पेटलं होतं. कुंतीपुत्र भीमाचं नाव धारण करणारा तो आधुनिक भीम कोल्ह्यांशी लढत होता. उद्याच्या अन्नासाठी, मढ्यासाठी, आपली सर्व शक्ती पणाला लावून लढत होता. पशू आणि मानव यांचे मृतदेहासाठी दारुण रण पेटलं होतं.

सृष्टी निद्रा घेत होती. मुंबई विश्रांती घेत होती. तो गाव निपचित पडला होता. आणि त्या स्मशानात सोन्यासाठी व मढ्यासाठी झटापटीला जोर चढला होता. भीमा प्रहार करून कोल्ह्यांना पाडीत होता. कोल्ही त्याचा मार चुकवून त्याचा लचका तोडीत होती किंवा त्याच्या मारानं घायाळ होऊन किंचाळत होती. भीमा लचका तुटताच विव्हळत होता. शिव्या देत होता. शिव्या, मार, गुरगुरणे, किंचाळणे यामुळे ते स्मशान थरारले होते.

कितीतरी उशिराने कोल्ह्यांचा हल्ला थांबला. अंधारात दबा धरून ती सर्व कोल्ही विश्रांती घेऊ लागली. आणि तो अवसर मिळताच भीमाने त्या गोरीतील ते प्रेत माती काढून मोकळं केलं. तोंडावरचा घाम पुसून टाकला आणि तो त्या गोरीत उतरला. तोच पुन: कोल्ही तुटून पडली नि पुन: हाणामारीला सुरुवात झाली. परंतु भीमाच्या प्रचंड शक्तीपुढे अखेर कोल्ही पराभूत झाली. त्यांनी आपला पराजय कबूल केला.

आणि लगेच भीमानं त्या प्रेताच्या काखेत हात घालून जोरानं ते प्रेत उपसून वर काढलं, मग काडी ओढून प्रेताची पाहणी केली. दडदडीत ताठलेलं मढं त्याच्या पुढं त्या गोरीत उभं होतं. त्यानं चपळाई करून त्या प्रेताचा हात चाचपून पाहिला. एक अंगठी सापडली. कानात मुदी होती. ती भीमानं ओरबाडून काढली. नंतर त्याला आठवण झाली की प्रेताच्या तोंडात नक्की सोनं असणार. त्यानं त्याच्या तोंडात बोटं घातली. पण प्रेताची दातखिळी घट्ट बसली होती. क्षणात त्यानं आपली पहार प्रेताच्या जबड्यात घालून त्याची बचाळी उचकटली. एका बाजूनं ती पहार जबड्यात घालून दुसऱ्या बाजूनं त्यानं आपली बोटं त्या प्रेताच्या तोंडात घातली आणि त्याचवेळी दबा धरून बसलेल्या कोल्ह्यांनी कोल्हेकुई केली. सर्वांनी हुकी देऊन पळ काढला, पण त्यांच्या ओरडीनं गावातील कुत्री जागी झाली. आणि कुत्र्यांनी गाव जागा केला. 'आरं कोल्ह्यांनी प्रेत खाल्लं, चला-' असं कोणी तरी

ओरडलं न ते ऐकून भीमा घाबरला. त्यानं प्रेताच्या तोंडातून एक अंगठी काढून खिशात टाकली आणि तो घाईघाईनं पुन: डाव्या हाताची बोटं प्रेताच्या दाढेत घालून सर्व कोपरे चाचपून पाहिले आणि -

आणि बोट काढून नंतर पहार काढण्याऐवजी प्रथम त्यानं पहार काढली. खटकन् त्याची बोटं प्रेताच्या दातात अडकली. अडकित्त्यात सुपारी सापडावी तशी सापडली. भयंकर कळ त्याच्या अंगात कळवळली.

आणि त्याचवेळी गावाकडून कंदील घेऊन माणसं येत असलेली दिसली. तसा भीमा भयभीत झाला. त्यानं बोटं काढण्याची शिकस्त केली. त्याला प्रेताचा राग आला. त्याचेकडेच येणारी माणसं पाहून तो अधिकच चिडला. त्याने हातातील लोखंड प्रेताच्या टाळूवर जोराने मारले. आणि त्या दणक्यानं त्याची बोटं अधिकच अडकली. प्रेताचे दात बोटात रुतले. त्याच्या अंगात मुंग्या उठल्या. हेच खरं भूत, हे आज आपल्याला पकडून देणार, लोक येऊन प्रेतासाठी मला ठार करतील. नाही तर मारमारून पोलिसांच्या हवाली करतील असं वाटून भीमा अगतिक झाला. वैतागला, निर्भान झाला. सर्व शक्ती एकवटून तो प्रेतावर प्रहार करू लागला. 'भडव्या सोड मला.' तो जोरानं ओरडला.

गावकरी जवळ येत होते. भीमा अडकला होता. मग त्यानं विचार केला आणि नंतर पहार त्या प्रेताच्या जबड्यात घातली आणि मग हळूच बोटं ओढून काढली. तेव्हा ती कातरली गेली होती. फक्त चामडीला चिकटून लोंबत होती. ती तशीच मुठीत घेऊन त्यानं पळ काढला. भयंकर कळ अंगात घेऊन तो पळत होता.

तो घरी आला. तेव्हा त्याला भयंकर ताप भरला होता. त्याची ती स्थिती पाहून घरात रडारड सुरू झाली.

त्याच दिवशी डॉक्टरनं भीमाची दोन बोटं कापून काढली.

आणि त्याच दिवशी खाणीचं काम पुन: सुरू झाल्याची बातमी आली. ती ऐकून हत्तीसारखा भीमा लहान मुलाप्रमाणे रडू लागला. कारण डोंगर फोडणारी ती दोन बोटं तो स्मशानातील सोन्यासाठी गमावून बसला होता.

●●●

५.

# ...आणि बुद्ध मरून पडला

**अर्जुन डांगळे**

त्याने संपतला बैठकीतून बाहेर काढले. बैठकीत थोडी चुळबुळ झाली. श्वास टाकून तो संपतच्या कानाशी कुजबुजला,

"तुला काय वाटतं?"

"तुला जे वाटतंया तेच मलाबी वाटतंया."

"मग तू का बोलत नाहीस?"

"आता काय बोलनार, तुला एव्हडा मान देत्यात, तरी तुजं ते ऐकत नाहीत. मग माजं काय ऐकनार!"

"बोलून तर बघ!"

"बोलतू? तू सांगतोस म्हनून. पन तू कायी दिसानी निगून जासील. मलाच निस्तरायला लागंल."

"काय होत नाही, बोल तू."

"बरं."

दोघेजण परत बैठकीत आले. मंडळी अजून हेका सोडायला तयार नव्हती. संपत खाकरला आणि सुरुवात केली.

"मंडळी, अशोकरावाचा ठराव काय वावगा न्हाय. मांगाचा आपन बाट धरतो हे खरं न्हाय. ते तर आपलेच बांधव हाईत. पुरानातबी मांग आणि म्हारं हे कसे भाव-भाव हैती याची एक गोठ हाय. तवा आपनबी सरवानी ह्या ठरावावर इचार करावा."

"आर ए, पुरानातल्या कता आम्हास्नी नगं सिकवूस. आगुदर त्यास्नी बुध धरम घ्यायला सांग."

वाढत जाणाऱ्या गलक्याबरोबर मंडळींचा शेकादेखील वाढत होता. अशोकला राहवले नाही. तो उठला. त्याने सुरुवात केली -

''मातंग समाजाने बौद्ध धर्माचा स्वीकार केला पाहिजे हे तुमचे म्हणणे मला पटते. परंतु ही प्रक्रिया होण्यास वेळ लागेल. तसं हे सुरूच झालंय. नुकतेच तुम्ही पेपरात वाचले असेल, पुण्यातल्या मातंग बंधूंनी सामुदायिकपणे बौद्ध धर्माचा स्वीकार केला आहे. हळूहळू सगळीकडे ते होईल. परंतु जोपर्यंत ते बौद्ध धर्म घेत नाहीत तोपर्यंत त्यांना बरोबरीने वागवायचे नाही ही भूमिका चुकीची आहे. बाबासाहेबांच्या तत्त्वज्ञानाविरुद्ध आहे. बाबासाहेब केवळ महारांचे पुढारी नव्हते तर ते सगळ्या दलितांचे नेते होते, तर...''

''मग ही मांगटी आपल्या चळवळीत का येत न्हाईत?''

''अजून पावतर विलेक्शनात कुनाला मत देत्याती?''

''तेनी अजून मुरदाड बी खायाचं सोडलं न्हाय.''

प्रश्न वाढत होते. प्रत्येक प्रश्नाला अशोक रुतत होता. समाजशास्त्रीय विश्लेषण, उत्पादन साधनांची मालकी, बाबासाहेबांची व्यापक भूमिका, या सगळ्या गोष्टी येथे लुळ्या पडल्या होत्या. त्या अशोकला वर काढू शकत नव्हत्या. तरीही अशोक धडपडत होता. तो पुन्हा बोलू लागला,

''मला तुमचे मुद्दे मान्य आहेत. पण हे किती दिवस चालायचे? आपण या चळवळीचे नायक आहोत. आपण त्यांना बरोबर घेऊन गेले पाहिजे.''

''आमी कुटं न्हाय म्हनतूय, घेव द्या त्यांना बुध धरम, मग ते आपल्या बराबरीला आपसुकच येतील की.''

नुस्ता वाद घालण्याचे अशोकचे स्वारस्य संपले होते. तो उठला आणि घराकडे निघाला. आई चुलीपाशी भाकरी थापीत होती. बाप गोधडीवर पडून होता. अशोकच्या पाठोपाठ त्याचा चुलता आला.

''अजून किती दिस इथं हाईस?'' चुलत्याने विचारले.

''का?''

''आरं, आलास तर राहा गुमानं, कशापाय तू त्येंच्या इरूधात जातूस?''

''मी काय वाईट वंगाळ बोललो काय?''

''न्हाय, तुजं बी खरं हाय.''

''मग, हातात बांगड्या भरून घरात बसू?''

''तसं न्हाय.''

चुलत्या-पुतण्याची बोलाचाली बापाने ऐकली. तो म्हणाला,

''काय रं आसक्या? काय केलंस व्हय?''

''काय नाय. गोळ्या अन् औषध घ्या.''

''आरं, म्यां काय आज हाय आन् उद्या न्हाय. भावबंधाच्या विरुद्धात नगं

जाऊस.''

"तुम्ही झोपा बरं.''

चुलत्याला अशोकचा स्वभाव माहीत होता. विषय बदलावा म्हणून ते म्हणाले,

"बरं बाबा, माज्या जमनीचा अर्ज कव्हा लिव्हनार?''

"सकाळी बघू.''

"बरं, लक्षात ठेव.''

चुलते त्यांच्या घरातून निघून गेलेले असतात. अशोक आणि बाप जेवायला बसतात. आई अशोककडे भरल्या डोळ्याने पाहत असते. अशोक खंगलेल्या बापाकडे एकटक पाहत असतो. तो म्हणतो,

"औषध घेतलं का?''

बाप गप्प बसलेला असतो. अशोक पुन्हा बोलू लागतो.

"असं करा, तुम्ही माझ्याबरोबर मुंबैला चला.''

"म्हमयला जाऊन राहनार कुटं?'' आई.

"सोसायटीचं घर मिळेल पंधरा एक दिवसात.'' अशोक.

"मग बगू.'' आई.

"अण्णा, बोलत का नाही?'' अशोक.

"आरं, काय बोलनार आता, माजं काय ऱ्हायलंसया व्हय. घराचं झालं म्हणतूयास, आता परपंचं कसा बघनार?''

"बघू या.''

जेवण उरकल्यानंतर अशोक अंगणात येऊन गोधडीवर पडला. त्याला झोप येणे शक्य नव्हते. आजच्या बैठकीत घडलेला एकूण प्रकार त्याला पराभवासारखाच वाटत होता. तरी त्याला एक समाधान वाटत होते की, आपण होतो म्हणून ती मंडळी आपला पाणउतारा करू शकत नव्हती. दुसरा कोणी असता तर त्याला कसा फाडून खाल्ला असता याचे चित्र त्याने डोळ्यांसमोर उभे केले. पँथरची चळवळ जोरात चालली होती तेव्हा तो गावातदेखील आला नव्हता. तालुक्यात सभा होती. हीच मंडळी स्वत: होऊन भेटायला आली होती. तो चळवळीसंबंधी विचार करू लागला. तसतसा तो फाटत जाऊ लागला. वर पसरलेल्या विस्तीर्ण आकाशापुढे तो स्वत:ला अतिशय क्षुद्र दिसू लागला.

गावाला येण्यापूर्वी मुंबईत आमदार निवासात गाववाल्या आमदाराची गाठ पडली होती. ती त्याला आठवली. चहा झाल्यावर त्याने सरळ विचारले,

"काय पाटील, तुमची पार्टी समाजवादाच्या गप्पा मारते. पण तुम्ही लोक साधं आम्हाला विहिरीवर पाणी भरून द्यायला तयार होत नाहीत. हाच काय तुमचा

समाजवाद?''

आमदार पाटलाने शांतपणे उत्तर दिले होते.

''आमचं राहू द्या, अशोकराव. तुम्ही तर क्रान्तीची डरकाळी फोडताय, पण तुमची बौद्ध लोक मांगांना भरू देतात का पाणी त्यांच्या विहिरीवर? ते पहिल्यांदा मिटवा मग आमच्याशी डायलॉग करा!''

एक जखम घेऊन अशोक गावाला आलेला असतो. आल्यासरशी आपण हे करून टाकू असा त्याचा निश्चय असतो. पण इथे आल्यानंतर जखम चिघळलेली असते. उद्या संध्याकाळच्या बुद्ध मंदिराच्या मीटिंगमध्ये आपण हा इश्यू जोरात मांडायचा असा निर्धार करीत तो डोळे मिटतो.

●●●

''काय अशोका, आटपलं की न्हाय?'' संपत.

''आटोपलं, जमलीत का मंडळी?''

''व्हय!''

''कोण कोण आलंय?''

''हायती बरीच, तालुका बुद्ध सबेचं रावसाहेब पन आल्याती.''

''तोच ना तो, निवडुणकीत पडला होता तो?''

''व्हय, आता तुला खरं बोलू का? मांगास्नी आपल्या विहिरीवर पानी भरू द्यायला तसा कुनाचा इरूध न्हाय. पन परमुख मंडळी अलीकडं रावसाहेबाचं शेपूट पकडून असत्याती.''

''पण मांगांच्या विरोधात काय म्हणून.''

''आरं कळत न्हाय व्हय, मांगांनी मतं दिली न्हायती असं रावसाहेबाचं म्हननं, म्हनून ही मंडळी मांगांच्या इरूधात.''

''अरे, पण सामाजिक बाबतीत हा विषय कशाला?''

''त्ये तू बग बाबा.''

''सध्या कोणत्या गटात असतो तो?''

''त्यांना तसं काय न्हाय, गवय, खोब्रागडी, बीशी, कुणीबी चालत्याती.''

''बरं, चल निघू या.''

ते दोघेजण बैठकीच्या ठिकाणी आले तेव्हा कुणीतरी स्थानिक माणूस भाषण करीत होता. अशोक तिथे पोचताच रावसाहेब जवळजवळ ओरडलेच, ''या अशोकराव या या!'' आणि त्यांनी अशोकला जवळ बसवून घेतले.

आणि मग रावसाहेबांच्या भाषणाला सुरुवात झाली,

"बंधूंनो, बाबासायबांनी घोषना केली होती की, मी भारत बुद्धमय करीन. परंतु त्यांचं स्वप्न अपुरं राहिलं. आपन बाबासायबांचे सच्चे अनुयायी आहोत. आपन त्यांचं स्वप्न पुरं केलं पाहिजे, आनि म्हनूनच गावात बुद्ध मंदिर बांधायचं ठरवलंय. तुमचं गाव मोठं हाय. दरवर्षी बुद्ध पुनवेला आपन मोठी यात्रा भरवू आणि बाबासायबांनी दिलेला बुद्ध धर्म साऱ्या जगात नेऊ..."

रावसाहेब बोलत होते. अशोकची अस्वस्थता वाढत होती. त्याच्या डोळ्यांसमोर बुद्ध मंदिर दिसू लागले. आणि मंदिरात आजूबाजूच्या गावातील लोकांची गर्दी लोटलेली दिसू लागली. मंदिरात बुद्धाच्या मूर्तीसमोर बडव्याच्या रूपात उघडेबंब रावसाहेब दिसायला लागले.

आणि टाळ्यांच्या कडकडाटाने अशोक भानावर आला. रावसाहेबांचे भाषण संपले होते.

तानाजीराव उभे राहिले आणि सुरुवात केली, "मंडळी, रावसायबाचं मुख्य भाषण झालंय. आता सरवांना इनंती करतु की ज्येनी ज्येनी निरनिराळ्या गावातून मंदिरासाठी वर्गनी जमविली आसंल, त्येनी त्येनी पावती बुकं आन् पैशे रावसायबाजवळ जमा करावीत."

"अवो, अशोकरावास्नी बोलू द्या की." एक आवाज.

"व्हय व्हय." अनेक आवाज.

"अरे हो हो, पन त्याची विच्छा हाय काय बोलायची? काय अशोकराव?" तानाजीराव.

अशोकने मान हलविली. बैठकीत थोडी चुळबुळ झाली आणि नंतर शांतता पसरली. अशोकने भाषणाला सुरुवात केली. इतर गावच्या कार्यकर्त्यांसाठी त्याने कालची चर्चा सांगितली. बुद्ध तत्त्वज्ञानाचा, बाबासाहेबांच्या चळवळीचा आढावा घेतला आणि शेवटी ठासून सांगितले की, "आपण जेव्हा इतरांकडून सामाजिक न्यायाची अपेक्षा करतो, त्यावेळी आपण तो इतरांना देतो की नाही हेदेखील पाहिले पाहिजे. तर बंधूंनो, आश्वासन दिल्याप्रमाणे मुंबईतील आपल्या भागातील बांधवांकडून साडेतीन हजार रुपये जमा करून पावतीपुस्तकासह आणले आहेत; परंतु जोपर्यंत आपण आपल्या मातंग बंधूंना आपल्या विहिरीवर पाणी भरू देत नाही, जोपर्यंत आपण त्यांना न्याय देत नाही, तोवर मी हे पैसे देणार नाही. कारण हे बुद्धाच्या तत्त्वज्ञानाच्या विरोधात आहे. ज्या बुद्धाने समतेसाठी..."

"पन इथं कुठं मांगांचा संबंध येतो?" रावसाहेब.

"येतो, तीही माणसंच आहेत-" अशोक.

"आम्ही कुठं न्हाय म्हनतोय, मला एवढं सांगा, तुम्ही बुद्ध धरम वाढवायला निघालेत की मोडायला?"

"म्हणजे?"

"अहो, तुम्ही बुद्धाच्या तत्त्वज्ञानाच्या गप्पा मारता. मग सांगा की मांगांनी बुद्ध धरम स्वीकारला का?"

"हे बघा, तुम्ही जर हेच लावून धरत असाल तर मी जमविलेला एक पैसाही देणार नाही."

"नगा देऊ, आमी काय तुमच्या पैशावर बसलो न्हाय." तानाजीराव.

"अहो अशोकराव, जरा विचारानं घ्या. रागावू नका." रावसाहेब.

"विचार करून बोलतोय. मी म्हणत नाही आताच निर्णय घ्या म्हणून. आणखी दोन-चार दिवस घ्या विचार करण्यासाठी."

"बरं मंडळी, अशोकरावाच्या मागणीवर नंतर चर्चा करू; पण पयल्यांदा बाकीच्यांनी आपली बुकं अन् पैशे जमा करावेत."

●●●

अशोकने आणखी दोन-तीन दिवस वाट बघितली. पण काही हालचाल दिसत नव्हती. गावातील इतर मंडळींना चाचपून पाहिले पण पुढे व्हायला कुणी तयार दिसेना. मांगवाड्यातील काही तरण्याबांड पोरांनी अशोककडे ये-जा सुरू केली होती. हा प्रश्न संघर्षाच्या मार्गाने न सुटता मानसिक बदलाच्या प्रक्रियेने सुटण्यात अशोकला समाधान लाभणार होते. परंतु तो तसा सुटण्याची काही चिन्हे दिसत नव्हती. अशोकबरोबर विषादाची छाया सतत वावरत होती आणि त्यातल्यात्यात पँथरच्या एकेकाळच्या आघाडीवर असलेल्या नेत्याला ती छाया अधिकच भीषण वाटत होती. चळवळीत झालेली फाटाफूट आणि जनसामान्यांवर आपला नष्ट झालेला प्रभाव यांच्या जाणिवेने तो विलक्षण अस्वस्थ होत होता.

शाळेत हजर राहणे अत्यंत आवश्यक होते. म्हणून त्याने साडेतीन हजार रुपयांसह गाव सोडले.

●●●

एल्.एल्.बी. यावर्षी कशीही पूर्ण करून टाकावी, या विचाराने त्यानं अभ्यासाला सुरुवात केली होती. आल्यानंतर दोनेक दिवस गावातल्या घडामोडींनं

त्याला भंडावलं होतं. संपतचं आलेलं पत्र वाचून तर त्याचं माथंच भडकलं होतं. पुन्हा सुट्टीत जावेच लागणार होते. सोसायटीची खोली मिळाल्यावर आई-वडिलांना घेऊन यायचं ठरविलं होतं. मातंगांसाठी आणखी एक जोरदार प्रयत्न करायचा आणि एवढंही करून जमलं नाही तर मंदिराचे पैसे सरळ रावसाहेबांच्या हवाली करायचे असाही विचार केला होता.

गेला महिनाभर गावावरून आल्यानंतर ग्रंथालयात जाणं किंवा मित्रांशी बोलणं, भटकणं हे जवळजवळ बंदच केलं होतं. रात्रीचे नऊ वाजून गेले होते. तो पुस्तक वाचत बसला होता.. रूम नंबर सेवंटी फाइव्ह... खालून होस्टेलच्या गुरख्याचा आवाज आला. त्याने पुस्तक मिटले. घाईने शर्ट चढविला. तो खाली आला. होस्टेलच्या दरवाज्यात गुरख्याच्या बाजूला सायकलवर तारवाला उभा होता. त्याने ती तार घेतली, फोडली. संपतने पाठविली होती.

●●●

सकाळी दहा वाजता एस.टी. त्याला गावात घेऊन आली. स्टॅण्डवर संपत आणि मांगवाड्यातील दोन तरुण होते. त्याने उतरल्याबरोबर संपतला विचारले,

"कशी आहे तब्येत?"

संपत शांत राहिला आणि उत्तरला,

"जीव सोडन्याअगुदर तुजी लय आठवन काडत हुता बगा अन्ना."

"बाप्पा-" अशोक ओरडला. आणि डोळे मिटलेली मान त्याने संपतच्या खांद्यावर टेकवली.

"चल." संपत

"कधी गेला?"

"पहाटेलाच."

अशोक घरी पोहोचला तेव्हा बापाच्या प्रेताभोवती फक्त आई आणि संपतची आई म्हणजे चुलती होती. अशोकला पाहताच दोघींनी हंबरडा फोडला. आईच्या गळ्यात गळा घालून अशोक हंबरत होता. थोड्या वेळाने संपतने त्याला बाजूला केले.

अशोकने समोर पाहिले. पारावर सगळा बौद्धवाडा बसला होता. अशोकचे चुलते त्यांच्याशी गयावया करून बोलत होते. संपतला विचारले,

"काय भानगड आहे?"

"आरं भानगड कसली, ते अन्नाला हात लावायला तयार न्हाईत."

“का?”

“का म्हंजी, त्येंचं म्हननं तू सगळ्या गावाच्या इरूधात गेलास आन् मंदिराचं पैसंबी दिलं न्हाईत.”

“अरे, पैसे कुठे जातात, जरा अप्पाला बोलवं.”

संपतने अशोकच्या चुलत्याला म्हणजे स्वत:च्या वडिलांना बोलविले. अशोक त्यांच्याशी बोलू लागला,

“अप्पा, काय म्हणतेय मंडळी?”

“आरं, ती हात लावायला तयार न्हायीत. मंदिराचे पैसे टाका म्हनत्याती.”

“अप्पा, पैसे द्यायला कोण नाही म्हणतो. घाईत आलो म्हणावं, पैसे बँकेत आहेत.”

“बरं बाबा.”

अशोक भिंतीला टेकून उभा होता. आई आणि चुलती रडूनरडून थकली होती. आई उदास नजरेने प्रेताकडे बघत होती. अशोक तिच्याकडे बघत होता. अप्पा परत अशोकजवळ आले.

“मंडळी म्हनतीया, पैसे नंतर दिले तरी चालतील. पन आत्ता तू माफी मागावी म्हनत्यात.”

“माफी? कसली माफी? मी काय गुन्हा केलाय?”

“आरं बाबा, मागून टाक ना माफी. किती येळ ठेवायचं हे. काल रातपासनं अन्नाचा तुकडा न्हाय का पानी न्हाय.”

“अप्पा एक विचारू का? ह्यांनी हात लावला नाही आणि बापाला मांगांनी गाडला तर तो काय भूत होऊन येणार आहे काय?”

“आरं तसं न्हाय. रिवाज हाय त्यो. पुन्हा भावकीचा प्रश्न हाय. तू काय बी सांगशील. तुझ्या आयला काय वाटत असंल असा बेवारशासारखा तुझा बा पडलेला पाहून.”

अशोकची आई सारं ऐकत होती. एकाएकी तिने अशोकचे पाय धरले आणि हंबरडा फोडत ती म्हणू लागली, “आसोका, माज्या लेका, माग ना माफी. तुजा बा लई मानानं जगला, तसंच मानानं जाऊ दे.”

अशोकने पाय सोडविले. आईच्या गळ्यात गळा घालून तो रडू लागला. चुलत्याने त्याला बाजूला केले.

“आरं, आता रडून किती येळ घालवनार हायसा. तू शाना हैस, जा बाबा माफी माग.”

चुलत्याचा गळा दाटला होता. डोळ्यांत पाणी भरून आले होते. अशोकने

जोरात श्वास सोडला आणि हळू मान खाली घालून म्हटले, ''बरं.''

चुलते अशोकचा निरोप मंडळींकडे घेऊन निघाले.

अशोकचं डोकं सणसणत होतं. आपल्याच रक्तामांसाच्या माणसांकडून होणारी अमानुष अडवणूक त्याचा थरकाप उडवीत होती. श्वासाची गती वाढत चालली होती. त्याने समोर पाहिले. समोर मंडळी होती. त्याने खाली पाहिले. बाप मरून पडला होता. त्याने मान वरती केली. बराच वेळ तशीच ठेवली आणि पुन्हा खाली पाहिले. बापाच्या जागी त्याला बुद्ध मरून पडलेला दिसत होता.

●●●

५.

# नवी वाट

**वामन होवाळ**

दिवसाचा गोंडा सरासरा वर येऊ लागला. गावातली माणसं रानात जायची घाई करू लागली. घरात बसून चालण्यासारखं नव्हतं. ऐन सुगीचं दिवस सुरू झालेलं होतं. सालभर राबून पीक तयार केलेलं होतं. ते काढून खुडून घेण्यासाठी साऱ्या शिवारात माणसं धावपळ करत होती.

बुटीभर भाकरी, गाडगंभर कोरड्यास, तेल-कांद्यातील खमंग उसळ, रबरबीत दह्याचा खोडवा, तान्हुल्याला खेळत टाकायला एक पटकूर, इतकं सगळं सामान घेऊन बाया माणसं रानाकडं निघाली होती. सगळेच घाई-गडबडीत, धांदला-धांदलीत होते.

शंकरनानांच्या चारी सुनाही शिवारात जाण्यासाठी आवराआवर करत होत्या.

शंकरनानाचं खटलं तसं लय दांडगं बघा. चार पोरं अन् चार पोरी! त्या काळात 'दोनच पोरं, सुखाचं वारं, घरात सारं' असलं वारं कुणाच्याच घरात शिरलेलं नव्हतं. पगाराच्या नोटा मोजल्यागत घरात पोरं मोजली जायची. चारपैकी शंकरनानाच्या तीन लेकी नांदायला गेल्या होत्या. चारीच्या चारी मुलांची लग्न झाली होती. धाकटी सून सोडली तर शंकरनानाच्या सगळ्या सुना अन् लेकी पण लेकुरवाळ्या झाल्या होत्या.

शंकरनानाचं आख्खं घर म्हणजे खच्चून भरलेल्या आगीनगाडीच्या डब्यागत वाटायचं. पिकलेल्या बोरीसारखं सारं घर पोराबाळांनी गजबजलेलं न्हायतर रावळ आंब्यांसारखं मोहरलेलं असायचं!

सगळी तयारी पुरी होताच नानाच्या थोरल्या सुनेनं हरापाटी दाराच्या तोंडी ओढली अन् धाकटीला म्हणाली, "धर ग, उचल पाटी आन् घे डोक्यावर! लय वखत झालाय!"

आणि तेवढ्यात -

खळाळाऽम्, खुळाळाऽम् असा आवाज करत पोतराजाचं पाऊल शंकरनानाच्या वाड्यात पडलं.

ह्या आवाजानं थोरली जागच्या जागी थांबली.

हरकल्यागत होऊन तिनं धाकट्या जावेला विचारले, "या बया... आज मंगळवार व्हा काय? आईची फेरी आलीय!"

नानाच्या वाड्यात प्रवेश करतानाच सागरू पोतराज सूर धरून म्हणत होता,

**आली लक्ष्मी घरा ।**<br>**हळदी-कुंकवाचा मान करा ।**<br>**एकाचं एकवीस होऊ दे ।**<br>**पाचांचं पन्नास होऊ दे ।**<br>**येल मांडवाला जाऊं दे ।**<br>**चुड्या-जोड्यानं न्हाऊं दे ।।**

लक्ष्मी आयचं मदान येऊ द्या गं, आयाबायांनो!

'आई' ची हाक दर मंगळवारी शंकरनानाच्या वाड्यात घुमायची.

काल रात्री सागरू आपल्या लेकाला, हणमाला म्हणाला होता, 'बाळा हनुमन्ता!'

"का गा दादा?" हणमानं विचारलं.

"आज सोम्मार नव्हं काय?" सागरूनं विचारलं.

"हां" हणमा उत्तरला.

"आन् उद्या मंगळवार?" सागरूनं विचारलं.

"म... त्यात काय झालं? सोम्मार सरला की मंगळवार येनारच!"

"ते तर खरंच हाय म्हणा... पन..." पोराला सांगावं कसं ह्याचा विचार करीत सागरू पोतराज बोलता झाला, "माजं एक काम हुतं! करशील का?"

"अन् ते कसलं गा दादा?" हणमानं नवलानं विचारलं.

"उद्या तू पन माज्यासंग चल..."

"आन् ते कुठं?" हणमा अधीर होऊन म्हणाला.

"आईच्या वारीला!"

सागरूनं असं पोराला सांगितलं खरं, पण हणमा एकदम तडकला, "मला तसलं काय आवडत न्हाय ते तुला ठाव हाय, नव्हं?"

"आरं, लय तामसाळपणा करू नै! जरा ऐकून तरी घे खरं..." सागरू लेकाला समजावू लागला.

"मी काही ऐकनार न्हाय तुजं!" तापलेल्या उफड्यासारखं तडकून हणमा

म्हणाला, "तुला कसं बी सांगितलं तरी तू भीक मागूनच जगनार हायेस!"

"ए पोरा...."

"पोरा न्हाय अन् बापा न्हाय!" हणमा एकेरीवर येऊन म्हणाला. "आज, लहानपणापास्नं राखून ठेवलेलं माज्या डोक्यावरचं हे केसच भादरून टाकतो.!"

"आरं, पन देवाचं क्यास ते, आपलं देवस्थान लय कडक असतं... त्वा जर तसं केलंस..."

"तर काय करील ते देवस्थान?" हणमानं मध्ये विचारलं.

"लेका, झटक्यात गड्याची बाई हुशील की!"

देवीचं केस काढल्यावर होणारा परिणाम सागरूनं सांगितला तसा हणमा चमकून म्हणाला, "अरे बाबा!"

...नाही म्हटलं तरी आपण गड्याची बाई होणार ह्या विचारानं हणमा थोडासा धास्तावल्यासारखा झाला.

...पण उसनं आवसान आणून तो म्हणाला, "मोलमजुरी करून म्या प्वॉट भरतोय, तेच बरं हाय! मला न्हाय ते पटत. आन् दादा, सामुदायिक दीक्षा-विधीत तू सामील झाला होतास नव्हं? तरी पन तू पोतराज कसा व्हतोस? भीक मागण्यासाठी?" हणम्याने विचारलं.

"आरं हनुमन्ता...?" सागरू पुन्हा एकदा लेकाची समजूत काढू लागला. "आता मी म्हातारा झालोय. आता कितीसं अवसान ऱ्हायलंय माझ्यात तरी!"

"म्हणून का तुजं ते जुनं गाणं चालूच ठेवणार हायेस? तुजं म्हणणं तरी कळू दे." हणमा म्हणाला.

"गेल्या मंगळवारी मी त्या शंकरनानाच्या वाड्यात वारीसाठी गेलो. त्या चार बायांनी डफड्याच्या तालावर नाचून माजा नुसता रेंदा पाडला! डफडं वाजायचं बन्द झालं की त्या माझ्या अंगावर धावून यायच्या, म्हणायच्या 'बजाव, बजाव!' " मी पार हैराण झालो.

"पन मी काय करू त्याला?" हणमा वैतागला.

"त्यांची खोड मोडायचीय मला! पोतराज बनून तूच नाच त्यांच्यासंग!" सागरूनं सुचविलं.

सागरूच्या ह्या सूचनेनं हणमाला मौज वाटली पण जरासा विचार केल्यागत म्हणाला, "पन दादा, त्या मलाबी आटपल्या न्हाईत तर!"

"तर मग मी खूण करीन तवा एकेकीला खांद्यावरच्या कोरड्यानं फटकं उडव!" सागरू म्हणाला.

"ही बरी गंमत हाय!" म्हणून हणमा खूष होऊन म्हणाला, "चल दादा, मी

होतो पोतराज!''

लेकाचा होकार मिळताच सागरूनं लेकावर आभरानं चढविलं. त्याच्या कमरेभोवती एक पट्टा बांधला. उपजल्यापासून वाढवलेल्या त्याच्या केसाला तेल लावलं. चापूनचोपून नीटस भांग पाडला. कप्पाळावर कुंकवाचा मळवट भरला. मळवटाच्या मधोमध पिवळा धम्मक भंडारा फासला. खांद्यावर लक्ष्मी आईचा कोरडा सोडला. डोळ्यांत सुरमा भरला. हणमा पोतराजाचे डोळे काजळे-काळे दिसायला लागले. नवा अन् कवळा लुसलुशीत पोतराज झकास दिसायला लागला.

आज 'धाकटी आई' पण वारीला आल्याचं बघून शंकरनानाच्या सुनेला नवल आणि हुशारी वाटली. तरण्याबांड आणि उमद्या पोराबरोबर मन भरून नाचायला मिळणार होतं. नाहीतरी सागरू जरासं खेळला की धाईला येत होता. त्याच्या पावलांची गती आपोआपच मंद होत होती. देवीचा आसरा घेतल्याशिवाय त्यांना कुठं मन भरून नाचायला मिळत होतं. अंगात आईचं 'वारं' आणून वाजपाच्या तालावर खेळायची हौस भागणार होती. हाताची मिठी हवेत फिरवून 'उधं ग आई, उधंऽऽ' म्हणून अबलख घोड्यासारखं नाचायला मिळणार होतं.

नव्या-जुन्या पोतराजांचा जोड बघून त्या हरकून गेल्या.

सागरूनं काखेतलं डफडं, 'घुनांग, घुमनांगऽ धितानांग, तितानांगऽ' असं बारीक सुरात वाजवायला सुरुवात केली अन् शंकरनानाच्या चारीही सुना रानात जायचंच विसरल्या. रानात न्यायचं सामान तिथंच सोडून दिलं. कमरेला पदर खोचून त्या पवित्र्यात उभ्या राहिल्या.

सागरू पोतराजनं आपल्या सुरेल, नखरेल आवाजात आईचं गीत गायला सुरुवात केली....

**पुढं आला सुक्कीरवार**
**न्हाई सारवलं घर**
**आई तू ग, लखाबाई**
**एवढा गुन्हा तू माफ कर**
**धितानांग तितानांग धितानांग तितानांग**

शंकरनानाच्या चारीबी सुना तयारीनं उभ्या होत्या. वाजपाच्या तालानं धाकटीला एकदम भुरळ पाडल्यागत झालं. सगळ्याच्या आधी आपणच नाचायला सुरुवात करावी, असं तिला वाटलं. 'पण थोरल्या बाईसाब म्होरं झाल्याशिवाय आपन तरी कसं आधीच नाचावं?' असा विचार तिघींच्याही मनात घोळत होता. नानाच्या घरातल्या बायका शिस्तबाज! देवीच्या नावानं अंगात आणायलासुद्धा त्या 'सिनियारीटी' डावलत नव्हत्या. घराण्याची पद्धत! दुसरं काय?

डफडं घणघणलं आणि थोरली जाऊ 'उधं ग आई, उधंऽ' असं म्हणून अंगणात धावली. मग इतर तिघीही नखरेल घोड्यासारखं पाय लचकत अंगणभर उधळायला लागल्या.

बायकांचा तांडा बघून हणमा पोतराज हरकून गेला. त्याच्या अंगातही सुरसुरी आल्यागत झाली.

म्हातारा डफड्याची बारीक चाल घुमवत होता. आणि हणमा रंगात आलेल्या मोरासारखा थुईथुई नाचत होता. साऱ्या बायकांनी मग मोरांगीचा ताल धरला. पार भरमून गेल्यागत झाल्या. सुगीचे दिवस अन् रानातलं काम त्यांनी डफड्याच्या तालावर तीन ताळ उडवून लावलं. कशाचं ध्यान असं राहिलंच नाही.

हणमा तरणा होता. पण त्याला सराव नव्हता. जोर करून तो नाचत होता पण त्याचीच दमछाक व्हायला लागली, असं ध्यानात येताच 'आता गा दादा?' अशा प्रश्नार्थक मुद्रेनं आपल्या बापाकडं बघितलं. म्हाताऱ्यानं रागरंग बघितला आणि 'उडवं आता फटकं!' असा इशारा देऊन आईचं गाणं नेटानं म्हणायला लागला.

**मझ्या आईचं ग्वॉड लय रूप**
**न्हाई जाळीला दिविज दीप**

सागरू दादानं आधीच सांगून ठेवलं होतं, 'हणमा एकदम सगळ्याजणींच्या मागं धावू नको. एकेकीचा नीर काढायचा.'

सागरूनं गाणं पुढं चालू केलं...

**पाया पडतो अन् हात जोडतो तुझ्या म्होरं**
**एवढा गुन्हा तू माफ कर**

सागरू समेवर येताच हणम्यानं गळ्यातल्या कोरड्याला हात घातला अन् धाडकन् थोरलीच्या अंगावर ओढला. तो सणसणीत फटका तिच्या बेंबीजवळ बसला. नखशिखांत कळ आली. कळ सोसावी म्हणून ती 'आई गं' असं म्हणणार होती, पण अंगात आल्यावर 'आई गंऽ' म्हणायचं नसतं हे तिच्या ध्यानात आलं अन् 'उधंऽऽ' असं म्हणून तिनं जमिनीवर धाडकन् अंग टाकून दिलं? चटकन् उठून, तोंडावरचा घाम पुशीत ती घाईनं घरात गेली.

सागरूनं इशारा केला आणि हणमा दोन नंबरच्या मागं लागला. सागरूनंही आईचं गाणं आणखी चढाला लावलं होतं. तो म्हणत होता-

**नाही निवद नारळ केला**
**तुज्या भूकंला धय-भात काला**
**बकरं मारतो अन् कोंबडं कापतो, तुज्या मोरं**
**एवढा गुन्हा तू माफ कर**

**धितानांग, तितानांग धितानांग, तितानांग**

'धाऽड!' असा कोरड्याच्या फटका हणमानं उगारला खरा, पण दोन नंबरची बाई हुशार होती. त्यातच थोरल्या बाईसाब चाबकाच्या फटकाऱ्यानं किती कळवळल्या हे तिनं पाहिलं होतं. आपल्याला हा फटका सोसणार नाही, हे तिनं हेरलं होतं. पाण्याच्या आधी वळण मारावं, असं तिनं केलं. हणमानं उगारलेला चाबूक अंगावर पडायच्या आधीच तिनं 'उधंऽ' म्हणून जमिनीवर लोळण घेतली!

हणमा आता तीन नंबरच्या मागं लागला.

**पाया पडतो. हात जोडतो.**
**तुझ्या म्होरं**
**एवढा गुन्हा तू माफ कर**

'धाडऽ' हणमानं चाबकाचा बार उडवला पण तीन नंबरच्या बाईनं दोन्ही हातानं ओटी-पोट गच्च् धरलं आणि डुबुक उडी मारून 'उधंऽ' करून मटकन् खाली बसली. दोन्ही हात अन् गुडघे पोटाजवळ गच्च आवळून ती बसली होती.

ही पण चाबूक न खाताच खाली बसली म्हणून हणमा खवळला. तिच्याभोवती रिंगण धरून नाचू लागला.

'ऊठ, ऊठ ग आये' असं म्हणून विनवू लागला. तरीही ती उठेना. मग हणमाच मनानं गाणं रचून म्हणू लागला -

**आये, ऊठ ग ऊठ, ऊठ आये**
**तुला येऊ दे मोराचं पाय**
**हात जोडतो, पाया पडतो तुज्या म्होरं**
**एवढा गुन्हा तू माफ कर**

...तरी ती तशीच अंगाचा मुटकुळा करून बसली होती.

सागरूनं ते बघितलं आणि डफडं बारीक बारीक आवाजात चालू ठेवत तो म्हणाला, "आये, तू रागावू नको. अगं ती उठणार न्हाय."

"उठणार न्हाय? अन् ते का म्हणून !" तिथल्या तिथं झुलत हणमा पोतराजनं म्हटलं, "ती उठलीच पायजे. आये ऊठ."

"आई, तशी कशी उठणार?" बारीक डफडं चालूच होतं.

"का? काय झालं." हणमानं दातओठ खात विचारलं.

"अग आये, तिचं नेसानं फिटलंय!"

**धितानांग, तितानांग, धितानांग, तितानांग**

डफडं घुमायला लागलं आणि हसू आवरत हणमानं गिरकी घेतली.

रिंगणात आता फक्त सगळ्यांत धाकटी तेवढी होती. ती पोरसवदा होती.

नुकतंच लगीन झालेली. चवळीच्या शेंगेसारखी होती. नाचताना तलवारीच्या पात्यागत चार जागी लवत होती. ती आपल्याच जोडीची हाय हे बघून तो खूष झाला अन् नुसता तिच्यासंग खेळत राहिला. कोरड्याचा फटका मारायचं तो नाव काढत नव्हता. ती सुद्धा बेहोष होऊन नाचत होती, गिरक्या घेत होती.

'पोरगं आता खरंच बिघडलं!' असं सागरू मनाशीच म्हणाला. आता हणमा आपल्याकडंही ध्यान द्यायला तयार नाही, हे सागरूनं हेरलं...

त्यानं आपल्या झोळीतून कडुलिंबाचा पाला बाहेर काढला व तो हणमापुढं धरला. खवळलेल्या 'आईनं' तो कडुझार पाला कचाकचा खाल्ला. भुकेलेल्या उंटागत तो लिंबाचा पाला खाऊ लागला.

ती चौथी पोरगी नाचतानाचता थकली. एव्हाना, तिनं 'उधंऽ' म्हणून भुईवर अंग टाकून दिलं होतं.

हणमा मात्र लिंबाचा पाला खात राहिला. सगळ्या बायकांना नवल वाटलं. काय चुकलं कुणाला ठावं? आई आज लय खवळलीय. चितागती होऊन त्या एकमेकीकडं बघत होत्या.

सागरू पोतराज म्हणाला, "आई उगाच पश्चात्ताप करून घेऊ नगो. काय चुकलं असलं तर सांग!"

थोरली जाऊ पुढं आली. सुपातल्या कुकवानं तिनं आईचा मळवट भरला. पायावर पाणी ओतलं. अन् पदर पसरून मी म्हणाली, "बया काय चुकलं-माकलं असलं तर ह्या पदरात घाल, पण असं हाल करून घेऊ नको!"

असं म्हणून ती पाया पडली.

तरी आई लिंबाचा पाला खातच होती.

"आईला निवद-नारळ करा!" सागरू म्हणू लागला.

"करतो करतो देवा!" त्या सगळ्या म्हणू लागल्या.

"एक खैरा कोंबडा अन् उफराट्या पंखांची कोंबडी सोडा!"

"हो देवा!"

"सोनेरी भात अन् मापभर तेल द्या!"

"देतो की देवा!"

शंकरनानाच्या सुनांनी सगळं द्यायचं ठरवलं तरीही हणमा नाचकाम बंद करायला तयार नव्हता. अंगात इज शिरल्यागत तो नाचतच होता.

मग मात्र सागरू पोतराज वैतागला.

"होऊन जाऊ दे तर!" असं म्हणून तोच पोरासंगं नाचायला लागला.

गिरकी घेऊन सागरून् हणमाच्या गळ्यातला कोरडा काढून घेतला. अन्

डफडं वाजवता वाजवता तोही रंगात आला.

हणमानं म्हाताऱ्याचा डाव ओळखला. आपण थांबलो नाहीतर म्हातारा आपल्यालाच चाबकानं फोडून काढील असा विचार करून 'उधंऽ' म्हणून हणमानं भुईवर अंग टाकून दिलं.

शंकरनानांच्या सुनांचा 'आई शांत झाली' म्हणून जीव भांड्यात पडला.

सगळं शांत झालं!

सागरूनं सूपभर जोंधळं, तांदूळ, नारळ, गोडतेल, खैरा कोंबडा हे सगळं एका गाठोड्यात बांधलं आणि बापलेक वाड्याच्या बाहेर पडले.

गाववाट संपवून ते ओढ्याच्या वाटेला लागले. समोरून शंकरनानाच येताना दिसला. घाईनं पावलं टाकीत तो घराकडे निघाला होता. बैलामागचा चाबूक त्याच्या गळ्यात लटकत होता.

जरासं थांबून शंकरनानानं विचारलं, "आमच्या वाड्यातून आलासा का रं?"

"व्हय मालक! का जी?" सागरूनं पुन्हा विचारलं.

"आमच्या बायका अजून वाड्यातच हायेत काऽ?" नानानं संतापून विचारलं.

"व्हय. हायेत की! का वं?" सागरूनं पुन: विचारलं.

"लेका, का मंजे?" शंकरनाना वैतागत म्हणाला, "दिवस दोपरीला आलाय! रानातलं काम तसंच बोंबलत पडलंय अन् ह्यांचा अजून पत्या न्हाय! घराकडं जाऊन एकेकीला चाबकानं फोडून काढतो." असं म्हणत सपासप पावलं टाकत तो घराकडं निघाला.

"दादा, त्या बायांचा आज घातवार दिसतोय!" हणमा म्हणाला.

"मंजे काय रं बाळाऽ" सागरूनं विचारलं.

"आईचा मार तर त्यांनी खाल्लेलाच हाय, त्याशिवाय नानाच्या चाबकाचं फटकं बसायचं... मंजे घातवारच झाला की!" हणमा चेकाळून म्हणाला.

बापलेक थकलेल्या पावलांनी वाट चालत होते. सडकंचा फुपाटा गुलालासारखा भासत होता. वाऱ्याची झुळूक लहरत होती आणि सागरू आपल्या लेकाकडं कौतुकानं बघत होता.

हणमानं मागं वळून बघितलं आणि तो घाबरून म्हणाला, "दादा, शंकरनाना का असा धावत येतोय? अन् गळ्यात चाबूक पण तसाच हाय!"

सागरूही आश्चर्यानं बघत राहिला.

शंकरनाना धापा टाकत जवळ आला आणि म्हणाला, "सुनांना हाणलं आता तुमाला चाबकानं फोडून काढतो!"

"आन् ते का वं मालक?" सागरू गयावया करत म्हणाला. "रांडेच्यांनो,

देवीच्या नावानं बाया नाचवत बसताय. अन् आमचं रानातलं काम तसंच बोंबलत पडतंय... दर मंगळवारी असंच चालतंय!''

हणमानं आपल्या गळ्यातला आईचा कोरडा काढला आणि सागरूकडं देत म्हणाला, ''दादा, हे घे, अन् उडव ह्या नानाला पण फटकं! बघू तुज्या आईची पावर!''

''आरं बाळा, ते मालक हायेत. त्यास्नी कसं मारायचं?'' सागरू म्हणाला.

''का? तुजी आई पण घाबरतीय म्हण की!'' हणमा चिडून म्हणाला.

''ए शेंबड्याऽ, लय त्वांड वर करून बोलतूयस? पायरीनं वागा जरा!'' शंकरनानानं दम भरला. ''आन् पुन्हा आमच्या वाड्यात पाऊल टाकलं तर तंगड्या मोडून ठेवीन!''

दम देऊन नाना निघून गेला.

''तू घाबरू नगं, हे असंच चालायचं!'' सागरू समजूत घालू लागला. ''आय हाय तवंर कोन वाकडं करत न्हाय!''

चालताचालता हणमानं विचारलं, ''दादा, खैरा कोंबडा अन् उफराट्या पंखांची कोंबडीच तू मागितलीस! त्यात काय इशेष?''

''लेका, खैरा कोंबडा अन् उफराट्या पंखांची कोंबडी साध्यापरास - चवीला जरा चांगली असत्याती!'' सागरूनं खुलासा केला.

''अस्सं हाय, व्हय?'' हणमानं हसत विचारलं.

''ह्यों कोंबडा आज खाशील तवा चवीतला फरक कळंल तुला!'' सागरूनं खुलासा केला.

''अन् दादा, लिंबाचा पाला इकासारका कडूझार! पन म्या त्यो इतका कसा खाल्ला?'' हणमानं विचारलं.

''आरं बाळा, त्या पाल्यासंगं एक वनस्पती म्या खायाला दिली होती तुला!'' सागरू गुपित सांगू लागला, ''त्या वनस्पतीनं लिंबाचा पाला बी गुळमाट-ग्वॉड लागतो आन् कसला बाधिकार पन होत न्हाय!''

''आरं तिच्या आयला!'' हणमाला नवल वाटलं.

''म्हणूनच त्वा इतका पाला खाल्लास... न्हायतर डहाळ - उलट्या होऊन आतापावतर बेजार झाला असतास की! काय तरी चमत्कार दाखविल्याशिवाय आपलं प्वॉट तरी कसं भरणार?'' असं सांगून सागरू जरा जवळीकीच्या सुरात म्हणाला.

''बाळा, हनुमन्ता?''

''का गा दादा?'' त्यानं खोल आवाजात विचारलं.

''हे सामानाचं गठडं अन् कोंबडा घेऊन तू घराकडं जा!''

''अन् तू गा दादा?''

“म्या तुज्या मामाच्या गावाला जातुया.”

“अन् ते कशासाठी?”

“त्येनं दिलेली वनस्पती संपलीय.” सागरू सांगू लागला. “जाऊन आणतो की! पुन्ना एकाद्या टायमाला उपयोगाला येईल! लिंबाचा पाला खाताना पाहून माणूस चक्रावतं. तेच आईचं खरं रूप हाय असं वाटायला लागतं!”

“मंजे, तुजा इचार काय हाय दादा?” हणमा रागानं म्हणाला, “मला पोतराज बनवून पुन्हा आईच्या वारीला घेऊन जाणार हायेस का?”

“न्हाय... तसं काय न्हाय म्हण्णा” सागरू चाचरत म्हणाला.

“मग कसं हाय तर?” हणमा म्हणाला. “प्वॉट भरावं म्हणून काय तरी खोटंनाटं करायला आलो नव्हतो मी तुज्यासंग! जरा नाचायला आन् त्या बायांची खोड मोडायला मिळंल म्हणून मी आलो होतो. आन् दादा....?”

“काय रं बाळा?” गंभीर होत सागरू म्हणाला.

“त्या बुद्ध धर्माची दीक्षा घेतलीय नव्हं?” हणमानं विचारलं.

“व्हय... साऱ्यासंगं गेलो होतो दीक्षा घ्यायला!”

“मग बुद्धं सरणं गच्छामी.” असं म्हणून तुझ्या बापानं कवा पोतराजकी केली होती का?” हणमा तडकून बोलला. “हे ढोंगधत्तुरं सोडून दे सगळं! हे लाचार जीणं बस्स झालं. आन् तुज्या पोटाला तरी कितीसं लागतंय? मी मोलमजुरी करून मिळवतोय त्यातलंच दोन घास खाऊन मानानं जगायला लाग.”

हणमा खवळला होता अन् म्हातारा गंभीर झाला होता.

मग हणमाच पुढं म्हणाला, “आईच्या नावावर भीक मागायचं सोडून दे. आजपास्नं सारा तमाशा बंद! आजच सारं केस भादरून काढतो. तू म्हणत असशील तर तुजं बी केस काढून टाकतो. तसं करायचं नसलं तर खुशाल त्या मामाच्या गावाला जा न्हायतर कुठं बी जा. माज्य मार्गानं मी जानार! तुजं तू बघ.”

...आणि हणमा सपाट्यानं चालू लागला.

रणरणत्या माळावर सागरू थंडगार होऊन उभा होता. तो मनाशीच म्हणू लागला, “खरं हाय... आई खोटी अन् आईचं वारं बी खोटं! पन आपून कंची वाट धरावी? हणमाच्या मामाच्या गावी की हणमा ज्या वाटंनं निघालाय ती?”

सागरू जरासा जागच्या जागी खिळल्यागत झाला. त्यानं विचार केला आणि हणमा गेला त्याच वाटंनं तो सपासपा चालायला लागला.

●●●

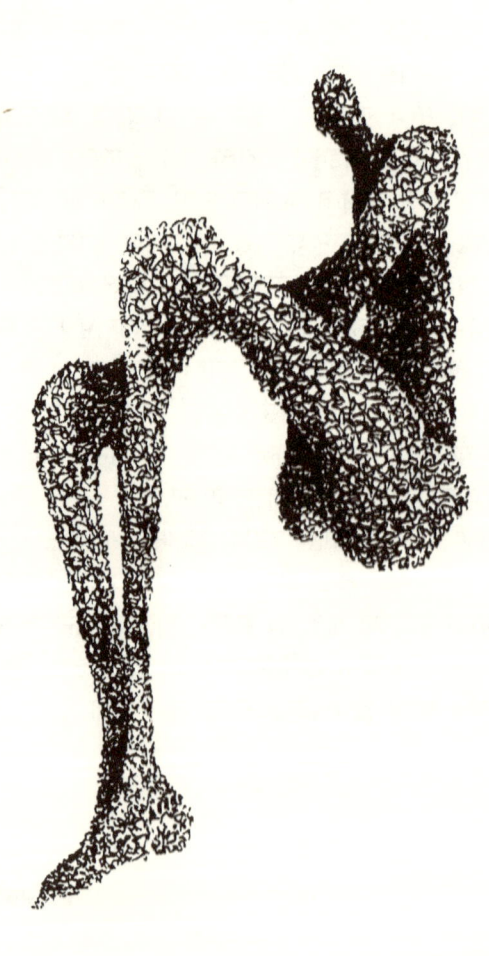

# ६.

# शांतिदूताच्या शोधात

अविनाश डोळस

तो गावात शिरेपर्यंत त्याला कोणीही ओळखलं नव्हतं. तो जेव्हा गाडीरस्त्याने गावाकडं जात होता, तेव्हा एक-दोन म्हाताऱ्या माणसांनी त्याच्याकडं काहीसं चमकून बघितल्यासारखं त्याला वाटलं होतं. कदाचित त्यांनी त्याला ओळखलं असावं असंही असेल; परंतु त्यांनी दुरूनच त्याच्याकडे पाहून रस्ता पायाखाली घातला होता. त्यामुळे त्यांनी खरंच ओळखलं किंवा नाही याचा अंदाज त्याला घेता आला नव्हता. त्याच्या मनाचेही ते खेळ असण्याचा संभव असेल असेही त्याला वाटले होते. बारा वर्षांनंतर तो त्या गावात येत होता. चवथीमध्ये शिकत असताना तो पळाला होता, तेव्हा तसा तो पोरगाच होता. आज चोवीस-पंचवीसचा उमदा तरुण म्हणून त्या गावात जात होता. त्यामुळे त्याला फारसं कोणी ओळखलं नाही, याचं त्याला आश्चर्यही वाटलं नव्हतं.

एव्हाना तो मारुतीच्या देवळाजवळ आला होता. आता मात्र रस्त्यात खेळणारी पोरं त्याच्याकडे बघू लागली होती. कपाळावर आडवा हात ठेवून गावचं म्हातारं माणूस हा कोण नवा माणूस म्हणून निरखण्याचा प्रयत्न करीत होता. नवा शाळा मास्तर किंवा वायरमन फार झालं तर पाटकरी असेल असाही गावातल्या त्याला बघणाऱ्या लोकांनी अंदाज बांधला होता. पण नोकरदार माणूस एवढा रुबाबदार चालणार नाही, हेही त्यांना समजत होते. रस्त्याने जाणाऱ्या माणसांना थेट मासे आळीपर्यंत त्यानं एकदाही रामराम केला नव्हता, हे त्यांच्या नजरेतून सुटले नव्हते. हा कोण असावा असा अंदाज ते बांधत होते. हा मात्र सरळ पुढेपुढे चालला होता.

आता त्याच्याबरोबर काही पोरं टोळकं करून काही अंतराने चालले होते. त्यानं मागं पाहिलं तर कदाचित ते मागे पळून गेले असते. परंतु तो मात्र मागं पाहत नव्हता. पावसाने रस्त्यावर चिखल झाला होता. त्यात त्याच्या बुटाचे ठसे उमटत होते. हा कोण आणि कुठे जातोय हे बघण्यासाठी आता गावातल्या घराच्या

खिडक्या व दरवाजे माणसांच्या विशेषत: बायकांच्या चेहऱ्याने भरून गेल्या होत्या. त्याचं असं वागणं गावाला घाबरून टाकीत होतं, तसेच त्यासंबंधी चीडही उत्पन्न करीत होतं. एक प्रकारची उद्दामपणाची झलक त्याच्या या अशा वागण्यातून व्यक्त व्हायला लागली होती. त्याच्या जवळच्या पिशवीत काय असावं याबद्दलही हळूहळू चर्चा व्हायला लागली होती. एका हातात असणारी काठीसारखी चीजही त्यांना शस्त्रासारखी वाटत होती.

तो गावाच्या पूर्वेकडील पांदीने पुढे चालू लागला. एखाद्याने मागे वळून बघितले असते तर अर्धा गाव त्याच्या पाठीमागून चालला होता हे दिसले असते, पण तो मात्र मागे पाहण्यासाठी थांबत नव्हता. गावात नव्यानेच धरणाचे पाणी आले होते. त्यामुळे आता पूर्वीसारखा रस्ता धोपट राहिला नव्हता हे त्याच्याही लक्षात आले होते. ठिकठिकाणच्या चाऱ्यांमुळे रस्त्याला अनेक वळणे पडली होती. कोरडवाहू शेती आता बागायती शेती झाली होती. पूर्वी ऊस असा फारसा नसायचा. आता मात्र बंजर जमिनीसुद्धा उसाची शेतं म्हणून त्याला दिसत होत्या. गावातील हा बदल त्याला जाणवत होता. नव्या माणसाला हे गाव तेच आहे हे सांगावं लागेल इतका हा बदल होता. तो पुढेपुढे चालत होता.

तो जसजसं पुढे जात होता तसतसा त्याच्यामागे चाललेल्या जमावात कुजबूज वाढायला लागली. काहींच्या काळजाचे ठोके वाढायला लागले. काहींना भीतीने ग्रासले. आता काहीतरी घडल्याशिवाय राहत नाही असं त्यातल्या अनेकांना कळून चुकलं. काहीच्या मनानं हे निश्चित केलं की आता पुन्हा एकदा सोक्षमोक्ष लावावा लागणार आहे. त्याशिवाय सुटका नाही. चेहऱ्यावर आता धास्ती दिसायला लागली. काहींना भयंकर घडण्याची शक्यता दिसायला लागली. काही घाबरलेली पोरं हळूहळू मागे राहत चालली अन् संधी मिळताच धूम गावाकडं पळाली.

पळालेल्या पोरांमुळे आता परिस्थितीला अधिकच गांभीर्य आलं. हा कोण आहे हे स्पष्ट होण्यापूर्वी याच्या डोक्यात काठ्या घालाव्यात असंही काहींच्या मनात येऊन गेलं; पण तसं त्यांनी केलं नाही. का केलं नाही याचं निश्चित उत्तर जरी नसलं तरी केलं नाही हे मात्र खरं. काहींच्या मते त्या वेळी तसं करणं बरोबर ठरलं नसतं. एवढंच नव्हे तर बळवंतरावांना विचारल्याशिवाय काही करणं त्यांना धोक्याचं वाटलं हे मात्र खरं. आतापर्यंत कुणीतरी दांडगा माणूस गावात आलाय आणि तो शिवारात ताडताड चालत गेल्याची वार्ता सगळीकडे पसरली होती.

गावातल्या या जमावातून आणखी चार माणसं मागं परतली. त्यापैकी एकजण थेट गावाच्या पूर्वेकडील झोपड्यांच्या वस्तीकडं पळाला. दुसरा एकजण बळवंतरावाच्या वाड्याकडं धावत सुटला. अन् दोघाजणांनी गावात रस्ता सोडून

आडवाटेने जंगलाच्या रस्त्याने पळ काढला. इकडं त्याच्या मागे चालणाऱ्या जमावाने सावध पवित्रा घेतला. त्यांच्यामधील अंतर त्यांनी आणखी पाच पावलांनी वाढविले.

तो आता एका शेताला वळसा घालून पूर्वी जेथे गायरान होते तेथे आला. आता तेथे ऊस होता. तो काहीसा गोंधळला. जागा बरोबर आहे याची खात्री करावी म्हणून त्याने एकाचवेळी डाव्या व उजव्या बाजूस निरखून पाहिलं. बांधावर डाव्या बाजूला असलेला लिंबारा तसाच होता. उजव्या बाजूस बाभळीची छाटणी केली होती. दोन्ही झाडांचा अंदाज घेत तो धावत सुटला. पण यावेळी त्याच्या पायानं त्याला दगा दिला. रपरप पडणारी पावलं त्याचा आता भारही सहन करू शकतील की नाही असं त्याला क्षणभर वाटलं. तो घुटमळला. श्वास वाढला होता. नाकाचा शेंडा चरचर करत होता. हातातल्या काठीला त्याने खाली टेकवत आधार घेतला. जमावाला कळेना की याला काय झालंय. हा खाली पडतोय हे दिसत असतानाही त्यावर ते विश्वास ठेवायला तयार नव्हते. तो पडला तर आपोआप पिडा जाणार होती म्हणून काहींना वाटले 'पड रे पड.'

दुसऱ्याच क्षणी तो सावरला. त्याचा पाय अधिक जमिनीत रुतला. शरीराला ताठरता आली. तो पळत सुटला. उसाच्या शेताच्या शेवटच्या टोकाला जाऊन तो खाली वाकला. तो बेशरमाच्या फांदीला त्याने घट्ट पकडून दुसऱ्या हातानं तिथल्या गाळाला छातीला लावत तो विव्हळला "बाऽऽबा"...... आणि तो ओक्साबोक्शी रडायला लागला. तो रडतो हे बघितल्याबरोबर त्याच्या मागे अंतरावर चालत आलेला जमाव स्तब्ध झाला. क्षणभर ते पुतळे आहेत असे उभे राहिले अन् दुसऱ्याच क्षणी शुद्धीवर आल्यासारखे करून "पोचीरामाचं पोरगं, पोचीरामाचं पोरगं आलं." म्हणत गावाकडे पळू लागले.

तो सावरला. आतापर्यंत तो एखाद्या वेड्यासारखा इथपर्यंत आला होता. त्या गलक्यानं तो सावध झाला. त्यानं तो घाबरला. पोटात काहीतरी खोलखोल ओढलं जातंय असं त्याला वाटलं. डोळे स्थिर झाले. बारा वर्षांपूर्वी त्याच्या बापाचे हात-पाय जमावाने इथंच कत्त्यानं तोडले होते. ते चित्र पुन्हा एकदा त्याच्यासमोर उभं राहिलं. लहानपणात बघितलेल्या त्या दृश्याने अद्याप त्याच्या मनावर भीती पेटली होती. त्यामुळे त्याला कंप सुटला. 'पोच्या, तुला नामांतर पाहिजे ना! हे घे!' म्हणून त्याच्या बापाचा एक हात बळवंतरावानं आणि सीतारामनं छाटला होता. पलंगाच्या आड लपून यानं ते बघितलं होतं. बर्फासारखा तो त्या वेळी थंडगार पडला होता. ओठ कोरडे पडले होते. जीभ आत ओढली जात होती. छातीत धस्स झालं होतं. 'शिवाजी महाराज की जय' म्हणून त्यांनी त्याच्या तडफडणाऱ्या बापावर कत्ते उभारलेले त्यानं पाहिलं होतं व सर्व शक्ती एकवटून त्यानं तेथून धूम

ठोकली होती.

दोन-चार लोकांनी त्याला उठविलं. पाठीवरून हात फिरवल्याचं त्याला जाणवलं. त्याचबरोबर बांगड्यांचा आवाजही त्याला काहीसा ऐकू आला. त्यानं त्याला उठविणाऱ्या दोघांकडं बघितलं. त्यातला एक मोठाबाबा होता. त्याला त्यानं ओळखलं. दुसरा लहानू तात्या दिसला. त्याला भरून आलं. धाय मोकलून रडावं असं त्याला वाटूनही त्याचा आवाज बाहेर पडला नाही. डोळ्यांतून धारा वाहिल्या नाहीत. "पोरा, असं एकटं-दुकटं कशाला यायचं. आम्हाला न भेटताच बापाकडं आलास. आ." असं मोठाबाबा त्याच्या पाठीवरून हात फिरवत म्हणत होता. त्यातून जवळीक वाटत होती, त्याचबरोबर एक प्रकारची भीतीही होती असं त्याला वाटलं. दुसरेही त्याला काही सांगत होते; पण ते काय सांगत होते हे त्याच्या लक्षात येत नव्हतं. त्याला दिसत होता तो त्यानं न पाहिलेला त्याचा बाप आणि गावानं जबरदस्तीनं तो जिवंत असतानाही त्याचं पेटवलेलं सरण.

हळूहळू ती माणसं त्याला बौद्धवस्तीकडे घेऊन चालली होती. दोघांनी त्याला आजारी माणसाला आधार द्यावा तसा त्याच्या दोन्ही हातांना धरून चालविलं होतं. तो ज्या जमिनीतून चालला होता ते आता शेत बनले होते. त्याच्या बापाने ही जमीन कस्त करण्यासाठी बनविली होती. बाभळीचे बुंधे, मातंग व काही वंजाऱ्यांनी कस्त करायला सुरुवात केली होती. याच्या वाट्याला आलेलं पाच एकराचं रान पाच वर्षांत सोनं देऊ लागलं होतं. बळवंतरावला ही जमीन दिसायला लागली अन् त्यानं 'वंजाऱ्यानी फक्त गायरान कस्त करावं, बुद्धानं-मांगानं नाही' अशी भूमिका घेतली अन् संघर्ष सुरू झाला. पोचीराम हा भूमिहिनांचा नेता बनला. सरकार - दरबारी पुढाऱ्यांना भेटून तो प्रत्येक वेळी पेरणीसाठी अन् पिकपाण्याच्या संरक्षणासाठी सरकारी मदत घेऊ लागल्याने बळवंतरावचा राग मनात खदखदत राहायचा. एकदा-दोनदा उभ्या पिकात गावची ढोरं सोडून त्यानं पोचीरामची जमीन गायरानकरता आहे म्हणून दाखवून दिलं होतं. २८ जुलैला नामांतर दंगलीत 'जय भीम आलाय' म्हणून त्यानं बापाला मारलं होतं हे सारं त्याला आठवत होतं.

बौद्धवस्तीत आल्यावर तो पाणी प्याला. म्हाताऱ्या बापांनी त्याच्या तोंडावर हात फिरवून कडाकडा बोटे मोडली. 'दांगूडा झाला, तवा एवढाएवढा व्हता. बिचारं लोकरू जीव घेऊन पळालं म्हणून पोचीरामचा वंश राहिला नाही तर...' असं म्हणत काही लक्षीम्या पाठीवरून हात फिरवीत होत्या. पोरंसोरं त्याच्याकडे कौतुकानं पाहत समोर बसली होती. वस्तीतील लोक त्याच्याभोवती बसून बोलत होती. कोणाचं काय झालं याचा इतिहास कोणी सांगत बसला. तसा भीमराव ओरडून म्हणाला, "इद्यापीठाचं काही झालं नाही अन् मागचं काही काढत बसायचं नाही.

घरदार जळालं पर दिलं का नाव आतापवत!'' थोड्या वेळ सारेजण गप्प बसले. याला सारं आठवायला लागलं. त्या बेशरमीच्या तिकडं बापानं जुनं घर मोडून वीस पत्र्यांचं घर बांधलं होतं. समोर पारत्या, सर्ज्या बांधलेले असायचे. बापानं छकडं घेतलं होतं. ते समोर सोडलेलं असायचं. भिंतीला चुना लावला होता. त्याच्यावर 'जयभीम' असं तांबड्या रंगानं लिहिलं होतं. बापाला काय आनंद झाला होता त्यावेळी! 'तुला शिकायला औरंगाबादला घालतो. बाबासायबाच्या कालेजात असं जवळ घेत म्हटलं होतं. त्या अक्षरांचं जणू तो रक्षण करायचा असा वागायचा. कवाभी आला तरी पहिलं ते बघायचं मग आईला हाक मारायचा. त्यानं तिथूनच तिकडे नजर टाकली. आता तिथं काही नव्हतं. मातीचा ढीग तेवढा होता. एवढ्या वर्षांनंतरही तेथील जळालेली चौकट कुणी नेली नव्हती. ती एक अर्धवट भिंतीचा आधार घेऊन कलंडून तोल सावरत होती. त्याचं काहीच राहिलं नव्हतं. ना घर, ना शेती, ना आई-बाप. त्याला राहवले नाही. तो उठला. त्या मातीच्या ढिगाऱ्याजवळ गेला. एक मोठा रांजण जमिनीत गाडला होता. त्याचं बुड अद्याप तिथंच रुतून बसलं होतं. एकदा त्याची छोटी बहीण संधी त्यात पडली होती. एकदोन डुकरं तिथं अंग टाकून पडले होते. तो आल्यामुळे ते उठले नाहीत. एका बाजूला बकऱ्यांच्या लेंड्या पडल्या होत्या. लहानुकाका आत्ता तिथं बकऱ्या बांधत असावा. 'काय पाहतोस बाबा?' असं म्हणत एका बाईनं डोळ्याला पदर लावला. तसे एकाचवेळी पाच-सात हुंदके त्याला ऐकायला मिळाले. तो परत फिरला. जळालेले घर, त्याचा ढिगारा आणि परागंदा झालेले लोक त्याला आठवले. त्याच्याबरोबर शिकणारा सिद्धार्थही त्याला दिसला नाही. नसलेल्या माणसाची चौकशी त्याला करायची होती. तरी त्यानं केली नाही. तो परत फिरला.

आतापर्यंतच्या कौतुकाच्या वातावरणाने एकदम असह्य अशा आठवणीचे रूप घेतले अन् थोड्याच वेळात त्याचे रुपांतर काळजीने अन् भीतीने घेतले. पुन्हा एकदा याच्यामुळे दांगोडा होईल की काय असे अनेकांना वाटायला लागले. काहीतरी घडणार आहे, याचे आभाळ दाटून यायला लागले.

बळवंतरावांना हा गावात आल्याचे कळताच काहीतरी काळंबेरं होणार असा संशय आला. गावापुढं एक प्रकारचं कोडं निर्माण झालं. 'माय घालायला हे परत आलं' म्हणत त्याचा निषेधही होऊ लागला. 'बापाला जाळून नामांतर झालं होतं, त्यावेळी काही झालं नाही आता पोराचंबी नामांतर करून टाका.' असाही एक विचार मांडला जाऊ लागला. आता पूर्वीसारखं करता येणार नाही. असाही एक समंजस सूर निघू लागला. तर ते पोरगं काय करतंय? म्हणत काहींनी त्याची केस निकालतही काढली.

दुसऱ्या दिवशी बळवंतराव आणि हा गावात नसल्याचे लोकांच्या लक्षात आले. गावात कुजबुज वाढू लागली. तेव्हढ्यात गावच्या पाटीवरून एक पोरगं कुत्रं पाठीमागं लागावं तसं धावत आलं अन् बळवंतरावाच्या वाड्यासमोर बसलेल्या जमावाजवळ येऊन पाटीकडे हातवारे करत सांगायला लागलं; पण त्याचा आवाजच बाहेर पडत नव्हता. धाप लागल्याने ते काय सांगतंय हे स्पष्ट होत नव्हतं. तरी पण ते काहीतरी सांगतंय हे नक्कीच अशुभ असणार असं समजत होतं. "ये, नीट सांग की-'' म्हणत एकजण त्याच्यावर धावला. तसं ते सांगू लागलं "बळवंतअण्णा पाटीजवळ-'' अन् ते खाली बसलं.

इकडे एक जण झपाझप पावले उचलत जंगलाच्या दिशेने जात होता. त्याला त्याच्या जळालेल्या घरातील ते फुटलेल्या माठाचे बूड दिसत होते. अन् त्या बुडातून डोकावणारे एक लहानसे हिरवे जंगली रोपटेही दिसत होते.......

•••

## ७.
# कुस्ती
प्रकाश खरात

होळीनंतरचा तो दुसरा दिवस होता. गावात माणसं रंगांनी रंगण्यापेक्षा शेण व मातीनीच माखली होती. गाडीभर लाकडं जाळून पेटविलेल्या होळीच्या ढिगाभोवती पोरं, माणसं गोळा झाली होती. अर्वाच्च शिव्या देऊन व मूठ आवळून तोंडावर मनगट मारीत बोंबलत होती. पांढऱ्या मातीच्या बुरुजाला वळसा घालून एक माणसांचा थवा पेटलेल्या होळीकडे येत होता. डफड्याच्या तालावर नाचत पुढे पुढे चालत होता. होळीभोवती जमलेल्या पोरांनाही जोर आला. आणि होळीतील राख त्यांच्या अंगावर फेकणं सुरू केलं. न ओळखू येणारे चेहरे पुन्हा राखेने अधिकच भरले गेले. डफड्याचा आवाज जळलेल्या होळीजवळ थोडावेळ थांबला व नंतर थेट जवळून वाहणाऱ्या पैनगंगा नदीच्या वाळूत जोरजोराने वाजू लागला. नदीच्या काठावर पळसवृक्षांच्या लालबुंद फुलांतून व बाभूळवनातून घुमू लागला. दरवर्षीप्रमाणे नदीच्या वाळूत कुस्त्यांचे रिंगण ओढले गेले. त्याच्याभोवती सगळे गर्दी करून गोलाकार बसले. अर्जुना मांग कुस्तीच्या घाईची चाल जोरजोराने डफड्यावर वाजवू लागला. त्याच्या जोडीला असलेला बारा चौदा वर्षांचा त्याचा पुतण्या विष्णू डफडे बडवू लागला. तो कधी मध्येच डफड्यावर मरीआईला पूजेला निघालेल्याची चाल वाजवे तर कधी लग्नाच्या हळदघाईची चाल वाजवे. तेव्हा अर्जुना खोडत असे आणि कुस्तीच्या घाईची चाल वाजव म्हणून दाटत असे. तेव्हा ते दोघंही जोरजोराने एका लयीत डफडे वाजवू लागले. गोल गोल फिरून वातावरणात उत्साह भरू लागले.

सुरुवातीला दहा बारा वर्षांच्या पोरांच्या कुस्त्या होऊ लागल्या. मोठ्या माणसांच्या कुस्तीसाठी रंगीत पार्श्वभूमी तयार करू लागल्या. एकमेकांना सलामी देऊन कुस्तीचे गडी पाटलाजवळचे नारळ जिंकू लागले. जिंकलेल्या पोराचा चेहरा फुलायचा आणि हरलेल्या पोराचा चेहरा लाजिरवाणा होऊन जायचा. परंतु नंतर ते

दोघेही गर्दीतून बाहेर जात आणि लांब जाऊन एकत्र बसून नारळ फोडून खात. हे त्या खेळातील खेळीमेळीचे वातावरण अनेक वर्षांपासून त्या गावात पोरांनी जोपासलं होतं.

होळीच्या महिन्यातील तो सूर्य थंडी जाळून वर आला होता. उन्हाचा चटका पाठीला चटका झोंबू लागला होता. गावातील शेतकरी व गुराखी पोरं पैनगंगेच्या वाळूत कुस्त्याला रंगली होती. त्यामुळे गोठ्यातील गुरं खुट्यावर तशीच बांधलेली होती. शेतातील कापलेल्या गव्हाच्या सुगीची व कामाची लोकांना घाई होती. म्हणून लहान मुलाच्या कुस्त्या बंद केल्या आणि गावातील मोठे गडी कुस्तीसाठी रिंगणात बसू लागले.

डफड्याच्या आवाजाने वातावरण चांगलेच रंगात आले. कुस्ती खेळण्याची इच्छा प्रत्येकाच्या मनात मुसंडी मारू लागली. माणसावर कुस्ती रंग जमवू लागली. कुस्तीमागे कुस्ती होऊ लागली. एकमेकांना खाली पाडत कुस्ती झडू लागली. टाळ्यांच्या कडकडाटात व हास्य विनोदात रंगू लागली. जिंकलेल्या पहेलवानाचा हात उंचावून पाटील इनाम देऊ लागला. कुस्त्यांचा रंग लोकांच्या मनावर धुंद होऊन चढू लागला. आपली पकड घट्ट करू लागला. रामराव देशमुखावरही तो रंग चढला. त्याने अंगावरील कपडे काढले आणि आपल्या भावाजवळ दिले. धोतर कसून बांधले आणि गर्दीतून चपळाईने उडी मारून रिंगणात आला. दंड आणि मांड्या ठोकत गोलाकार रिंगणात फिरू लागला. आपणाला कोण सलामी देतो याची वाट पाहू लागला.

रामराव उंचपुरा गडी होता. त्याने ओठावर लांब लांब मिश्या पाळल्या होत्या. त्यांना गोंजारत तो रस्त्याने नेहमी चालायचा. नेहमीसाठी त्याच्या डोळ्यात झिंगलेलं वारं खेळत असे. छोट्या छोट्या गोष्टींवरून तो रस्त्यात भांडण उभं करीत असे. गावातील लोकांचे कान त्याच्या ओठांतून बाहेर पडणाऱ्या शिव्यांनी किटले होते. त्याच्या चालण्याबोलण्यात उगीचच उच्च जातीची ऐट ठिपकत असे. त्यामुळे त्याला कोणी फारशी सलामी देत नसे. तो तसाच रिंगणात बसायचा आणि उठायचा. कुणी आपल्याला सलामी देणार नाही या गुर्मीत तो रिंगणात फिरत होता. अशातच मांगाचा शंकर समोर आला आणि त्याने त्याला हातात हात देऊन सलामी दिली.

शंकर काळ्या-सावळ्या रंगाचा तरुण बांड गडी होता. अंगानं भरलेला व गोळीबंद दिसत होता. पिळदार दंडांवरून व मांड्यांवरून कसलेल्या शरीराचा भासत होता. डोक्यावर लांबलचक केस होते. ओठावर काळीभोर आकडेबाज मिशी होती. लंगोट बांधून तो रिंगणात आला. रिंगणाला वाकून नमस्कार केला. आणि

त्याने पुन्हा सलामी दिली. कुस्ती सुरू झाली. रामरावने शंकरला एक झटका देऊन खाली पाडले. तसेच शंकर चपळाईने उठला. चांगला सावध झाला. अंगाला हात न लावू देता मांडी थोपटत खेळू लागला. त्याला आपल्या घट्ट मुठीत पकडण्याचा प्रयत्न करू लागला. डफडे जोरजोराने वाजत होते. लोक आकाशात गुलाल फेकत होते आणि कुस्तीची झटापट रंग आणीत होती.

शंकरमधील चपळाई सळसळत होती. त्याने रामरावला घट्ट पकडलं. त्याला न हालू देता हाताची पकड घट्ट केली आणि आपल्या समग्र ताकदीनिशी त्याला जबरदस्त डाव मारला. लोकांच्या डोळ्याचे पाते लवते न लवते तोच त्याला खाली पाडले. रामरावाची पाठ जमिनीला लागली व तो त्याच्या छातीवर बसून हात उंचावून बसला. हे एका क्षणात कसे घडले हे लोकांनाही कळले नाही. त्याने कुस्ती जिंकली. वंदन करून पाटलाच्या हातून इनाम व नारळ घेतले आणि रिंगणातून बाहेर पडला. रामराव देशमुख हरला म्हणून त्याच्या भावबंधांचे चेहरे पडले. शंकरने कुस्तीत देशमुख पाडला म्हणून मनातून कष्टी झाले. मनाला लावून घेत हळू आवाजात कुजबुजू लागले. त्यानंतर कुस्तीचा डावच मोडला. तरीसुद्धा अर्जुना जसं काही झालंच नाही. अशा थाटात डफडं वाजवत राहिला. लोक पैनगंगेच्या धावत्या पाण्यात रंग धुवू लागली. डुबकी मारून चिखल, माती पुसू लागले. पळसाचा लाल केलेला रंग अंगावरच घासू लागले. आणि देशमुखाची भावकीतील माणसं रंग धुता धुताच शंकरला मारण्याचा बेत आखू लागले. ते नदीच्या पाण्यात रंग धूत होते. परंतु मनातील जातीचा रंग अधिकच गडद करून शंकरवर बोलत होते. कुस्तीतील न्यायभावना तुडवायला निघाले होते.

गावगाड्यातील जाती-पातीची व अस्पृश्यतेची भावना जशी माणसांना अपमानित करीत आली होती,तशीच कुस्तीच्या रिंगणातही प्रकटली होती. शंकर मांगाने देशमुखाला कुस्तीत पाडले हाच विचार मनामनातून खदखदत होता. त्या गावात अस्पृश्य ठरविलेल्या माणसांना प्रत्येक पिढीतील माणसांनी अपमानित केलं होतं. परंतु त्यांचा खेद त्यांना काहीही वाटला नव्हता. परंतु आज सर्वसामान्य कुस्तीतील पराभवही त्यांना पचनी पडत नव्हता. किती विचित्र भावना गावगाड्यात संस्कृती-धर्म म्हणून चालत आली होती! खरे तर रामराव हा मुळात कुणबी होता. स्वत:ला मूळचे वाघ आडनाव न वापरता देशमुख ही उपाधी म्हणवून घेत होता. आजच्या वर्तमानात शंकर व रामराव हे दोघेही कमी अधिक शेतमजूर होते. दोघेही आर्थिक-सामाजिक दास्याचे गुलाम होते. एक व्यवस्थेत स्पृश्य गुलाम होता तर दुसरा अस्पृष्य गुलाम होता. परंतु आपल्यापेक्षा मातंग कमी दर्जाचा आहे ही खोटी भावना त्यांच्या हाडामांसाच्या रक्तात विषासारखी भिनली होती. ते खोटे समाधान घेऊनच

रामरावाची भावकी आज शंकरशी भांडायला उठली होती आणि एक मात्र खरे होते, की त्या खोट्या चालीरीतीचा पराभव कुस्तीनेच केला होता.

नदीच्या पात्रातील कुस्तीची कुजबुज हळूहळू कमी झाली. लोक घराकडे, शेताकडे वळू लागले. कामाला जुंपून घेऊ लागले. नदीकाठच्या बाभुळबनात बकऱ्यांचा कळप आला. पाणवठ्यावर कपडे धुण्यासाठी बायकांची गर्दी वाढली. त्यांना उशिरा कळलेली कुस्तीची गोष्ट, त्याही आपापसात बोलू लागल्या. आणि लहान पोरं त्या निर्मळ पाण्यात मनापासून डुबक्या घेऊ लागले.

मध्यान्हाचा सूर्य डोक्यावर उन्हं ओतू लागला. तेव्हा गावातील देशमुखाच्या घराकडून काही माणसं मांगवाड्याकडे गेली. रामरावचे जातभाई काठ्या हातात घेऊन शंकरच्या घरावर चालून गेले. दुपारचे जेवण आटोपून शंकर घरात बसला होता. त्याचा चुलतभाऊ धावतच घरात आला आणि म्हणाला -

"शंकरदादा, तुला देशमुखाचे लोक मारायला आले."

"कुठं आहेत?" शंकरच्या मायनं विचारलं.

आणि तिने दरवाजातून डोकावून पाहिलं. त्यांना पाहताच दरवाजा लावून घेतला. मारामारी नको म्हणून ते घरात बसले आणि बाहेर रामराव देशमुखाचा लहान भाऊ जोरजोराने बोलत होता -

"शंक्या बाहेर ये. आता दाखवतो तुला कुस्ती."

रामरावही रागाने बोलत होता.

"येतो थांब." असं म्हणून शंकर घरातून जोराने बोलत होता.

"सोड मला." असं म्हणून तो बायकोचा हात झिडकारत होता. दरवाजा उघडू पाहत होता. त्याला घरात त्याच्या बायकोनं, मायनं व लहान भावानं घट्ट पकडून ठेवलं होतं. बाहेर कलाट वाद्यातून मधुर स्वर काढणारा त्याचा बाप 'भांडण करू नका' म्हणून देशमुखापुढे हात जोडत होता. एकच गलका सारखा वाढत होता. गावभर या बातमीमुळे लोकांची गर्दी दाटून आली होती. एकच गोंधळ आणि गोंगाट त्या वस्तीत उठला होता. तोच वस्तीतील म्हातारा हरबा पुढे होऊन म्हणाला - "कुस्तीतील हार-जीत हसत खेळत घ्यायची असते. भांडण करून वैराची बी पेरायची नसते." लोकांना पटवून देत फिरत होता. परंतु त्याचे कुणीच ऐकत नव्हते. इतक्यात शंकरच्या घराचे दार उघडले. दरवाजाच्या फळ्या भिंतीवर धाडदिशी आदळल्या. घराजवळच्या बाभळीवर वाळत टाकलेल्या बैलाच्या कातड्यावर बसलेले दोन-चार कावळे भुर्रदिशी उडाले आणि हातातील काठी आदळत शंकर गर्जना करीत बोलला,

"हा आलो बाहेर. काय म्हणणं हाय तुमचं."

“शंकऱ्या, तू मांग असून आमच्या रामरावला का पाडलं कुस्तीत?” रामरावचा भाऊ बोलला.

“अरे बाबा, कुस्तीत कसली आली जात -पात? ती तर मर्दाची पंगत आहे. ती काही लग्नाची पंगत नाही.” म्हातारा हरबा मध्येच बोलला.

“जात-पात सगळीकडे आहे. मोठ्या जातीचे आम्ही. तुम्ही खालच्या जातीचे. आपापल्या परीने वागायचं हे माहीत हाये नं?” देशमुखाचा एक भावकीतला माणूस बोलला.

“कुस्तीत, खेळात जात-पात नसते. ज्याच्यात दम हाय त्यानंच कुस्ती खेळायची आणि पडलं तर असं चिडून भांडण उकरायचं नसते.”

“आम्ही कुस्ती खेळू. परंतु तू का पाडलं? तू खाली पडायला पाहिजे होतं. तू आमच्या खालच्या जातीचा. हे तुला माहीत होतं ना?” देशमुखाचा एक भाऊ बोलला.

“मला सगळं माहीत आहे. सगळ्या गावाला माहीत आहे कुस्तीत जात-पात नसते. कुस्तीतील हार-जीत जर मनमोकळेपणाने स्वीकारता येत नाही तर कुस्ती खेळू नये. कुस्ती खेळण्यापेक्षा आपल्या घरात चऱ्हाटं, दावं वळत बसावं चूपचाप.” शंकर जोराने म्हणाला.

“तू घटकाभर कुस्तीत खाली पडायचं होतं. काय बिघडलं असतं तुझं.” देशमुखाच्या भावकीतला श्रीराम बोलला.

“काय म्हणून पडायचं होतं. कुस्ती पंचाच्या नियमानं खेळलो. सगळा गाव पाहत व्हता. तात्याबा पाटलानं इनाम व नारळ देऊन पाठ थोपटली हे माहीत आहे लोकांना.” शंकर म्हणाला.

तात्याबा पाटील पुढे झाला आणि म्हणाला -

“गडे हो, भांडण करू नका. कुस्ती कुस्ती आहे. तिला जातीपातीनं तोलू नका. आज त्यांन पाडलं तुम्हाला. पुढच्या होळीला तुम्ही पाडा त्याला.”

“पाटील, तुम्ही मध्ये बोलू नका.” रामरावचा भाऊ म्हणाला.

“काय बोलू नका. खरं बोललं तर झोंबते. सहन होत नाही. आम्ही गरीब म्हणून घरावर चालून आले. मागच्या होळीला रामरावला मुसलमानाच्या हजरतनं पाडलं व्हतं. तवा नाही गेले त्याच्या घरावर भांडण घेऊन!” शंकर जोराने युक्तिवाद करीत बोलला.

दोन्ही पार्ट्यांकडील लोकांना गावातील चांगले लोक थोपवून धरत होते. देशमुखाचा राग शांत करीत होते. भांडण होऊ नये म्हणून टाळत होते. परंतु देशमुखाच्या भावकीतले दोन चार गडी जोरावरच होते. रामराव देशमुखाचा लहान

भाऊ म्हणाला -

"मारा याला सोडू नका."

त्याचे ते शब्द ऐकून शंकर चिडला आणि म्हणाला -

"चला, या एक एक अंगावर. खरे बापाचे असाल तर एक एक या. पाहून घेतो तुम्हाला. बायकोचं कुंकू पुसून या अगोदर घरून. मीसुद्धा बायकोचं कुंकू पुसून आलो आहे. तुम्ही मारा मला, नाहीतर मी मारतो. होऊन जाऊ द्या. घरावर चालून आले माझ्या तुम्ही. तुमची दोरी जळली परंतु पीळ नाही गेला अजून. या अंगावर..." असं म्हणून शंकर गर्दीतून बाहेर धावतच गाडरस्त्याच्या मोकळ्या पांदणीतील जागेवर गेला. आणि अंगाभोवती विजेच्या गतीने गरगर काठी फिरवू लागला. हवेत उडवू लागला. काठी खेळण्यात चार खेड्यांत त्याचा कुणी हात धरत नव्हते. अनेक काठी खेळणाऱ्या पोरांचा तो गुरू होता. त्याच्या हातातील फिरणाऱ्या काठीवर नजर ठरत नव्हती. त्याच्या अंगावर दगड मारला तर काठीवर लागत होता. काठीला इतका वेग होता. त्याचे ते रौद्र रूप पाहून त्याच्याकडे कुणीच जायला तयार होईना. आता रामराव व त्याच्या भावकीचा आवाज बंद झाला होता. ते अवाक् झाले. त्याच्या अंगावर जाण्यासाठी कुणीच पावलं उचलत नव्हते. नंतर तात्याबा पाटलानं देशमुखांच्या भावांना घराकडे लोटत नेले. झटपट पावलांनी तेसुद्धा घराच्या रस्त्याने चालू लागले. गर्दी पांगली. भांडण टळलं म्हणून शंकरच्या आई-वडिलांचीही मनं हलकी झाली. तोही आपल्या माणसात आला आणि गप्पा मारू लागला. काही दिवसांनंतर शंकर गाव सोडून निघून गेला. आपल्या सासरवाडीत जाऊन राहू लागला. तो पुन्हा परतून कधीच गावात आला नाही.

गावालगतचे पांदणीशेजारचे त्याचे घर ओस पडले.

●●●

# ८.
# चौथी भिंत

उर्मिला पवार

'समाधान' बिल्डिंमधून पांडुरंग मेढेकर तरातरा बाहेर पडले. त्यांच्या हातात बॅग होती. अंगावर घरातला लेंगा-सदरा होता. चालताना ते मानेला झटके देत होते. ओठातल्या ओठात काहीतरी पुटपुटत होते नि त्यांचा तोलही जात होता. तरीही ते नेटानं पावलं टाकत होते.

ऑफिसला जायच्या तयारीत असलेल्या शेजारच्या मनोहर रणपिसेनं त्यांना पाहिलं आणि तो धावतच बाहेर आला. "नाना, अहो नाना", त्यानं हाक मारली. नाना पुढे चालतच राहिले...

घाईघाईनं जिना उतरून तो खाली आला. तोपर्यंत नाना रस्त्यावर टॅक्सीला हात करत उभे होते.

पटकन् पुढे होत मनोहरनं त्यांना अडवलं, "नाना, कुठे चाललात?"

"मसणात!" नाना उद्वेगाने म्हणाले.

"नाना काय हेऽऽऽ चला आधी घरी चला पाहू."

"घर? घर नव्हे तो तुरुंग आहे! आणि तिथं माणसं राहत नाहीत. पशू राहतात पशू. दुसऱ्याचं रक्त पिणारे...!!" बोलता बोलता नानांचं शरीर संतापानं गद्‌गदलं.

"शांत व्हा नाना, शांत व्हा-" असं म्हणत नानांच्या हातातली बॅग घेत मनोहरनं त्यांना रस्त्याच्या कडेला आणलं आणि मग आस्थेवाईकपणानं म्हणाला, "नाना. मी तुमच्या घरातला नसलो, तरी मला सर्व परिस्थिती माहीत आहे. तुमची ही स्थिती तुम्ही आमच्या केंद्राला दिलेल्या देणगीमुळे झाली आहे ना? तुमचे मुलगे नि सुना भडकलेत तुमच्यावर खरं ना? नाना, मी असं करतो ती सर्व रक्कम तुम्हाला परत द्यायला सांगतो."

"खुळ्यासारखं काहीतरी बोलू नकोस. मनोहर, आण ती बॅग इकडे, मला

जाऊ दे.'' नाना वैतागून म्हणाले.

''पण नाना, कुठे जाणार तुम्ही?''

''वृद्धाश्रमात-''

''वृद्धाश्रमात? कोठे आहे तो?''

''मला माहीत आहे.''

''पण आपलं कुणी गेलंय का कधी तिथे?''

''मी जाईन. मला गेलं पाहिजे.''

''अहो, पण तिथे कसं होईल तुमचं? हे बघा, आपण आधी चौकशी वगैरे करू या.''

''काही नको. जे तिथल्या वृद्धांचं होईल, ते माझं होईल आणि आता दिवस तरी किती राहिले आहेत माझे? जे काय आहेत दोन-चार ते समदु:खितांसोबत सुखानं घालवण्याचा प्रयत्न करायचा.''

मनोहरनं नानांना समजावण्याचा प्रयत्न केला पण त्यांचा निश्चय कायम होता. ते ऐकणार नाहीत हे लक्षात येऊन मनोहरनं एक टॅक्सी थांबवली आणि म्हणाला, ''चला नाना, मी येतो तिथपर्यंत तुम्हाला पोहोचवायला.''

टॅक्सी सुरू झाली. काही न बोलता मागच्या सीटवर डोकं टेकून नाना पडून होते नि त्यांच्या हृदयाला त्यांच्या मुलांचे शब्द विंचवांच्या नांगीप्रमाणे डंख मारत होते... ''समाजसेवेचा तुम्ही आव आणलात! नुसत्या पैशाने कसली समाजसेवा होणार आहे. तुमची लाकडं गेली मसणात!''

पोस्टातल्या नोकरीतून पांडुरंग मेढेकर निवृत झाले आणि त्यांच्या दोन्ही कर्त्यासवरत्या मुलांनी ठरवलं त्यांचा सत्कार करायचा. ''अरे, माझा सत्कार कशाला?'' नाना म्हणाले.

''कशाला म्हणजे, तशी पद्धत आहे. तुम्ही आम्हाला शिकवलं, वाढवलं, मोठं केलं.'' नानांचे दोन्ही मुलगे अभिमानानं म्हणाले.

''शिवाय त्या निमित्तानं आणखी दोन कामं करायची आहेत. आम्ही मित्रमंडळींनी डॉ. बाबासाहेब आंबेडकर सांस्कृतिक केंद्र सुरू केलं आहे. अध्यक्ष, प्रमुख पाहुणे, वक्ते वगैरे जरा बऱ्यापैकी मंडळी बोलवायची आहेत. शिवाय आपल्या इथले तात्यासाहेब चितळे आमदार झाले. त्यांचाही सत्कार करून टाकू. अहो, ही सगळी मोठ्या उद्योगाची माणसं आहेत.''

नानांना पोरांची भाषा काही कळली नाही; पण पोरांसाठी आपण झिजलो, कष्ट उपसले याची त्यांना जाण आहे, याचं नानांना समाधान वाटलं.

खास सत्कारासाठी शिवलेला नवा कोरा लेंगा-सदरा त्यांनी अंगावर घातला.

केसांचा व्यवस्थित भांग पाडला, बोटात सोन्याची अंगठी घातली नि त्या कुरवाळीत, श्रोत्यांना न्याहाळीत, बाजूला मांडलेल्या फुले-आंबेडकरांच्या फोटोंकडे उडती नजर फिरवीत ते व्यासपीठावर येऊन बसले. वक्त्यांची भाषणं सुरू झाली आणि नाना मात्र चपापले.

नानांचं एकूण व्यक्तिमत्त्व तसं चारचौघांसारखंच. किरकोळ शरीरयष्टी, सावळा रंग... बरेचसे पावसाळे झेलून पांढरे झालेले केस... नि चेहऱ्यावरून न पुसता येणारा अगतिक भाव... तरीही प्रत्येक वक्ता त्यांची तोंडफाड स्तुती करत होता. खरं म्हणजे नानांनी आपलं घर आणि आपलं कुटुंब या पलीकडे कधी पाहिलं नव्हतं. सामाजिक बांधीलकी, समाजाचं ऋण वगैरे शब्दांपासून ते दूर होते. पोस्टातली कार्ड, पाकिटं नि सेव्हिंग सर्टिफिकिटं यांच्या आखीव रेखीव जगात ते वावरले होते, तरीही व्यासपीठावरून दानशूर, विद्याव्यासंगी, समाजसेवक अशा नाना विशेषणांनी त्यांच्या व्यक्तिमत्त्वाला नवे पैलू चिकटवले जात होते.

स्वत:विषयी कधीही न ऐकलेल्या शब्दांनी नाना चमकले. भिरभिरणारी त्यांची उडती नजर टाळ्यावर आली. खरंच लोक किती चांगलं बोलतात आपल्याबद्दल. केवढा विश्वास आहे माझ्यावर. शेजारी बसलेल्या या थोर मंडळींचं ठीक आहे. त्यांचं कार्य मोठं आहे. त्यांची सेवा जनताजनार्दनाच्या पायी रुजू आहे. पण माझं काय? मी समाजासाठी काय केलं? कधी कुणाच्या अडीअडचणीला धावलो? प्रेमाचा शब्द दिला? आधार दिला? परत परत ते स्वत:ला पिंजू लागले आणि त्यांना स्वत:चीच शरम वाटली. छे... छे... मी या योग्यतेचा नाही! त्यांचं मन आतल्या आत ओरडू लागलं. बाजूच्या फुले-आंबेडकरांच्या तसबिरीकडे पाहण्याचं आता त्यांना धाडस होईना. कुणाही व्यक्तीच्या नजरेला नजर भिडवेना.

भाषणं रंगात आली होती. समाजसेवेचं महत्त्व प्रत्येक वक्ता हिरीरिनं पटवून देत होता. "समाजसेवा हीच खरी ईश्वरसेवा..." "जो या मार्गाने गेला त्याच्या आयुष्याचं सोनं झालं..." आगरकर, सावरकर, फुले, आंबेडकर... अशी थोर थोर नावं वक्त्यांच्या जिभेवर नाचत होती. नव्यानं सुरू होणाऱ्या सांस्कृतिक केंद्राचे संकल्प पुन्हापुन्हा वाचले जात होते. बालकांसाठी बालवाड्या, महिलांसाठी शिवणवर्ग, अशिक्षितांना साक्षरतावर्ग, गरजूंना सल्ला, निराधारांना आधार अशी सडकून गारपीट होत होती... वक्ते बोलत होते... केंद्राला देणगी जाहीर करत होते... एकशे एक... पाचशे एक... एक हजार एक... लिलावाच्या चढ्या सुरात पुकारा होत होता. श्रोते टाळ्या वाजवत होते. मात्र, कार्यकर्ते नाखूष दिसत होते. जास्त देणगीचे, मोठ्या रकमेचे आवाहन ते पुन्हापुन्हा करत होते.

त्या कल्लोळात नानांचं मन ओरडत होतं. आजवर स्वत:साठी, मुलाबाळांसाठी

खूप केलंस. मुलगे चांगले शिकले. वरच्या पदावर नोकरीला लागले. आता समाजासाठी काही कर. हीच वेळ आहे. काहीतरी करण्याची. सांगण्याची. चल ऊठ. बोल. त्यांचं मन उचंबळू लागलं.

सत्काराला उत्तर देण्यासाठी नाना उठले. कसेबसे शब्द एकवटीत ते म्हणाले, "मंडळी, आजपासून समाजासाठी काहीतरी करावं असं मलाही वाटतं आहे. म्हणून मी आज जाहीर करतो की सेवानिवृत्त होताना मला मिळलेली पन्नास हजार रुपयांची रक्कम मी या सांस्कृतिक केंद्राला दान देतो आहे.''

नानांच्या तोंडून हे वाक्य निघताच श्रोत्यांनी टाळ्यांचा प्रचंड कडकडाट केला. पाच मिनिटं कसदार टाळ्यांनी सभागृह दणाणलं. लोकांचे चेहरे फुलले. कार्यकर्त्यांचे डोळे लकाकले. व्यासपीठावरही मान्यवरांनी नानांकडे आदरानं पाहिलं. पत्रकारांनी मुलाखती घेतल्या. त्या सर्व उत्सवात नाना आपल्या मुलांकडे पाहत होते; पण ते इकडे-तिकडे व्यस्त होते. पुढच्या रांगेत बसलेल्या सुनाही दिसत नव्हत्या.

कार्यक्रम आटोपला नि आजवर कधीच अनुभवला नव्हता तो दानाचा आनंद अनुभवीत कृतार्थ मनाने नाना घरी आले. आपल्या खोलीत न जाता ते हॉलमध्येच सोफ्यावर बसले. आपल्या मुलांची वाट पाहत, मिळालेल्या हारतुऱ्यावरून समाधानानं हात फिरवीत, आतल्या आत खुलत राहिले...

आज आपली चुलती हवी होती सत्कार पाहायला. राहूनराहून त्यांना गावाकडच्या चुलतीची आठवण येत होती. पोरांच्या शिक्षणासाठी, लग्नकार्यासाठी, घर घेण्यासाठी नाना आपली गावाकडची शेतीवाडी, जमीन, जागा आणि अगदी राहतं घरसुद्धा विकू लागले, तेव्हा त्यांना समजावलं. अडवलं. विरोध केला. शेवटी चिडून म्हणाली, "आरं, डबक्यातला बेडूक तू. आपल्याच पिलावळीत ऱ्हानारा... तुला नाती गोती, जातगंगा कायबी दिसनार न्हाय, पर एक गोष्ट ध्यान्यात ठीव, मरताना याच मातीत यावं लागंल तुला हाडं ठेवायला.''

यावर नाना चिडून म्हणाला, "अगं, माझे मुलगे चागंले शिकलेत, सवरलेत. तुझ्या लेकांसारखे अडाणी नाही राहिलेत. ते मला अंतर देणार नाहीतच; पण उद्या तू तुझी हाडं घेऊन आलीस माझ्या दारात तरी तीही ठेवून घेतील.''

चुलतीची आठवण करताकरता बसल्याजागी त्यांचा डोळा लागला. त्यांना जाग आली ती जोरजोरात वाजवणाऱ्या दारावरच्या बेलच्या आवाजानं. त्यांनी वेध घेतला. रात्र बरीच झाली असावी. आतून एकही सून बाहेर येईना... दरवाजा उघडेना... ते उठले. दिव्याचं बटणं दाबून त्यांनी दरवाजा उघडला, तर दोन्ही मुलगे भाल्यासारख्या नजरा रोखून उभे.

"अरे, किती उशीर हा...? कुठे होता एवढा वेळ?" नानांनी सहज विचारलं तसा दारात धरलेला त्यांचा आडवा हात झटकून आत येत धाकटा लेक म्हणाला, "बसलो होतो तुमची दानशूरता निस्तारीत..."

काहीच अर्थबोध न होऊन नानांनी थोरल्याकडे पाहिलं, तर तोही तसाच घुश्श्यात आत येत म्हणाला, "खरंच नाना, तुम्हांला हा उद्योग कुणी सांगितला होता..."

"अरे, पण काय झालं?"

"एवढी मोठी रक्कम वाटेल तशी उधळलीत आणि वर विचारता काय झालं?"

"उधळली? अरे, काय बोलता हे? तुमच्या केंद्राला रक्कम दान केली ना मी?"

"अहो, पण केंद्रासाठी जी काही मदत वगैरे द्यायची ती वर्गणीतून आम्ही दिली होती. आणि त्यासाठीच एवढा मोठा कार्यक्रमही घडवून आणला. बडे बडे देणगीदार बोलावले. का? तर तळागाळातल्यांना वर काढायची खरी जबाबदारी त्यांची म्हणूनच ना?"

"निदान त्या बड्यांनी काय दिलं ते तरी पाहायचं होतं."

"हे पाहा, कुणाची काय जबाबदारी नी कुणी काय दिलं हे पाहण्यापेक्षा मला जे वाटलं, ते मी केलं. आणि त्यामुळे तुमचं काय बिघडलं. तुमच्यासाठी काय करायचं ते मी केलंय."

"अहो, ते तर कर्तव्यच होतं तुमचं. आम्ही नाही करत आमच्या मुलांसाठी. माणसानं आधी आपलं घर बघावं. मग समाज वगैरे... आपलं घर जळलं तर समाज येत नाही विझवायला." नानांचीच पूर्वीची वाक्यं पोरं त्यांच्या तोंडावर फेकत होती.

रात्र बरीच झाली होती. शब्दाला शब्द वाढत होता. आवाज चढत होता. दोन्ही सुना बाहेर येऊन बोलण्याची संधी शोधत कमरेवर हात ठेवून उभ्या होत्या. अधिक तमाशा नको म्हणून नानांनी आपलं बोलणं आवरतं घेतलं नि ते आपल्या खोलीत जाऊन पडले.

त्यानंतर सात-आठ दिवस ते देणगी प्रकरण चांगलच धुमसत राहिलं धुसफूस होत राहिली. सुना घालून पाडून बोलायला लागल्या. नानांची जेवण्याखाण्याची आबाळ होऊ लागली. मुलगे दुर्लक्ष करू लागले. नातवंडांच्या बोलण्यावरही चौकीपहारे बसले. एक प्रकारचे तुटलेपण जाणवायला लागलं, तरीही नाना शांत होते. त्यांना माहीत होतं बाल्य, तारुण्य, प्रौढत्व आणि वृद्धत्व यांतील चवथी अवस्था पार लोळागोळा करते माणसाचा. पण या अवस्थेत आपले मुलगेच

आपल्याला आधार देतील... या विश्वासावरच ते जगत होते. अपमान सोसत होते. पण आज त्या विश्वासाला तडा गेला.

ऑफिसला जाण्यापूर्वी दोघंही मुलं नानांसमोर येऊन उभी राहिली. नि एस.टी.चं तिकीट त्यांच्यासमोर धरत म्हणाले, "नाना, गावाला जाऊन विश्रांती घ्या थोडे दिवस."

"गावाला जाऊ? अरे, काय म्हणताय काय तुम्ही? कोणत्या तोंडाने जाऊ? तिथं काय आहे माझं?"

"का? घर आहे की समाईक... ते तर विकलं नाही अजून..." मुलाचं ते निर्लज्ज बोलणं ऐकून नाना भडकले. बरेच दिवस मनात दाबून ठेवलेला राग उफाळून वर आला. आणि ते एकदम उसळून म्हणाले, "अरे, कशाला ही नाटकं करता, सरळ सरळ सांगा की या घरातली माझी गरज आता संपलेय म्हणून."

"होय होय. संपली आहे. आणि समाजसेवेचा आव आणून तुम्हीच ती संपवलीय." धाकटा वसकन् ओरडला.

"काय, मी आव आणला?"

"नाहीतर काय, नुसत्या पैशाने समाजसेवा होणारय? त्याला अंगमेहनतीची गरज असते?" थोरला दात विचकत म्हणाला.

"अहो, तुमची लाकडं गेली मसणात तुम्हाला काय कळणार समाजसेवाबिवा."

नानांवर शब्दांचे कडाडते आसूड कोसळत होते. त्या शब्दांतील तिरस्कार लाव्हासारखा त्यांना पोळत होता नि त्या धगधगीत अंगारात ते एखाद्या असाहाय्य मुक्या जनावराप्रमाणे तडफडत होते. बापावर सूड उगवल्यासारखे शब्दांचे आसूड ओढून दोघेही बाहेर चालते झाले नि दोन्ही सुना काहीतरी बोलायला दबा धरून बसल्या. नाना तिरीमिरीने उठले. आपले कपडे ओरबाडून त्यांनी बॅगेत भरले आणि तीरासारखे ते चालत राहिले...

शहरातले सर्व रस्ते, चौक मागे टाकून टॅक्सी लांब डोंगराच्या दिशेने, डांबरी रस्त्यावरचे चकाकते मृगजळ तुडवीत, बऱ्याचशा चढ-उतारानं, वळणावळणानं एका टेकडीच्या पायथ्याशी येऊन थांबली. दोघांनी पाहिलं. समोर बंद फाटक, फाटकामागे झाडांच्या गर्दीत शाळेसारखी आडवी बैठी इमारत... तिच्या दर्शनीभागी लांब-रुंद व्हरांडा... व्हरांड्यात उघडणारे खोल्यांचे दरवाजे... एका खांबाला लटकणारी तीन बाय चारची काळी पाटी... पाटीवर 'संध्याछाया' असं काव्यात्म नाव कोरलेलं पण खालच्या 'वृद्धाश्रम' या अक्षरांनी त्यातलं निष्ठुर गद्य स्पष्ट केलेलं...

टॅक्सीतून उतरून दोघे फाटकापाशी आले. फाटकाची कडी काढून ते

ढकलताच ते जोरात कुरकुरलं. व्हरांड्यापलीकडच्या खोल्यांतून वृद्ध थरथरल्या माना कासवासारख्या बाहेर आल्या नि विझलेल्या नजरा उत्सुकतेने लकाकल्या, “हे कोण? भेटायला की भरती व्हायला? की नुसतीच चवकशी?” नजरा नजरांतून प्रश्न तरंगले. तेवढ्यात गुरखा पुढे झाला, “काय पाहिजे.?”

“प्रवेश पाहिजे.”

“चारनंतर भेटा.” गुरख्यानं गुरकावलं.

“अहो, हे बघा, आता एक वाजलाय... आम्ही कुठे...” असं कुरबुरत मनोहरनं त्याच्याशी थोडा संवाद साधला. पाच रुपये हातावर टेकवले नि नानांना घेऊनच तो आत सरकला.

चौकशीच्या खोलीबाहेर नानांना बसवून मनोहर आत गेला. व्यवस्थापकांना नानांची एकंदर परिस्थिती वगैरे सांगून त्याने फॉर्म भरला. पैसे भरले. सह्या वगैरे झाल्या आणि व्यवस्थापकांनी दिलेला खोली नंबर आणि नियमावली घेऊन ते दोघे निघाले.

प्रवेश मिळताच नानांना सुटल्यासारखं झालं. मनोहर सोबत तुरुतुरु चालत ते आपल्या खोलीच्या दाराशी आले. तोच “यावं यावं बहिष्कृत-” असा आतून कोरस आवाज आला आणि दोघेही चपापले.

खोलीतल्या तीन कॉटवर तीन वृद्ध बसले होते नि तिथूनच मिस्कीलपणानं हसत ते नानांचं स्वागत करत होते.

“आँ, अहो, दचकताय काय असे? आम्हीही तुमच्यातलेच, कुटुंबाला नको असलेले... समाजानं टाकलेले... बहिष्कृत-”

एकानं उलगडा केला नि ते तिघे खो-खो हसले.

हे दोघे हसले नाहीत. मुकाट्यानं आत आले. आता भिंतीला लागून चवथी कॉट होती नानांची. त्या चवथ्या कॉटवर ते बसले. मनोहरनं त्यांची बॅग कॉटखाली सरकावली तसे नाना म्हणाले, “मनोहर, जा तू आता.”

“नाना, काही पैसे वगैरे हवे असतील तर...”

“नको रे, आहेत माझ्याजवळ.”

“बरं नाना, तब्येत सांभाळा. मजेत राहा. मी येईन अधूनमधून.”

“मनोहर, तू तरी कशाला येतो बाबा. जा. सुखी रहा आणि हे बघ त्या माझ्या कारट्यांना यातलं काहीही सांगू नको. मला त्यांचं तोंडहीं पाहण्याची इच्छा नाही. आजपासून ते मला नि मी त्यांना मेलो...!” बोलताबोलता नानांना हुंदका आला. डोळे भरून आले. मनोहरची पावलं अडखळली. तसे ते तिघे नानांजवळ येत म्हणाले, “अहो, असं काय करताय लहान मुलांसारखं? असं नाही करायचं.

आता मन घट्ट करायचं. झालं गेलं सारं विसरायचं आणि हे बघा, तुमचा तो संसार उघडा बरं आधी.'' कॉटखालच्या बॅगेकडे बोट दाखवित एकजण म्हणाला, ''आणि त्यातल्या देवांच्या तसबिरी काढून लावा बरं या भिंतीवर.''

''अहो, बघताय काय असे? त्या बघा आमच्या तीन भिंती. प्रत्येक भिंतीवर आमच्या देवांची पाहा कशी स्थापना केलीय आम्ही. आणि आता ही चौथी भिंत तुमची करा पाहू सुशोभित. म्हणजे बघा कसं घरच्यासारखं वाटेल तुम्हाला.'' ते तिघे उत्साहानं बोलत होते आणि हे दोघे एकमेकांकडे पाहत होते.

तेवढ्यात नानांसाठी जेवण आलं, ''चला आधी जेवून घ्या. नि मग लागा कामाला-'' असं म्हणत तिघे परतले.

नाना पाहत होते त्या तिघांच्या भिंतींवर कितीतरी देवांच्या नि बुवांच्या तसबिरी लावल्या होत्या. त्यांना ताजे हार-फुलं-गंध वाहिलं होतं. तसबिरींच्या कानाकोपऱ्यात उदबत्त्या खोचल्या होत्या नि त्याखाली कसल्या संतवचनांनी गर्दी केली होती. चवथी भिंत मात्र कोरी करकरीत! संस्काराची वाट पाहत उभी होती.

''नाना, आधी खा दोन खास. सकाळपासून काही खाल्लं नाही तुम्ही.'' मनोहरनं जेवणाची आठवण दिली.

''नको रे... भूकच नाही. चल जरा आश्रम पाहू.'' नाना उठले. पाठोपाठ मनोहर बाहेर आला.

एकाच आकाराच्या त्या चौरस खोल्या होत्या. प्रत्येकात चार कॉटस् चार भिंतींशी मांडलेल्या... मधोमध एक टेबल... टेबलाभोवती चार खुर्च्या... टेबलावर पुस्तकं, लिहायचे कागद, पेन, कात्री, गोंद वगैरे...

खोल्यांना लागूनच पाठीमागे मोकळा पॅसेज, एका टोकाला स्वयंपाकघर, दुसऱ्या टोकाला स्वच्छतागृह, पॅसेजला लागूनच मोठा हॉल, अर्ध्या हॉलमध्ये जेवणासाठी टेबल-खुर्च्या मांडलेल्या आणि अर्ध्या भागात प्रार्थनास्थळ. कोपऱ्यात मोठा देव्हारा. त्यात देवांच्या लहान-मोठ्या मूर्ती. समोर पूजेचे साहित्य, प्रसाद वगैरे... दुसऱ्या कोपऱ्यात तबला-पेटी, टाळ मृदंग विसावलेले. खाली जमिनीवरच्या जाजमावर अधून-मधून पोथ्या ठेवलेल्या. भिंतीशी सोवळे नेसलेले दोन-तीन वृद्ध जपमाळ ओढत बसलेले... त्यांच्याच बाजूला आणखी दोघेजण अंगाला भस्माचे उभे-आडवे पट्टे देऊन ध्यानस्थ झालेले.

ते सर्व पाहून मनोहर जरा धास्तावून म्हणाला, ''नाना, तुम्हाला इथे काही गोष्टींचा त्रास होईल बहुतेक... कारण ही तुमची जुनी पिढी... जुन्या आचारविचारांना धरून राहणारी... म्हणून जरा सावधगिरीने वागा.''

''अरे बाबा, आत कसली सावधगिरी नि कसलं काय, कुठेतरी निवांतपणे

डोकं टेकायला मिळालं की झालं?''

म्हणून म्हणतो, ''हे बघा मी असं करतो, दोन-चार फोटो आणून देतो देवांचे. ते लावा भिंतीवर आणि शक्यतो जातीपातीचं काही बोलू नका, निदान या वयात तरी नको तोच तो संघर्ष...''

मनोहर बोलत होता नि नाना नुसतंच ऐकत होते. इथल्या वास्तव्याची त्यांनी एकच कल्पना केली होती. वृद्धाश्रम म्हणजे समवयस्क. समदुःखितांचं एक सहजीवन... परस्परांना सहअनुभूतीनं जाणून घेत मुक्त मोकळ्या मनानं अटळ अंताकडे निर्धास्त होत जाणारं....

कसलीतरी आठवण होऊन मनोहरनं खिशातून नियमावली काढली नि एका नियमावर बोट ठेवत म्हणाला, ''नाना, पूजाअर्चा, देवधर्म वगैरेसाठी दरमहा पन्नास रुपये कंपल्सरी आहेत. मघाशी ही रक्कम आपण भरली नाही. ती तुमच्याकडून नंतर घेतीलच.''

नियमावली हातात घेत नाना म्हणाले, ''बरं, मनोहर जा तू. घरी पोहोचायला उशीर होईल तुला.''

''पण ते फोटो...''

''ते बघेन मी. तू जा.''

मनोहरला निरोप देऊन नाना व्हरांड्यात आले. तिथे काही आदिवासींचा जत्था कलकलाट करीत उभा होता. त्यात लहान मुलं, स्त्रिया आणि नानांच्याहून वयस्क असे वृद्धही होते. त्यांच्या हातात मधाची पोळी, बुधले, मेणाचे-लाखेचे तुकडे नी काही जंगली झाडापाला, मुळ्या अशी औषधी वनस्पतीही होती. त्या सर्व वस्तूंच्या भावाची घासाघीस चालली होती. दहा-बारा वर्षांच्या दोन-तीन मुलांकडे बोट दाखवून काही मंडळी जोरजोरात बोलत होती. त्या मुलांच्या काळ्या हडकुळ्या शरीरावर मधमाश्यांनी चावून लालसर डाग उठले होते नि ती मुलं विव्हळत होती. जंगली वस्तू गोळा करताना होणारी आपली दुर्दशा ती मंडळी सांगत होती नि आपल्या कष्टाचं चीज व्हावं, असं ते साहित्य खरेदी करणाऱ्या तिथल्या व्यवस्थापकांना परतपरत विनवत होती.

ते काळेकभिन्न कातकरी... त्यांची वस्त्रहरण झाल्यासारखी उघडीनागडी हडकुळी काया... नांगरल्यासारखे उद्ध्वस्त चेहरे नि थिजलेले डोळे पाहून नानांना कसंकसंच झालं. ते तिथेच उभं राहून त्या माणसांकडे पाहत राहिले.

''अहो, भिडूऽऽऽ, शुक, शुक, काय पाहताय तिकडे? लवकर या, चहा गार होतोय तुमचा.'' नानांचे एक सहकारी हाक मारून सांगत होते. नाना खोलीत परतले तेव्हा ते तिघे नानांच्या कॉटवर बसून त्यांचीच वाट पाहत होते.

"अहो, तो आपल्या लघुउद्योगाचा कच्चा माल आहे. उद्या बघालच इथला लघुउद्योग."

"तूर्तास तुम्हाला मिळालेली नियमावली वाचा. सकाळी नऊ ते बारा ही वेळ मधपॅकिंग, खडू-मेणबत्त्या बनवणे, औषधी कुटणे, बागकाम वगैरेसाठी आहे." तिसऱ्या गृहस्थांनी अधिक माहिती देत म्हटले.

"बरे, ते जाऊ दे आता. आधी तुम्ही तुमचा परिचय वगैरे द्याल की नाही? हो म्हणजे नाव,गाव, व्यवसाय, नातेवाईक, इथं येण्याचं कारण वगैरे, वगैरे... हं बोला, बोला लवकर."

"हे बघा, मूड नाही वगैरे काही चालणार नाही." चहाचा घोट घेतघेत खेळीमेळीचं वातावरण निर्माण करत ते तिघेजण म्हणाले.

त्यांच्या त्या मोकळ्या वृत्तीने नानांनाही बरं वाटलं. हसून ते म्हणाले, "तुम्ही माझ्यापेक्षा सिनिअर आहात बुवा. तेव्हा तुम्हीच प्रथम सांगा स्वत:बद्दल..."

मग, प्रत्येकजण आपापला परिचय देऊ लागला. आपली ओळख देत एक गृहस्थ म्हणाले, "अहो, काय वेगळं सांगायचं? हे पाहा, मी जोशी, हे सावंत, हे रसाळ नी तुम्ही... मेढेकर. हा. तर आपली ही नावं वेगवेगळी असतील; व्यवसाय, कौटुंबिक पार्श्वभूमी वेगवेगळी असेल पण आपली ओळख एकच आहे ती म्हणजे 'म्हातारे'."

"आपलं दु:खही सारखंच आहे, ते म्हणजे आपल्या माणसांना आपण नको आहोत." रसाळ म्हणाले.

"का नको आहोत त्याचं कारणही थोडंफार सारखंच आहे. ते म्हणजे पैसा." चष्मा सावरत सावंत म्हणाले.

"एकदम बरोबर. मी माझ्या मिळकतीत मुलींना वाटा दिला. म्हणून माझ्या मुलग्यांना माझं म्हातारपण नकोसं झालं." रसाळांनी आपली व्यथा व्यक्त केली.

"मला एकच मुलगी आहे आणि माझी बायको तिच्याकडे असते. म्हणजे काय, राबते. त्यामुळे मुलीचे पैसे वाचतात. मी राबत नाही म्हणजे काय, असा न तसा पैशाचाच प्रश्न आहे की नाही?" जोशी नानांकडे पाहत म्हणाले.

नानांना उगाचंच चोरल्यासारखं झालं. त्यांना वाटलं आपण आपली एवढी मोठी रक्कम समाजाला दान केली हे यांना पटेल का? की पैशाचं कारण पुढे ओढत आपण काही कल्पित सांगतो असं वाटेल?

"काय हो मेढेकर, तुमचं काय?"

"अं, हो... हो माझं ही असंच आहे. पैशामुळेच बिनसलं."

"बघा, म्हणजे परिस्थितीनं आपण एकाच पातळीवर उभे आहोत. म्हणूनच

आता आपलं लक्ष एकच. आपलं मन खंबीर ठेवायचं, झालं गेलं विसरायचं नि गुण्यागोविंदानं नांदायचं.''

''अगदी माहेरी आल्यासारखं.'' कुणीतरी म्हणालं नि सगळे मनापासून हसले. मग एकदम तिघे उठले. ''बरं मेढेकर, आता आम्ही जरा पाय मोकळे करून येतो... तोपर्यंत तुमचं बिऱ्हाड लावून ठेवा.'' त्यांच्या कोऱ्या भिंतीकडे पाहत जोशी म्हणाले आणि मग ते तिघेही बाहेर निघून गेले.

नानांनी बॅग उघडली. त्यातले चुरगाळलेले कपडे काढून ते नीट घडी करून ठेवू लागले, तेवढ्यात दारातून वाकून पाहणाऱ्या आदिवासींच्या दोन-तीन मुलांकडे त्यांचं लक्ष गेलं नि ते म्हणाले, ''अरे या या, आत या. नावं काय रे तुमची? कुठून आलात?'' त्या अनपेक्षित प्रश्नांनी दारातली ती पोरं दचकली. एकदम मागे सरली. एकजण धीटपणे पुढे झाला. अडखळत बोट दाखवीत म्हणाला, ''थ्यो डोंगर हाय... त्याच्या मागं. थ्या तिकडं. मी दिंड्या.'' आणखी काय बोलावं ते न समजून ते पोरगं नुसतंच हसत उभं राहिलं.

''वाऽऽवा हुशार आहेस. शाळेत जातोस का?'' त्यानं नकारार्थी मान हलवली.

''हं, हे घे खाऊला पैसे.'' असं म्हणून नानांनी त्याच्या हातावर आठ आणे टेकवले नि त्याच्या पाठीवर थोपटलं.

तेवढ्यात ''ए, काय आहे तुमचं इथे? पळा पाहू तिकडे.'' असं कुणीतरी हटकलं नि ती पोरं सशासारख्या उड्या मारीत पळून गेली. नानांना आपल्या नातवंडांची आठवण झाली आणि मग काहीशा खिन्न अंत:करणाने ते आपल्या कॉटवर पडून राहिले.

त्यांचे सहकारी बाहेरून फिरून आले. आल्याआल्या त्यांची नजर भिंतीकडे गेली. मग कॉटवर झोपलेल्या नानांकडे पाहत जोशी म्हणाले, ''काय मेढेकर, तब्येत बरी नाही की काय? अं झोपले वाटतं.''

''मेढेकर, उठा. प्रार्थनेची वेळ झाली. चला.'' सावंतांनी पुढे होऊन त्यांना हलवलं.

''जा तुम्ही. मी पडतो जरा.'' नाना म्हणाले नी तसेच पडून राहिले. तिघे एकमेकांकडे पाहत बाहेर गेले. कुजबुजले.

''प्रार्थनेला येत नाही म्हणतो म्हणजे हा कोण?''

''कळेल हो, जातोय कुठे?''

प्रार्थना संपवून ते परतले तेव्हाही नाना झोपले होते. तिघे पुढे झाले. त्यांनी नानांच्या अंगाला हात लावून पाहिला, तर खरोखरच त्यांचं अंग तापलं होतं.

एकजण पटकन् बाहेर गेला नि व्यवस्थापकांकडून कसलासा काढा घेऊन

आला. नानांना काढा पाजून कॉटवर नीट झोपवलं.

थोड्या वेळानं दूध आलं. आश्रमात रात्रीचं जेवण नव्हतं. तिघांनी बळजबरीनंच नानांना दूध घ्यायला लावलं. म्हणाले, "अहो, सकाळपासून अन्नाचा कण नाही तुमच्या पोटात." त्यांचं ते सहकार्य पाहून नानांना बरं वाटलं.

पहाटे नानांना जाग आली, तेव्हा त्यांचे सहकारी उठून दात वगैरे घासत होते. "काय मेढेकर, कसं वाटतंय आता? ताप आहे?" नानांनी हसून नाही म्हटलं नि ते तोंड धुवायला बाहेर गेले. मागच्या बाजूला बऱ्याच जणांची स्नानसंध्या चालली होती. बरेचसे वृद्ध सोवळं नेसून आपापलं सोवळेपण जपत होते. काही जण तोल सांभाळत इकडूनतिकडे वावरत होते.

नानांना त्या बाजूला फिरकायची भीतीच वाटली. ते परत येऊन कॉटवर बसले. त्यांच्या पाठोपाठ जाऊन तोंड साफ करून आलेले जोशी जर खोदून विचारू लागले, "काय हो मेढेकर, तुमचं गाव मेढ म्हणून तुम्ही मेढेकर असच ना, मग काय हो गावातल्या सर्वच जातीधर्मातल्या लोकांचं नाव मेढेकर की फक्त तुम्हीच.."

"हो, मेढ्यातल्या सर्वांचच आडनाव मेढेकर." नानांच्या या उत्तरानं जोशींचा चेहरा जरा पडला तरीही अर्थपूर्ण नजरेने ते आपल्या दोन सहकाऱ्यांकडे पाहू लागले. तशी सावंत दाढी करताकरता आरशातून मेढेकरांकडे पाहत म्हणाले, "पण कोणकोणत्या जातीधर्माचे किती किती लोक आहेत मेढ्यात? म्हणजे तुमच्यातले किती?"

"मी लहानपणीच गाव सोडलाय त्यामुळे मला ते काहीच सांगता येणार नाही." नानांच्या या उत्तरानं सावंतांचा फ्यूज उडाला.

मग रसाळ सरसावून म्हणाले, "मेढेकर, तुम्ही भिंतीवर अजून काही लावलं नाही. तुमच्याजवळ नसेल तर देऊ का माझ्याजवळचे एकदोन फोटो?"

"अहो, ती त्यांची भिंत आहे. तुम्ही त्यांच्या भिंतीवर कशाला अतिक्रमण करताय?" असं विचारत जोशी नानांची प्रतिक्रिया पाहू लागले.

"मी जरा येतो अंघोळ करून" असं म्हणत नाना उठले नि बाहेर गेले. पाहिलंत कसा टाळतोय अशा अर्थानं तिघांनी एकमेकांकडे पाहिलं.

बाथरूममधली वर्दळ आता बरीच कमी झाली होती. नानांनी अंघोळ केली. स्वत:चे कपडे धुतले नि पिळे खांद्यावर टाकून ते परतले, तेव्हा ते तिघे आपापसांत काहीतरी बोलत होते. नानांना पाहून त्यांनी ते बोलणं थांबवलं नि एकदम म्हणाले, "झाली वाटतं अंघोळ? चला आता आम्ही जाऊन येतो. आणि मेढेकर, कपडे बाथरूममध्येच ठेवायचे. ते धुवायला माणसं आहेत इथं."

ते तिघे अंघोळीहून परतले, तेव्हा सावंत नि रसाळ दोघेजण तांबडं पिवळं सोवळं नेसले होते नि जोशी आपलं जानवं फिरवीत तोंडातल्या तोंडात स्तोत्र पुटपुटत होते. तिघांनी आपापल्या भिंतीकडे पाहून पूजाविधी आटोपला. कपडे बदलत जोशी म्हणाले, ''इथे आल्यावर एक गोष्ट मात्र मनासारखी करता आली ते म्हणजे पूजाअर्चा. काय मेढेकर, तुमचं काय? मन:शांती वगैरे... आणि तो ग्रंथ कसला वाचताय?''

तिघेजण नानांच्या पुस्तकात डोकावले. पुस्तक बाजूला ठेवून नाना म्हणाले, ''चला लघुउद्योगाची बेल झाली.''

''पण तो ग्रंथ...'' तिघांची उत्सुकता ताणली. नानांनी पुस्तक त्यांच्यासमोर धरलं. ''युवर गाईड टू हेल्थ, वा वा... वाचलं पाहिजे. चला.'' घाईघाईने न्याहरी उरकून ते व्हरांड्यात आले.

व्हरांड्यात आदल्या दिवशी येऊन पडलेल्या मधाचं पॅकिंग सुरू होतं. मध मापून बाटल्या भरणं, लेबलं चिकटवणं, याद्या करणं, शिक्के मारणं वगैरे काम वृद्ध मंडळी थरथरत्या कापऱ्या हातानं करीत होती.

नानांना ते काम आवडलं. सहकाऱ्यांसह ते पुढे झाले. त्यांना पाहून ''काल आले ते हेच ना?'' अशा अर्थाने सर्वांनी हसून त्यांचं स्वागत केलं. तेवढ्यात याद्या करणारे एक स्थूलसे गृहस्थ आपल्या जाड भिंगाच्या चष्म्यातून त्यांच्याकडे पाहत म्हणाले, ''तुम्ही कोण?''

''मी मेढेकर.''

''मेढेकर म्हणजे कोण?'' या प्रश्नावर नाना गप्प बसले. विचारणारे गृहस्थ त्यांच्या भिडूंकडे पाहू लागले. त्यांनी खांदे उडवले नि आपापसात कुजबुजले. ''बहुतेक हा अस्पृश्यच दिसतोय....''

''कशावरून?'' तेवढ्यात कोणीतरी ओरडलं.

''अहो, ती लेबलं कशाला चिकटवताय?''

दुपारी जेवणाच्या हॉलमध्ये परत सर्वजण एकत्र दिसले. त्यात बरेचसे पुरुष होते; दोनतीनच स्त्रिया होत्या. काही थोडे वृद्ध अगदीच थकलेले... वाकलेले... दुसऱ्याच्या आधारानं वावरताना दिसत होते. मात्र, सर्वांचेच डोळे पैलतीरी लागले होते.

जेवताजेवता सावंत नानांना म्हणाले, ''मेढेकर, तुम्हाला माझ्या एका मित्राची गोष्ट सांगतो. अहो तो 'नास्तिक' होता. त्याला मी एकदा सांगितलं, बाबा रे, ही नास्तिकता बरी नाही. हिची खूप किंमत मोजावी लागेल तुला. माणसाने कोणत्याही गोष्टीची आधी प्रचिती घ्यावी नि मग त्या गोष्टीबद्दल आपलं मत ठरवावं. मी त्याला सांगितलं. समोर देवाचा फोटो घेऊन एकाग्रचित्तानं थोडावेळ तरी बस. बघ, काही

दिवसांनी तुला कशाची ना कशाची प्रचिती येईल. आता नसला तरी उद्या म्हातारपणी तुला तिचा आधार वाटेल.''

"मग पुढे काय झालं?'' रसाळांनी उत्सुकतेनं विचारलं.

"मग काय, तो तसा बसला नि आता तो कट्टर देवभक्त झालाय.''

"अहो, पण हे तुम्ही मेढेकरांना का सांगताय?'' जोशी म्हणाले.

"नाही म्हणजे त्यांनीही हे करून पाहावं.''

"पण मेढेकर कुठे आहेत नास्तिक, काय मेढेकर?''

"हे पाहा मित्रांनो, मी नास्तिक आहे की आस्तिक हे मला माहीत नाही. मला फक्त एवढच माहीत आहे की परिस्थितीनं मृत्यूच्या दारात उलटा टांगलेला मी एक वृद्ध आहे. असाहाय्य... निराधार...'' बोलताबोलता ते एकदम अस्वस्थ झाले होते. त्यांना माहीत होतं की ते कोण? त्यांची जात काय? हे जाणून घेण्याची उत्सुकता सर्वांना लागली होती. आडूनआडून प्रश्न विचारले जात होते आणि आपण कोण हे कळल्यावर होणारी सहकाऱ्यांची प्रतिक्रियाही ते जाणून होते. त्या एकंदर परिस्थितीचा विचित्र ताण ते मनावर सतत वागवत होते. आगीतून उठून फोफाट्यात अशी काहीशी त्यांची स्थिती झाली होती.

बऱ्याच वेळाने त्यांचे सहकारी आत आले. आल्या आल्या एकजण म्हणाले, "मेढेकर, इथला कारभारी जिन्नस आणायला शहरात जातोय. तुम्हाला काही आणायचंय? म्हणजे फोटो वगैरे...''

नानांनी पडल्यापडल्या आपल्या भिंतीकडे पाहिलं आणि नकारार्थी मान हलवली. त्या तिघांनी नुसत्याच भुवया उंचावल्या. तेवढ्यात काही पेपर्स घेऊन व्यवस्थापक तिथे आले. म्हणाले, "मेढेकर, काल तुम्ही देवपूजेचे पन्नास रूपये दिले नाहीत. तेवढे देऊन टाका.'' नाना उठून बसले नी शांतपणे म्हणाले, "मला वाटतं ही रक्कम ऐच्छिक असायला हवी होती.''

"अहो, ही रक्कम कंपल्सरी असावी असा संस्थेचा नियम आहे.''

"असेल. पण काही नियम सर्वांचा विचार करून करायला हवेत. नाही का?''

"मेढेकर, तुम्ही हा नियम नीट वाचलेला दिसत नाही. या रकमेतून उरलेली रक्कम मंदिरमठांना दान देण्यात येणार आहे. त्या दानाला तरी कुणाचा विरोध असण्याचं कारण नाही.''

"अहो, हा संपूर्ण नियमच ऐच्छिक असावा असं म्हणतोय मी.''

"ठीक आहे, मला हे संस्थापकांच्या कानावर घालावं लागेल आणि आणखी काही नियमही सर्वांना लक्षात घेऊनच करावे लागतील....'' असं म्हणून व्यवस्थापक रागाने निघून गेले. थोड्या वेळाने चहा आला. न बोलताच सर्वांनी चहा घेतला नि

ते तिघे कपडे करून फिरायला बाहेर पडले.

सहकाऱ्यांचं ते मौन नानांना खटकलं. खोलीत एकटं पडून राहणंही नको वाटलं. त्यांनी कपडे चढवले नि तेही निघाले. ते व्हरांड्यात आले, तेव्हा त्यांनी पाहिलं, चौकशीच्या खोलीतून त्यांचे सहकारी बाहेर पडत होते. त्या तिघांचं नानांकडे लक्ष गेलं, तरीही पाहिलं न पाहिल्यासारखं करून ते चालत राहिले.

फाटकातून नाना बाहेर पडले. बाहेरचा मुक्त मोकळा वारा अंगावर येताच त्यांना बरं वाटलं. समोरच्या उघड्या पाटावर आश्रमातील वृद्ध मंडळी ठिकठिकाणी गप्पागोष्टी करीत बसली होती. टेकडीच्या दुसऱ्या टोकाला काही आदिवासी मुलं गुरांच्या मागून इकडे-तिकडे पळत हाती. त्या दिशेला जाणाऱ्या पाऊलवाटेनं नाना चालत राहिले.

ते परतले तेव्हा हॉलमधून प्रार्थनेचे सूर ऐकू येत होते. हात-पाय धुऊन ते आत आले नि आपल्या कॉटवर बसून समोरच्या तीन भिंतींकडे पाहत राहिले. त्या भिंतींवरील देवांच्या तसबिरी पाहतापाहता त्यांना धर्मांतर आठवू लागलं. धर्मांतरानंतर घेतलेल्या बावीस प्रतिज्ञा आठवल्या आणि सारखी जाणवत राहिली ती पाठीमागची कोरी भिंत!

प्रार्थना संपवून ते तिघे परतले. आपल्या कॉटकडे गेले. त्यांची नजरानजर होईल, आपण हसू, काहीतरी बोलू म्हणून नाना आळीपाळीनं त्यांच्याकडे पाहत होते; पण काहीही न बोलता ते तिघे तोंडातल्या तोंडात स्तोत्र वगैरे पुटपुटत राहिले. त्यानंतर दूध आलं ते पिऊन ते ध्यानस्थ बसले आणि नानांनी पुस्तक हातात घेतलं.

सकाळी ते उठले तेव्हा त्यांचे दोन भिडू अंघोळ करून आले होते. रसाळ दाढी करत होते. टॉवेल कपडे घेऊन नाना अंघोळीला निघाले. तेवढ्यात घाईघाईने बाहेर जात जोशी म्हणाले, "मेढेकर, थांबा एक मिनिट, मघाशी मी बाथरूममध्ये माझं यज्ञोपवीत धुऊन ठेवलंय. तेवढं घेऊन येतो."

त्यांच्या पाठोपाठ बाहेर पडत रसाळ म्हणाले, "मी आधी माझी अंघोळ उरकतो. मग तुम्ही जा."

आणखी असंच कुणी हटकायला नको म्हणून नाना मुद्दामच सर्वांच्या शेवटी अंघोळीला निघाले. कुणीतरी तेवढ्यात म्हणालं, "मेढेकर, बाथरूममध्ये ओले कपडे ठेवू नका." नानांना हसू आलं. अंघोळ करून ते व्हरांड्यात आले. त्यांना पाहून एकदोघांत नेत्रपल्लवी झाली तेवढीच.

दुपारी जेवणासाठी नाना हॉलमध्ये गेले. त्यांनी पाहिलं, त्यांचे सहकारी आतल्या बाजूला बसले होते. नानांना पाहून त्यांनी हसल्यासारखं केलं नि मग एकदम दुर्लक्ष करून ते आपापसात बोलत राहिले. दाराजवळच्या टेबलाशी बसून

नाना जेवू लागले. तेवढ्यात मागच्या टेबलावरून संवाद ऐकू आला, "हो हो, हे बरोबर आहे. आपणही असंच वागलं पाहिजे. त्यांची जागा त्यांना दाखवलीच पाहिजे. प्रत्येक ठिकाणी नकारघंटा वाजवतात म्हणजे काय? खरं म्हणजे हा आपला अपमान आहे."

"पण मी म्हणतो असं असताना व्यवस्थापकांनी प्रवेश दिलाच कसा?"

"अहो, हा आश्रम सर्वांसाठी खुला आहे म्हणून."

"पण तसं कुठं लिहिलंय?"

"अहो, तो ऐकतोय."

"ऐकू दे. आम्हाला वाटतं ते आम्ही बोलणारच."

"तर काय, प्रत्येक ठिकाणी यांचा वरचढपणा सोसला आम्ही."

"जाऊ द्या हो, इथे तो वाद हवा कशाला?" कुणाचा तरी समजूतदार आवाज.

पाठोपाठ "मेल्यांनो, आयुष्यभर विटाळ सोसला. तो इथेही आहेच का?" एका वृद्धेची तक्रार.

"अहो, कसला संपतोय, जिथे तिथे मेला भ्रष्टाचार..." दुसऱ्याची पुष्टी.

नानांना कळून चुकलं. 'कुटुंबाने आपल्यावर बहिष्कार टाकला आहे. इथेही आपण बहिष्कृतच. ह्या परिस्थितीला टक्कर देत जगणं कठीण आहे. काहीतरी मार्ग काढला पाहिजे. इथून बाहेर पडलं पाहिजे. पण जायचं कुठे?' या प्रश्नाने मात्र ते भांबावून गेले... अस्वस्थ झाले... त्यांच्या मनाचा कोंडमारा होऊ लागला.

चार-पाच दिवस असेच दबलेल्या एकाकी उद्‌विग्न अवस्थेत गेले नि एक दिवस भर दुपारी फाटकाचा लोखंडी दरवाजा वाजला नि पाठोपाठ दमदार आवाज घणघणला, "ए पांडुरंग, पांडुरंग मेढेकर कुठं हाय रं...आँ, कंच्या खोलीत हाय?" त्या आवाजासरशी खोल्या खोल्यांमधून डोकी डोकावली. एक सत्तर-ऐंशी वर्षांची वेताच्या काठीसारखी सणसणीत बांध्याची गावंढळ म्हातारी अंगणात उभी होती. शेंदरी रंगाचं टोपपदरी दुटांगी लुगडं, डोईवर पदर, काखेत बोचकं नि हातात काठी. हातातोंडावरील सुरकुतलेल्या हिरव्यागार गोंदणातून विरळणाऱ्या घामाच्या धारा पदरानं पुसत भिरभिरत्या बारीक नजरेनं इकडे तिकडे पाहत होती.

तो आवाज नानांनी ऐकला आणि त्यांना धक्काच बसला. अरे, हा आपल्या चुलतीचा आवाज. 'ही इकडे कशी?' घाईघाईने ते बाहेर आले.

पांडुनानांना पाहून म्हातारीच्या वात्सल्याचा बांधच फुटला. "अरं माज्या लेकरा...." करत तिने एकदम हंबरडा फोडला. काय झालं हे बघायला सगळे व्हरांड्यात आले.

नानांच्या पाठीवरून हात फिरवून रडत म्हातारी मोठमोठ्याने बोलत होती,

"आरं, त्यो मनुहर आला व्हता. त्यानं सांगितलं की तुज्या पोरांनी तुला घालवून दिलं. ते आयकलं आन माजं काळीजच फाटलंच रे लेकरा..." मग एकदम रागावून ती म्हणाली, "आन् तिकडंन निगाल्यावर तुला माजी आटवन झाली नाय व्हयं रं? आरं, तू तुजी जमीन, जागा, हिस्सा, वाटा इकलास पर नातं न्हाई ना इकलस? आँ, अरं गावाकडं तुजं भाव हाय, भावजया हायती आन मी चुलती नव्हं आय हाय तुजी... मंग तू घरला का न्हाय आलास? सांग? बोल की..."

म्हातारी ताडताड बोलत होती... गहिवरून भांडत होती... तिला अडवत नानांनी खोलीत नेलं. म्हातारी विचारू लागली, "आरं पांडुरंग, मी आयकलं तू पन्नास हजार रुपयं समाजाला दान केलंस. मोटा समाजसेवक झालास. आरं मंग हितं कसली समाजसेवा करतुस बाबा? माजं आयक, गावाकडं चल. तितं तुला समाजासाठी काय करायचं ते कर..." बोलताबोलता तिनं कमरेची चंची सोडली नि तिच्यात जपून ठेवलेलं एक निळ्या रंगाचं पत्रक काढून नानांच्या हातात देत म्हणाली, "हे बग, आपल्या गावात बालवाडी सुरु व्हनार हाय. मोटा कार्यकरम हाय. त्याचा अध्यक्ष म्हणून तुजं नावं टाकून आनलय बग."

नानांनी पत्रक हातात घेतलं. बालवाडीच्या उद्घाटनाचं ते निमंत्रण होतं. त्यावर डाव्या बाजूला महात्मा फुले, उजव्या बाजूला बाबासाहेब आंबेडकर नि मध्यभागी भगवान गौतम बुद्ध अशा तिघांच्या प्रतिमा छापल्या होत्या. खाली मजकूर होता...

नानांना ते पत्रक पाहताना त्यांचा सत्कार आठवत होता. फुले-आंबेडकरांचे नाव घेणारे वक्ते आठवत होते... ती भाषणं... त्या टाळ्या....

"आरं, बगतुस काय असा? हे बग, तू एकबी पैका देऊ नगस. फकस्त पोरान्ला तुजी बुदी दे. त्यानला शिकीव, ग्यान दे. चल." असं म्हणून तिने कॉटखालची नानांची बॅग फर्रकन् मागे ओढली.

म्हातारीचं ते नाट्यपूर्ण आगमन, उंच आवाजातलं बोलणं, मोकळं - ढाकळं वागणं पाहत आश्रमातील सर्व मंडळी आजूबाजूला अवाक् होऊन उभी होती आणि नाना... एका अशिक्षित अडाणी बाईचं थोर अंत:करण पाहून सद्गदित झाले होते. अरे रे... जिला उभ्या आयुष्यात एका शब्दानं विचारलं नाही, चार पैसे दिले नाहीत, आपल्या कल्याणाचंच ती सांगत असताना तिला उर्मटपणानं टाकून बोललो, तीच आपली चुलती, कफल्लक झालो असतानाही आभाळाचं मन घेऊन भेटायला आली.

"काकी, खरंच तू धन्य आहेस." नाना गहिवरून उद्गारले आणि तिच्या पावलांवर वाकून म्हणाले, "काकी, मला तुझी योग्यता कळली नव्हती. मला क्षमा

कर. मी चुकलो होतो, गोंधळलो होतो पण आज मला मार्ग दिसला. मला प्रकाश दिसला. मी त्या दिशेने जाणार आहे. पण काकी, मला क्षमा करा. मी आपल्या घरी... गावी येऊ शकत नाही. कारण तो अधिकार मी केव्हाच गमावला आहे.''

मग जमलेल्या सर्वांना हात जोडून नाना म्हणाले, ''मंडळी, मी एक अनाथ वृद्ध, आधारासाठी इथे आलो पण इथे आल्यावर मला कळलं, माझा मार्ग चुकला. मंडळी मला क्षमा करा, माझ्यामुळे तुम्हाला त्रास झाला.''

आपल्या तीन सहकाऱ्यांकडे जात ते पुढे म्हणाले, ''मित्रांनो, तुम्ही मला एक प्रयोग करायला सांगितला होता. आठवतो? देवाचा फोटो समोर ठेवून बसायचं आणि.... तो प्रयोग मी केला आणि मला काय जाणवलं सांगू? मला जाणवलं माझं हे शरीर... माझी ही दृष्टी जी मी फोटोवर खिळवून बसत होतो, ती दृष्टी अजूनही चांगली आहे. मला जाणवली माझी श्रवणशक्ती, जी उत्तम आहे. मला दूरचं छान ऐकू येतंय... आणि हातापायांच्या धमन्यातून वाहणाऱ्या रक्तानं मला जाणीव दिली की अजूनही हे हातपाय धड आहेत. कार्यक्षम आहेत.''

''मंडळी, मी तुमचा फार फार आभारी आहे. माझं शरीर थकलेलं नाही, ते काहीतरी कार्य करू शकतं ही जाणीव मला तुमच्यामुळे झाली, म्हणूनच मी आजपासून ठरवलंय की आपल्या शरीराचा उपयोग मरेपर्यंत दुसऱ्यासाठी करायचा. बस्स.''

क्षणभर थांबून मग आपल्या भिंतीकडे पाहत नाना म्हणाले, ''मित्रांनो, इथे आल्यापासून जी महत्त्वाची गोष्ट करण्याविषयी तुम्ही मला वारंवार सुचवत होता, ती अतिशय महत्त्वाची गोष्ट मी आज करणार आहे. ज्यांच्या प्रेरणेने मी हे सेवेचं व्रत घेतो आहे, त्या माझ्या आदर्शांची मी माझ्या या चवथ्या भिंतीवर स्थापना करतो आहे.'' असं म्हणून पुढे होत त्यांनी हातातलं बुद्ध, फुले, आंबेडकरांच्या प्रतिमांचं ते निळं पत्रक त्या कोऱ्या भिंतीवर चिकटवलं. आणि मग चुलतीच्या हातातील बॅग घेऊन तिच्यासह ते झपाट्यानं बाहेर पडले.

●●●

# १०.

# विमुक्त

## दादासाहेब मोरे

रायबागच्या ओसाड माळावर पारधी जमातीची सहा पालं उतरली होती. गावापासून दोन-अडीच मैलांवर हा माळ होता. प्रत्येक पालासमोर एखादी गाय अणि तीन-चार कुत्री बांधलेली. त्या सहा पालांतील बायका-मुलांची भीक मागण्यासाठी जाण्याकरिता धांदल उडाली होती. तान्हे मूल झोळीत घालून, ती झोळी पाठीवर बांधलेली. एका हातात जरमनचे फुटके ताट आणि दुसऱ्या हातात कुत्र्यांना हुसकाविण्यासाठी फोक घेऊन, तेथील बायका पालांबाहेर पडत होत्या. दिवस बराच वर आल्याने, एकमेकींच्या पुढे जाण्यासाठी त्यांच्यात चढाओढ लागली होती. त्या पालांतील मुले, मुलींपण ताटल्या, भगुली घेऊन भाकरीचे तुकडे मिळविण्यासाठी पळत होत्या. पारवे, होले, चितूर यांसारख्या पक्ष्यांची आणि ससे, घोरपडी यांसारख्या प्राण्यांची शिकार करण्यासाठी रानात जाण्यासाठी तेथील पुरुष आणि तरुण तयारी करीत होते. त्या पालांत आणि त्यांच्या जमातीतच सावकार म्हणून ओळखला जाणारा गुलब्या काळे, पालाच्या मेंढी बांधलेल्या शिकारी कुत्र्यांना सोडत, पालांतील चार बायकांवर डाफरत होता. त्यांपैकी दोन बायका लग्नाच्या होत्या. तर दोन पैसे कर्जाऊ दिल्याने त्याच्या बदल्यात गहाण म्हणून ठेवलेल्या होत्या. गुलब्याच्या डाफरण्याने, त्या बायका भीक मागायला जाण्यासाठी गडबडीने तयारी करत होत्या.

गुलब्या लच्छीकडे वळून बघत, रागाने म्हणाला, "लच्छे... आज रिकाम्या हातानं... ताट हालवत माघारी आलीच तर... मरूस्तवर मार खाचील... त्वा मिळवून आणावं म्हणून म्या पैकं मोजल्याती... तुला सांबाळण्यासाठी न्हाय..."

लच्छी तडफडत पालातून बाहेर पडली. हातात जरमनचं फुटकं ताट घेतलं. एक फोक घेतली आणि रायबागकडे निघाली. रडून रडून तिचे डोळे लालबुंद झाले होते. तोंड धोदरले होते. जोडलेलं लुगडं तिच्या शरीराला अपुरं पडत होतं.

फाटक्या पदरातून, तिच्या डोक्यावरील विस्कटलेले केस वाऱ्याबरोबर उडत होते. फाटक्यातुटक्या चोळीतून तिचे अंग दिसत होते. काळी कुळकुळीत आणि जाडजूड लच्छी सुकलेल्या झाडासारखी निस्तेज झाली होती. ती आपल्याच विचारातच मग्न होऊन चालत होती.

लच्छी गावात आली. परंतु भीक मागण्यावर तिचे लक्ष नव्हते. तिला एकसारखी गमत्याची आठवण येत होती. पोटात दुखत असल्यामुळे तडफडणारा गमत्या तिच्या नजरेसमोर तरळत होता. "आयेऽ... आमाला सुडून जावू नगुस..." म्हणून हंबरडा फोडणारा शिवऱ्या तिचं मातृत्व व्याकूळ करीत होता. त्यामुळे भीक मागावी असे वाटत नव्हते. ती आपल्याच विचारांच्या तंद्रीत एखाद्यान घरासमोर उभी राहत होती. आपण भीक मागण्यासाठी आलो आहोत. गुलब्याने आपणाला धमकी दिली होती. याची जाणीव झाली की, "माय... भाकरीचा तुकडा वाड.... " म्हणत होती. नाही आठवण झाली तर, त्या घरातील लोकांनी हाकलून देईपर्यंत दारातच थांबत होती.

लच्छीच्या अशा तऱ्हेवाईकपणामुळे लहान मुलं ती वेडी आहे असे समजून तिला दगडं मारत होती. मुलांनी दगड मारले, की ती आणखीन भांबावून जात होती. दगड चुकविण्याच्या नादातच, कोणी वाढलेला भाकरीचा एखाद-दुसरा तुकडाही ताटातून पडत होता. ती आपल्याच विचारांच्या वावटळीत भरकटत दारोदार फिरत होती. हे काय आपल्या वाट्याला आले? आपला मातृत्वाचा गळा कोणी घोटला? ज्याच्यासाठी आपण ही अवहेलना, दुःख पदरात बांधून घेतले, त्याची अवस्था काय आहे कोणास ठाऊक? धमन्या कोणत्या स्थितीला तोंड देत असेल? मरणाच्या दारात उभ्या असलेल्या आपल्या लेकराला सोडून आपण आलोच नसतो तर...? ती विचारांच्या चक्रात गुरफटत चालली. तसे चार दिवसांपूर्वीच घडलेली ती घटना तिच्या नजरेसमोर तरळू लागली.

चिकोडीच्या माळावरील दहा-बारा पालं. पालाच्या मेढीला टेकून, गुडघ्यात मान घालून, विचारमग्न स्थितीत बसलेला धमन्या. आपल्या नऊ वर्षांच्या पोराजवळ डोळ्यांतून पाणी टाकत बसलेली लच्छी. पोटात दुखत असल्यामुळे पाण्याबाहेर टाकलेल्या माश्यासारखा गमत्या तडफडत होता.

सहा वर्षांचा शिवऱ्या लच्छीची हनुवटी धरून एकसारखा विचारत होता. "आयेऽऽ... दादाला काय झालंया...? त्वा का रडत्यायाच...?"

लच्छी त्याला कवटाळून जास्तच रडू लागली. ती रडत रडतच धमन्याला म्हणाली,"आरं... आसं.... डोस्कं धरून का बसलायीच...? लिकरू तरपाडा लागलंय... त्येला डबऱ्यात घातल्यावर... त्वा पैकं बगणार हायीच व्हय?"

धमन्याने एकवेळ असाहाय्य नजरेने लच्छीकडे बघितले. भरल्या गळ्याने तो म्हणाला, "डागदरानं... सांगितलंया... त्येला आपिंडिक्स का काय ती झालंय म्हणं... आपरीश्यान करायला लागील... कोणच पायसं देत न्हाय... त्या गुलब्या सावकाराकडं... हायती... पर..."

धमन्या बोलायचं थांबला. लगेच लच्छी म्हणाली, "मग... घिवून ये जा की.... त्यो काय म्हंतुया...?"

घायाळ स्वरात धमन्या म्हणाला, "काय म्हणणार? तुला घाणवटी ठिवलं तर पयसं दितुया... त्येच्याकडं घाणवटी ठिवाला दुसरं काय हाय आपल्यापाशी?"

आवाज गेल्यासारखा धमन्या गप्प झाला. लच्छी विचार करू लागली. मी गेल्यानंतर या लेकरांचं काय होईल? त्यांना कोण सांभाळेल? त्यांच्या पोटाला कोण घालेल?

गमत्याची पोटदुखी वाढू लागली. तो गडागडा लोळत किंचाळू लागला. "आयेऽऽ... मिलूऽ... लय दुका लागलंयऽऽऽ..."

लच्छी त्याच्या पोटावरून हात फिरवत म्हणत होती, "वायसं... थांब रे राज्या... तुजा बा... तुला दवाखान्यात घिवून जायील... माजं काय बी हुदी..."

असे म्हणतच ती तेथून उठली. पालाबाहेर आली. तीन दगडांची चूल पेटविण्याचा प्रयत्न करू लागली. गमत्याला पिठाची गंजी करून द्यावी म्हणून, तिने एका फुटक्या भगुल्यात बारा मिसळीचं थोडं पीठ टाकलं. त्यात पाणी घालून ते भगुलं चुलीवर ठेवलं. वारं जोरात सुटलं होतं. त्या भगुल्यात पिठाबरोबर मातीही पडत होती.

चुलीला फुंकर मारीत ती म्हणाली, "आरं... जा... की... त्या गुलब्याकडं..... पैकं दी म्हणावं..."

धमन्या जड अंतःकरणाने तेथून उठला. भिरभिरत्या नजरेने त्याने सभोवती पाहिले. पालात तडफडणाऱ्या पोराकडे बघून, त्याच्या अंतःकरणात कालवाकालव झाली. पालासमोर पडलेला फाटका पटका, चिंधी गुंडाळल्याप्रमाणे त्याने डोक्याभोवती गुंडाळला. मानेपर्यंत वाढलेले केस त्या पटक्यात बसत नव्हते. फाटक्या अंगरख्यातून त्याच्या बरगडीची हाडं उठून दिसत होती. धमन्याने मन घट्ट केले आणि गुलब्याच्या पालाकडे जाऊ लागला. त्याच्या पायाच्या पिंडऱ्या वाळलेल्या बांबूसारख्या दिसत होत्या. काळ्या कुळकुळीत पोटऱ्या पॉलीश केलेल्या बुटासारख्या चकाकत होत्या. पायाचा तळवा आणि टाच यामध्ये विशिष्ट प्रकारची पोकळी दिसत होती. त्यामुळे त्याची पावलं भराभरा पडत होती.

धमन्या गुलब्याच्या पालासमोर आला, गुलब्या पालाच्या खुंट्या उपसत

होता. त्याच्या पालातील चार बायका संसार गाठोड्यात, हाडपांत साठवित होत्या. त्याच्याबरोबर हरण्या पवार, अंक्या चिरूटे आणि इतर तीन कुटुंबही तेथून रायबागला जाणार होती. ते सर्वजण आपापली पालं काढत होते. सडपातळ शरीराचा काळाकुट्ट गुलब्या शिकारीत फारच तरबेज होता. सशाच्या, हरणाच्या मागे तो वाऱ्यासारखा धावायचा. त्याची भेदक नजर सतत भिरभिरत असायची. धमन्याच्या डोक्यात विचारांचे मोहोळ उठले होते. लच्छीला गहाण ठेवून आपण पैसे घेतले तर आपल्या मुलांच्या पोटाला कोण घालेल? गुलब्याचे पैसे परत कधी करता येतील? तोपर्यंत आपली बायको त्याच्याकडे ठेवावी लागणार. आपल्या संसाराचे कसे होईल? अशा असंख्य विचारांत तो भरकटत होता.

धमन्याला गप्प उभा राहिलेला बघून गुलब्या म्हणाला, "काय रं...धमन्या... का आलायीच?"

अगतिक स्वरात धमन्या म्हणाला, "माजं... लेकरू तरमाळा लागलंय... त्येला दवाखान्यात न्ह्याचं हाय... आपरीश्यान करायला पायजी... तवा पैकं पायजी व्हुतं..."

पालाच्या खुंट्या उपसतच गुलब्या म्हणाला, "किती पयसं... लागत्याती...?"

मान खाली घालून पायाच्या अंगठ्याने माती टोकरत धमन्या म्हणाला, "येक हजार रुपयं... तर लागत्याली... असं डागदर म्हणत व्हुता... म्या तुजं पैकं लगीच म्हागारी दीन...."

तोंडातील पानाचा चोथा थुंकत गुलब्या म्हणाला, "म्या पयसं... दितु... पर तुज्या बायकुला घाणवटी ठिवावं लागील... पयसं दिलाच म्हंजी... तुजी बायकुच तुला म्हागारी मिळील... तवर तिची मिळकत मला मिळील..."

गुलब्याच्या पालात ओझं साठवीत असलेल्या, पैशासाठी गहाण ठेवलेल्या दोन बायका केविलवाण्या नजरेने धमन्याकडे बघत होत्या. धमन्या द्विधा मन:स्थितीत उभा होता. काय करावे ते त्याला सुचत नव्हते.

गुलब्याच्या पालाशेजारीच असलेला आणि आपले पाल काढत असलेला वृद्ध पर्वत्या काळे म्हणाला, "आरं धमन्या... आपल्या वाडवडलापास्नंच चालत आल्याला हा रिवाज हाय... घाणवटी ठिवायला काय नशील तर काय करावं...? त्यात येवडं वायीट वाटून घेण्यासारकं काय हाय...? "

पोराला वाचवायचे असेल तर आपणाला पैसे लागतील, असा विचार करून धमन्या दाटल्या कंठाने म्हणाला, "बरं हाय... मला पैकं दी..."

गुलब्याच्या चेहऱ्यावर आनंदी भाव तरळले. त्याच्या घरात मिळविणाऱ्या आणखी एका माणसाची भर पडणार होती. तो गडबडीने धमन्याला म्हणाला, "मग लवकर तुज्या बायकुला घिवून यी... आमाला म्होरल्या गावाला जायचं हाय..."

धमन्या जड अंत:करणाने आपल्या पालाकडे आला. लच्छी गमत्याला पिठाची गंजी पाजत होती. गमत्याच्या वेदना वाढतच होत्या. तो तळमळत होता. धमन्याला बघून ती म्हणाली, "काय झालं रं... दितु म्हणाला का गुलाब्या पैकं...?"

धोतराच्या साग्याने डोळे पुसत धमन्या म्हणाला, "पयसं दितू म्हणाला, पर तुला लगीच त्येच्याकडं जायला पायजी... त्येचं बिऱ्हाड दुसऱ्या गावाला निगालंय."

लच्छीचं अंत:करण गलबललं. ती रडू लागली. आपल्या ममतेचा बळी देऊन पैशासाठी गहाण राहायला तिचे मन तयार नव्हते. आपल्या मागे आपल्या पतीचं, मुलांचं काय होईल या विचाराने ती अस्वस्थ होत होती. काळा कुळकुळीत उघडानागडा शिवऱ्या तिच्या गळ्यात पडून विचारत होता, "आयेऽऽ... त्याव का रडाय लागल्यायाच...?"

त्याचा भाबडा प्रश्न ऐकून तिचे मन आक्रोश करीत होते. धमन्या पण अस्वस्थ झाला होता. परंतु मृत्यूशी झुंजणाऱ्या आपल्या मुलाकडे बघून त्याने आपल्या काळजावर दगड ठेवला होता. शेजारच्या पालांतील बायका, माणसं, मुलं त्यांच्या पालासमोर जमली. लच्छी आपल्या दोन्ही लेकरांचे पटापट मुके घेत होती. धमन्या व्याकूळ झाला. त्याचं डोकं सुन्न झालं होतं. पोराला वाचवायचं असेल तर आपल्याला हे पचवावे लागेल, असा निर्धार करून त्याच्या मनाची स्थिती दोलायमन होत होती. गरिबीने, परिस्थितीने लाचार झालेली, अगतिक बनलेली लच्छी गुलब्याकडे जाण्यासाठी उठली.

भरल्या डोळ्याने जमलेल्या बायकांकडे बघत ती म्हणाली, "माज्या... लेकरावर नदर ठिवा... म्या म्हागारी येतपातूर... तुमीच माज्या लेकराचं... आय-बापऽऽऽ..."

लच्छीचा कंठ दाटला. तिला पुढं बोलवेना. थरथरत्या हाताने तिने दोन्ही पोरांना कवटाळले आणि हुंदके देऊन रडू लागली. शेजारच्या पालातील शिरमी म्हणाली, "आपला जलमच वंगाळ हाय... त्वा काळजी करू नगं... आमी संबाळतु तुज्या लेकरांस्नी..."

तेथील स्त्री-पुरुषांना हे काही नवीन नव्हते. अशा कितीतरी बायकांना कर्जासाठी गहाण राहावे लागले होते. शिवऱ्या रडत रडत आईच्या मागे जाण्याचा प्रयत्न करीत होता. काही बायकांनी त्याला धरून ठेवले. गमत्या तळमळत पडला होता. इतर बायका, माणसं, मुलं लच्छीकडे बघत उभी होती. तिच्या पालातील धूर बंद झाला होता. चूल केव्हाच थंडगार झाली होती.

धमन्या आणि लच्छी दोघेजणही गुलब्याकडे आले. गुलब्या ओझं साठविण्याच्या गडबडीत होता. लच्छी एक वेळा गुलब्याकडे तर एक वेळ धमन्याकडे केविलवाण्या नजरेने बघत होती. थोडावेळ कोणीच काही बोलले नाही.

धमन्या म्हणाला, "लवकर पैकं दी... पोराला दवाखान्याला न्ह्याचं हाय..."

फुटकी, तुटकी भांडी गाठोड्यात बांधत गुलब्या म्हणाला, "आमाला तर कुठं येळ हाय... समद्यांनी वजी साटीवली हैती."

त्याने सगळीकडे भिरभिरत्या नजरेने बघितले. ओझी साठविलेली गाठोडी बाजूला सारली. त्या गाठोड्याखालची माती उकरण्यास सुरुवात केली. माती सारून एक छोटंसं गाठोडं बाहेर काढलं. इकडे-तिकडे बघत त्याने त्या गाठोड्यातून एक हजार रुपये बाजूला काढले. ते धमन्याच्या हातात गडबडीनेच ठेवले. धमन्या ती रक्कम घेऊन तेथून उठला. त्याने घायाळ नजरेने लच्छीकडे बघितले. लच्छी हुंदके देऊन रडत होती. धमन्या खाली मान घालून भराभरा पावले टाकत आपल्या पालाकडे आला. लच्छी भरल्या डोळ्याने त्याच्या पाठमोऱ्या आकृतीकडे बघू लागली. त्या सहा पालांतील माणसांची धावपळ सुरूच होती. कोणी आपापल्या गायींवर ओझी लादत होते. कोणी काही गाठोडी डोक्यावर घेतली होती. "चला... आटपा... ऊन झालंया..." असे एकमेकांना म्हणत होते.

गुलब्याने दोन्ही गायींवर गबाळ लादले. लहान मुलांना गायींवर बसविले. त्याच्या घरातील बायकांनी एक एक गाठोडे डोक्यावर घेतले. लच्छीला पण एक गाठोडे घ्यावे लागले. ती सहा बिऱ्हाडं तेथून निघाली. लच्छीचा पाय तेथून निघत नव्हता. आपल्या पालाकडे बघून ती आतल्याआत तडफडत होती. पैसे मिळाल्यानंतर धमन्या मुलांना घेऊन गावात दवाखान्याला गेला होता. रिकामं पाल लच्छीला भकास वाटत होतं. राहिलेल्या पालातील बायकां-माणसं त्या जाणाऱ्या लोकांना हात उंचावून आणि मोठ्याने ओरडून निरोप देत होती. गुलब्या एकदम तिच्यावर खेकसला, "ये... लच्छे... चल लवकर.... फिरून फिरून काय बगत्यायाच... आं...?"

ती पाय उचलून चालू लागली. गुलब्याकडे बघून तिला कसायाची आठवण झाली. त्याचबरोबर तिला आपल्या असमर्थतेची, अगतिकतेची कीवही आली.

पेटलेल्या अंत:करणाने ती वाट तुडवू लागली. तिच्या डोक्यात अनेक विचारांचे तांडव सुरूच होते. माझं पोरंग वाचेल का? त्याचं काही बरे-वाईट झालं तर...? माझ्या मुलाचं कसं होईल? धमन्या एकटा काय काय करेल? तिला विचार अस्वस्थ करीत होते. ती चालतच राहिली.

लच्छीच्या ताटात भाकरीचा एकही तुकडा नव्हता. दिवसभर ती गावात आपल्याच विचारांच्या तंद्रीत फिरत होती. गेले चार-पाच दिवस तिचे असेच चालले होते. दिवस पश्चिमेकडे झुकला होता. लच्छी पालांकडे आली. गुलब्या तिची वाटच बघत होता. त्याच्या घरातील इतर चारही बायकांनी बऱ्याच भाकऱ्या आणि धान्य मागून आणले होते.

लच्छी पालाजवळ आलेली बघून गुलब्या करड्या आवाजात म्हणाला, "आज बी... हात हालवतच आलीच न्हाय का...? तुजं त्वांडच सांगतया... न्हवऱ्याजवळ व्हुतीस तवा तुला मिळवाला येत व्हुतं... आता काय मस्ती आल्याला व्हयं...?"

लच्छी घाबरत घाबरत म्हणाली, "म्या काय करू...? लेकरांची काळजी वाटत्याय... मागण्यावर ध्यानच लागत न्हाय..."

गुलब्याचं टाळकं तडकलं. रागाने लाल झालेला. गुलब्या झटका आल्यासारखा उठला. त्याने लच्छीच्या कमरेत दोन-तीन लाथा घातल्या. लच्छी उभ्याउभ्याच कोसळली. कोणीही गुलब्याला धरायला आले नाही. तो तिला मारतच म्हणत होता, "येवड्यासाठी त्या धमन्याला पैकं दिलं व्हय...? त्वा कायतर मिळवून आणावं म्हणून... रगात आटवून मिळविल्यालं पैकं दिलं... तू तशी वळणावर याची न्हायीस..."

गुलब्या बडबडतच होता. त्याच्या पालातील इतर बायका असाहाय्यपणे बघत होत्या. आपण मध्ये पडलो तर गुलब्या आपणालाही मारेल, ही भीती त्यांना वाटत होती. लच्छी विव्हळत होती.

रात्र झाली होती. सर्वत्र काळोख पसरला होता. रातकिड्यांच्या किर्रऽऽ... किर्रऽऽ... आवाजाने त्या नि:शब्द शांततेचा भंग होत होता. पारधी जमातीमध्ये रात्री दिवा लावण्याची सवय नसल्याने सर्वच पालं अंधारात बुडाली होती. गुलब्याच्या पालात झोपायला जागा अपुरी पडत असल्याने अंग दुमडून आणि एकमेकांना खेटून सर्वजण झोपले होते. गुलब्याला रात्री एकाच जागेवर झोप येत नव्हती. त्यामुळे तो रात्रीतून तीन-तीन वेळा जागा बदलून झोपत होता. समाजाने गुन्हेगार ठरविलेल्या या जमातीला सातत्याने पोलिसांची, गावातील माणसांची भीती असते. त्यामुळे सावधगिरी म्हणून या जमातीमधील पुरुष, तरुण रात्री जागा बदलून झोपतात. त्या पालांतील सर्व पुरुष रात्री गुलब्याप्रमाणेच झोपत होते.

लच्छी फाटक्या वाकळंवर पडली होती. गुलब्याने तिला फारच मारल्यामुळे तिचे अंग ठणकत होते. तिच्या डोक्यात विचारांचे काहूर माजले होते. आपण असे किती दिवस जनावरासारखे मार सहन करीत राहणार? धमन्याला तेवढे पैसे परत करण्यासाठी किती दिवस लागतील? आपण आपल्या लेकरांपासून किती काळ दूर राहणार? आपली माया, ममता सर्वच पैशांसाठी विकली जातेय. त्यापेक्षा आपण येथून पळूनच जावे. धमन्याने घरात नाही घेतले तरी आपल्या मुलांना घेऊन कोठेही राबून खावे. या विचारांबरोबर तिच्या मनाने दृढ निश्चय केला.

लच्छी पहाटेच उठली. गुलब्या झोपेतच होता. पालातील इतर दोन बायकाही उठल्या. तेथील सर्वच पालांवर हळूहळू जाग येऊ लागली. तांबडं फुटलं तसे

लहान मुलं आळोखे-पिळोखे देत उठली. त्यांना भाकरीचे तुकडे मागण्यासाठी जायाचे होते. गुलब्याच्या पालातील इतर बायका लच्छीकडे सहानुभूतीने बघत होत्या. लच्छीने फाटक्या लुगड्याची झोळी काखेला अडकविली. हातात जरमनचं फुटकं ताट घेतलं. एका हातात बारीक काठी घेऊन भीक मागण्यासाठी ती निघाली.

गुलब्याची दोन नंबरची बायको गिरजी म्हणाली, "काय गं... लच्छे... कंच्या गावाला जात्यायाच...? आणि कोण येतंया का तर बग संगट...."

चेहऱ्यावर कसलाही भाव न येऊ देता लच्छी म्हणाली, "ह्या... पल्याडच्या गावाला जाते. गाव जरा लांब हाय म्हणून लवकर जात्येय... कोण बरूबर आलं तर बरंच हाय की..."

काल बरा मार बसल्याने आज काही तरी मिळवून आणण्यासाठी लच्छी जात असावी, असे समजून पालातील इतर बायका गप्प बसल्या. पालांपासून थोड्या अंतरावर आल्यानंतर लच्छीच्या चालण्याचा वेग वाढला. आता परत गुलब्याच्या पालाकडे न येता स्वतःचे पाल शोधण्याच्या निर्धाराने ती निघाली होती. पोटच्या गोळ्यांना भेटण्याची तीव्र ओढ तिला खेचत होती. त्याचबरोबर तिच्यातील स्वाभिमानही जागृत होत होता. ती आपले मानसिक बळ एकवटत होती. आपणाला जातीतून वाळीत टाकले तरी चालेल, परंतु मी माझी विक्री करू देणार नाही असा ठाम निश्चय तिने केला होता. तिच्यामध्ये निर्माण झालेला आत्मविश्वास येणाऱ्या प्रत्येक संकटाला सामोरे जाण्याची जिद्द तिच्यामध्ये निर्माण करीत होता.

दोन दिवस चालून चालून थकलेली लच्छी चिकोडच्या माळावर आली. तिथं जळणाचे ढीग, चुलाण्याचे दगड, पालात पाणी येऊ नये म्हणून खणलेले चर दिसत होते. त्याची पालं तेथून दुसऱ्या गावाला गेली होती. लच्छी आपले पाल होते त्या जागेवर आली आणि तिला मुलांच्या आठवणीने घायाळ केले. ती ढसाढसा रडली. आपल्या मुलांपासून, नवऱ्यापासून तोडणाऱ्या गुलब्याचा, परिस्थितीचा तिला तिटकारा वाटू लागला. आपण कोणत्याही परिस्थितीत आपली पाल शोधून काढायची या निर्धाराने ती तेथूनही निघाली. पोरांसाठी, नवऱ्यासाठी तिने आजपर्यंत रूढी-परंपरांना ठोकरून गुलब्याचे पाल सोडले होते. रस्त्यातील गावाभोवतालच्या डोंगराच्या आडोशाला, माळरानावर पारध्याची पालं दिसतात का बघत लच्छी फिरत होती. अनवाणी पायाने झाडाझुडपांतून, काट्याकुट्यांतून ती चालत होती. काटे घुसले की तिच्या पायातून रक्त येत होतं. एक एक गाव मागे टाकत ती निघाली होती. एखाद्या गावाच्या शेजारी भेटणाऱ्या एखाद्या माणसाला ती विचारत होती, "आरं... दादा... पारद्याची पालं आली व्हुती का हिकडं...? "

तो माणूस उत्तर देत असे, "हिकडं कोण आलं न्हाय.."

गावा-गावातून भीक मागत, मिळेल ते खात आणि रात्र होईल तेथे झोपत ती भटकत होती. कधी एखादं-दुसऱ्या माणसाच्या वासनांध नजरा तिला आणखी संकटात टाकत होत्या. एकट्या बाईला बघून तिची छेड काढणे, अश्लील बोलणे, या सर्व गोष्टींना तोंड देत ती फिरत होती. सात-आठ दिवसांतच तिची बेकळा झाली होती.

लच्छी बोरगावमध्ये भीक मागत फिरत होती. ती दोन गल्ल्यांमागून तिसऱ्या गल्लीत आली. एका घरासमोर गंग्याची पत्नी ऱ्हागी भीक मागत उभी होती. लच्छीला खूप आनंद झाला. ती जवळजवळ धावत ऱ्हागीजवळ गेली. ऱ्हागी आश्चर्याने लच्छीच्या तोंडाकडे बघू लागली. लच्छीला असे अचानक समोर बघून तिच्या मनात शंका आली. लच्छीच्या चेहऱ्यावरून मात्र आनंद ओसंडत होता. ती म्हणाली, "ऱ्हागे.... आमचं पाल हाय का... तुमच्याबरूबर...?"

ऱ्हागी तिच्याकडे आश्चर्याने बघत म्हणाली, "त्वा...कशी काय आलीच...?"

लच्छी अधीरतेने म्हणाली, "म्या तुला समदं सांगती... पर आमचं पाल हाय का सांग आदी..."

ऱ्हागी सांगू लागली, "तुमचं पाल हाय की... आमच्या बरूबर... गमत्याचं आपरीश्यान केलंया... त्यो आता बरा झालाया... हिंडा-फिरालाबी लागलाय..."

लच्छीच्या चेहऱ्यावर आनंदाच्या छटा चमकू लागल्या. गेले सात-आठ दिवस तिने फारच तणावात काढले होते. ती गडबडीने म्हणाली, "ऱ्हागे... चल पालाकडं जाऊ... कवा येकदा माज्या लेकरांस्नी बगीन असं झालंय मला..."

मुलांना भेटण्याची तिच्यातील ओढ बघून ऱ्हागीने भीक मागण्याचे बंद केले आणि तिच्याबरोबर पालाकडे जाऊ लागली. चालता चालताच लच्छीने आपण कसे आलो ते ऱ्हागीला सांगितले. ऱ्हागीला मात्र तिचे ऐकून एकाच वेळी तिच्याबद्दल सहानुभूती वाटत होती आणि तिच्या भवितव्याबाबत काळजीही वाटत होती.

गावापासून बऱ्याच अंतरावर एका डोंगराच्या एका बाजूला पारध्यांची पालं होती. पालांत फक्त लहान मुलं खेळत होती. ती पण आसपासच्या गावांतून नुकतीच भीक मागून आली होती. काही बायकाही भीक मागून आल्या होत्या. पुरुष आणि तरुण शिकारीला गेले होते. लच्छी व ऱ्हागी पालांजवळ आल्या. आईला बघून गमत्या आणि शिवऱ्या पळतच लच्छीच्या आडवे आले. तिने त्या दोन्ही मुलांना अधाशासारखे उचलून घेतले. ती त्यांना कुरवाळू लागली. कोणीतरी आपल्या मुलांना आपल्यापासून हिसकावून घेईल की काय असे जणू तिला वाटत असावे. म्हणूनच ती त्यांना आपल्या छातीशी कवटाळून तिथेच खाली बसली. तिच्या डोळ्यांतून धारा वाहू लागल्या. ऱ्हागी तिच्याकडे कौतुकाने, विस्मयाने पाहू लागली.

भरल्या गळ्याने गमत्याला कुरवाळत ती म्हणाली, "कसं काय हाय रं...

तुजं प्वॉट...? बरं वाटतंया का...?"

आईला बिलगून गमत्या म्हणाला, "आयऽऽ... आता प्वॉट दुकत न्हाय... पर त्वा आमाला सुडून कुटं गिली व्हुतीस...?"

रडत रडतच लच्छी म्हणाली, "तुमास्नी सुडून... म्या आता कुटं सुदीक जाणार न्हाय..."

हुंदके देत देतच ती दोन्ही मुलांना घेऊन आपल्या पालात आली. ती गमत्याला म्हणाली, "तुजा बा कुटं गेलाय रं...?"

गमत्या म्हणाला, "बा शिकारीला गेलाय...?"

ती आपल्या पालातील वस्तूंवर नजर फिरवू लागली.

काही वेळातच इतर पालांतील बायका, मुलं लच्छीच्या पालासमोर जमा झाली. लच्छी पळून आलेली बघून तेथील सर्वांना आश्चर्य वाटत होते. त्या बायका तिला सारखा सारखा एकच प्रश्न विचारत होत्या, "त्वा कशी आलीच गं....? धमन्यानं आजून गुलब्याला पैकं दिलं नाहायती...?"

लच्छीही त्यांना एकच उत्तर देत होती, "म्या... पळून आली..."

तेथील बायका, मुलं तिच्याकडे विचित्र नजरेने बघत होती. त्यांच्या जमातीच्या परंपरा, रीतिरिवाज ठोकणारी लच्छी ही पहिलीच स्त्री होती. लच्छीला भयंकर शिक्षा भोगावी लागणार असे तेथील सर्वांनाच वाटत होते.

धमन्या आणि इतर पुरुष शिकारीहून परत येत होते. कातडी काढलेला ससा काठीला अडकवून कोणी ती काठी खांद्यावर घेतली होती. कोणाच्या हातातील पिंजऱ्यात चितूर, होले दिसत होते. आपल्या पालासमोर बायका, मुलांची गर्दी बघून धमन्याच्या काळजात धस्स झालं. गमत्याला काही कमी-जास्त झालं की काय या विचाराने, तो जवळजवळ धावतच पालाजवळ आला. लच्छीला बघून त्याच्या चेहऱ्यावर गांभीर्य, आनंद, भीती असे विविध भाव तरळू लागले. आगामी संकटाची चाहूल त्याला लागली. त्याच्या हाता-पायातील बळच नाहीसे झाले. तो मटकन् पालासमोर बसत घोगऱ्या आवाजात म्हणाला, "लच्छे... त्वा कशी आलीच...? गुलब्या तुज्या म्हागं... म्हागं... तुजा तपास काडत यील... जातभाय माज्या तोंडात श्याण घालतील... त्वा म्हागारी जा...."

दोन्ही पोरांना कुरवाळत, हुंदके देत देत लच्छी म्हणाली, "माजी... लेकरं... सुडून... म्या न्हाय जाणार... पायजी तर... माज्या लेकरांसकट... मला हिरीत ढकलून दी... तू कसला न्हवरा हायीस...? बायकूची लाज बी तुला वाटत न्हाय..."

धमन्याचं डोकं बधिर झालं होतं. आपली जमात आपल्या कुटुंबाला वाळीत टाकेल. आपल्या मुलाबाळांना कोणी जवळ करणार नाही. त्याचबरोबर आईला

बिलगून, आनंदी चेहऱ्याने बसलेल्या मुलांकडे बघून त्याला आपला सुखी संसारही दिसत होता. पत्नीबद्दलची आंतरिक ओढ जागृत होत होती. त्याला कोणताच निर्णय घेता येत नव्हता. द्विधा मन:स्थितीतच तो म्हणाला, "लच्छे... त्यो गुलब्या... यीवून पयसं टाक म्हणा लागला तर काय करायचं...? कुटलं पैकं द्याचं....?"

लच्छी ठाम निर्धाराने म्हणाली, "ही... बग... आपल्यापाशी जी काय हाय... ती समदं त्येला दिऊ... आणिक आंगावरच्या कपडासकट कुटंबी जाऊन राबून खाऊ... आपल्या लेकरा-बाळांसंगं सुकानं ऱ्हाऊ..."

धमन्या कोंडीत सापडला होता. एका बाजूला मुलं, पत्नी यांच्याबद्दलची ओढ आणि दुसऱ्या बाजूला जमातीचे कायदे कानून. तेथील सर्वच बायका व माणसं लच्छीची समजूत घालण्याचा प्रयत्न करीत होती. परंतु लच्छी कोणाचेच ऐकत नव्हती. धमन्या पण आपल्या जमातीच्या या अमानुष रूढी, परंपरांपासून मुक्त होण्याची मानसिक तयारी करत होता. नैतिक बळ एकवटत होता. परंतु त्याचे मन ठाम निर्णय घेऊ शकत नव्हते.

चार-पाच दिवस अशा तणावातच गेले. तेथील सहा पालांतील सर्व बायका, पुरुष, मुलं धमन्याच्या पालाकडे फिरकली नव्हती. दिवस मावळतीकडे झुकला होता. मुलं पालांच्या भोवती खेळत होती. शिकार करून आणलेले प्राणी भाजून, त्याचे मांस शिजवण्याची तयारी पालापालांतून सुरू होती. तेवढ्यात गुलब्या, हरण्या आणि अंक्या झपाझप पावलं उचलत पालांकडे येताना दिसले. तेथील सर्वांचेच चेहरे भीतीने, चिंतेने ग्रासलेले दिसत होते. आता काय होणार? असे प्रश्नचिन्ह सर्वांसमोर होते. धमन्या अपराध्यासारखा मान खाली घालून बसला होता. लच्छी मात्र आपल्या निर्णयाशी ठाम होती. गुलब्या, हरण्या, अंक्या त्या पालांसमोर येऊन बसले. तसे तेथील सर्व बायका, पुरुष, मुलं त्यांच्याभोवती जमली. गुलब्याने लच्छीकडे बघितलं आणि रागाने लालबुंद झाला. तो तारस्वरात म्हणाला, "काय धमन्या... माजं पैकं कुणी तुज्या बानं द्याचं व्हय...? बायकूला घिवूनच बसलायीच... पैकं आताच्या आता दी... न्हायतर लच्छीला धाड माज्याबरूबर..."

धमन्या त्यांच्याकडे येत म्हणाला, "लच्छी आपल्या मनानं आल्याया... म्या आणली न्हाय... तवा जमल्याला च्यार लोकांनी निवाडा करावा..."

गुलब्या रागातच म्हणाला, "निवाडा करायसाठीच आलुया..."

तेथील जाणकार मंडळी एकत्र बसली. सर्वजण जातपंचायतीचा निकाल ऐकण्यासाठी उत्सुकतेने जुन्या, जाणत्या लोकांच्या तोंडाकडे बघू लागले. लच्छीपण आपल्या दोन्ही पोरांना घेऊन जातपंचायतीत येऊन बसली. इतर बायका तिच्याकडे कुत्सित नजरेने बघू लागल्या. त्याचवेळी तिच्या धाडसाचा, निर्भीडपणाचा हेवाही

करू लागल्या. आपल्या सुप्त मनातील इच्छा, आकांक्षा, राग, द्वेष लच्छीने आणले होते. त्यामुळे त्या बायकांना तिच्याबद्दल अभिमान वाटत होता. परंतु पारंपरिकतेच्या जंजाळात अडकलेल्या त्या बायकांना आपल्यावरील अन्यायाविरुद्ध बोलण्याचे धाडस झाले नव्हते. त्यामुळेच लच्छीचे वागणे त्यांना विचित्र वाटत होते. अंधार पडला होता. अंधारातच त्यांची जातपंचायत सुरू होती. त्या पालांतील संत्या काळे, गोत्या पवार आणि गंग्या हे जाणकार पंच होते. गुलब्याबरोबर आलेले हरण्या आणि अंक्या व हे तीन पंच, असे पाच पंच लच्छीच्या आगळिकीचा निवाडा करीत होते. गुलब्या आपली फिर्याद मांडू लागला,

"दैवानो... म्या धमन्याला त्येच्या पोराच्या आपरीशनासाठी पैकं दिल्याती... त्येनं त्या बदल्यात आपली बायकू माज्याकडं घाणवटी ठिवली व्हुती... पैकं फिटपातूर तिची मिळकत मला द्यायचं त्येनं कबूल केलं व्हुतं... पर पैकं फिटायच्या आगुरदरच त्येची बायकू पळून आल्याय... त्वा त्येनं आताच्या आता माजं पैकं टाकावं आणि ही इपरीत केल्याबद्दल... जातपंच्यातीनं त्येला वाळीत टाकावं... माजं येवडंच म्हणणं हाय..."

धमन्या हात जोडत बोलू लागला, "म्या पैकं घेतल्यालं खरं हाय... आणि माजी बायकू पळून आल्यालीबी खरं हाय... परत आता माज्यापाशी त्येचं पैकं द्यायला न्हायती."

लगेच अंक्या म्हणाला, "आरं... पैकं न्हायती तर... बायकूला घरात कसं घेतलंच...? आंऽऽ... हीं कसली रीत... हाय...? अशी चाल पडली म्हंजी जातीचं कोणच आयकणार न्हाय... तवा धमन्यानं आपल्या बायकूला गुलब्याकडं धाडावं आणिक जातपंच्यातीच्या इरूद वागल्याबद्दल त्येनं दंड भरावा..."

गंग्याने मुरब्बीपणे एक वेळ धमन्याकडे, तर एक वेळ लच्छीकडे बघितलं. वाढलेल्या दाढीवरून हात फिरवीत तो म्हणाला, "काय गं... लच्छे... त्वा जाणार हायीस का न्हायीस गुलब्याकडं...?"

निर्धारानं लच्छी म्हणाली, "म्या त्येच्याकडं जाणार न्हाय... त्येच्या पयशाच्या बदल्यात... त्येनं माज्या पालात आशील - नशील ते घेवावं... आमी आंगावरच्या कपड्यांसकट न्हायाला तयार हाय....

लगेच हरण्या म्हणाला, "आंगावरच्या कापडासकट न्हायाला... तुमाला जातीत ठिवाला पायजी की... तुमच्या घराला जातीतनं वाळीत पडावं लागील..."

अंक्या भेदक नजरेने धमन्याकडे बघत म्हणाला, "काय रं... धमन्या ... तुजी बायकू काय म्हंत्याया... ते तुला कबूल हाय काय...?"

धमन्या धीर एकवटून बोलू लागला, "मला माज्या घराचा उकुरडा करायचा

न्हाय... माजी बायकू, पोर घिवून... म्या कुटंबी खायीन...''

त्याच्या अशा बोलण्याने सर्वच पंच खवळले.

कोणी म्हणत होता, ''ह्येला लय मस्ती आल्याया...''

तर कोणी म्हणत होता, ''बायकूच्या बुदीनं वागतुया!''

लच्छीला मात्र धमन्याचा अभिमान वाटू लागला. कृतज्ञतेच्या भावनेने ती त्याच्याकडे बघत होती. रात्रभर हा गोंधळ सुरूच होता. त्या पंचातील बुजुर्ग म्हणून संत्या काळे याच्याकडे सर्वजण पाहत होते. त्याचा निर्णय हा अंतिम मानला जात असे.

संत्या फारच अस्वस्थ झाला होता. जातपंचायतीचा धमन्याने घोर अपमान केला आहे, असे त्याला वाटत होते. तेथील सर्वच माणसांत कुजबुज सुरू होती. एखाद्या हडळीनीकडे बघावे, तसे बायका, मुलं लच्छीकडे बघत होती. लच्छीच्या चेहऱ्यावर मात्र समाधान दिसत होते. संत्या नीट सावरून बसला. खाकरून त्याने घसा साफ केला आणि निर्णय देऊ लागला.

''धमन्या व लच्छीनं जातीला काळं फासायचं काम केलंय... जातपंचातीचा आवमान केलाय... गुलब्याचं पयसं घेतलं ती घेतलं... आणि बायकूबी घरात ठिवून घितली... उद्याच्याला आपल्या जातीत असंच व्हुया लागलं तर... एकमेकांच्या सबदावर कोणसुदिक इस्वास ठिवणार न्हाय... परत्येक घरातील बाया माणसं... मनाला यील तसं वागत्याली... ही जातीच्या हिताचं न्हाय... तवा धमन्यानं... आपलं पाल... आशील त्या... सामानासुमानासकट... गुलब्याच्या ताब्यात देवावं... आणिक आंगावरच्या कापडासकट आपल्या बायकू-पोरांस्नी घिवून कुटंबी जावावं... त्येचा आणि त्येच्या बायकू-पोरांचा जातीशी आता कसलाच संबंध न्हाय.''

संत्याचा हा निर्णय ऐकताच तेथील सर्व माणसं उठली. लच्छी व धमन्या आपल्या दोन्ही मुलांना घेऊन, तेथून शहराच्या दिशेने निघाले. तेथील बायका, पुरुष, मुलं त्या दोघांकडे आवाक् होऊन पाहत होती. लच्छी व धमन्याच्या चेहऱ्यावर मात्र वेगळेच तेज चमकत होते. त्यांची मुलं त्यांना बिलगून चालत होती. लच्छी व धमन्या दोघांनीही पालांकडे वा तेथील माणसांकडे ढुंकूनही पाहिले नाही. ते आपल्या जातीच्या आदिम परंपरांपासून, दुष्ट रूढींपासून मुक्त झाले होते. जातीच्या, जमातीच्या बंधनांनाच नव्हे तर जाती-जमातीच्या चौकटींना कायमचा रामराम ठोकून, माणूस म्हणून जगण्यासाठी जात होते. त्याच वेळी सूर्य उगवत होता.

●●●

## ११.

# माकड

**उत्तम कांबळे**

माकडाचा खेळ बंद झाल्यानं शरणाप्पाचं कुटुंब आज चौथ्या दिवशीही उपाशी होतं. शहराबाहेर एका ओढ्याच्या काठावर असलेल्या त्याच्या झोपडीतील चूल थंडगार पडली होती. कसल्यातरी कारणावरून शहरात दंगल उसळली. जाळपोळ, तोडफोड सुरु झाली. सगळे व्यवहार एकदम बंद झाले. घरांचे दरवाजे बंद झाले. लोक काळीज हातात घेऊन जगत होते. बंदमुळे शरणाप्पाचा माकडाचा खेळ बंद झाला. त्याची चूल बंद झाली. चार दिवस खूपच हालाखीत काढावे लागले. व्यंक्या आणि रंक्या ही त्याची दोन छोटी पोरं पाठीत सरकलेलं पोट घेऊन भाकरी-भाकरी म्हणत होती. शरणाप्पाची बायको कांती भीक मागायला बाहेर पडायची; पण मोकळ्या पदरानंच घरी परतायची. शहर बंद असल्यानं भीक मागायची पंचाईत. चौकात आणि गल्ली-बोळात गस्त घालणारे पोलिस तिला हुसकावून लावायचे. कांती घाबरून पळायची. इमारतीमागं लपायची. हळूच कोणाच्यातरी दारात जाऊन 'माय भीक वाढा' असं दबक्या आवाजात विनवायची. भीतीनं गोठलेल्या घरांमध्ये तिचा आवाज पोहोचायचा नाही. जिथं पोहोचायचा तिथं लोक तो न ऐकल्यासारखं करायचे. कांतीसमोर तिची उपाशीपोटी पोरं दिसायची.

इकडं झोपडीसमोर शरणाप्पा गुडघ्यात मान घालून बसायचा. मधेच पोरांच्या पाठीवरून हात फिरवायचा. 'धीर धरा भाकरी मिळंल', असा दिलासा द्यायचा पण दिलाशामुळं पोरांची भूक काही थांबायची नाही. घरातल्या राजा माकडालाही तो असाच गोंजारायचा. माकडही आशाळभूत नजरेनं त्याच्याकडं बघायचं. शरणाप्पाचा जीव कासावीस व्हायचा. शहरातील दंगल कधी थांबेल आणि कधी एकदाचा माकडाचा खेळ करून चार घास, चार पैसे मिळतील, असं त्याला वाटायचं.

भुकेली पोरं झोपडीच्या कुडाला टेकून बसली होती. रंक्याच्या अंगात फक्त शर्ट होता. तोही पाठीवर फाटलेला आणि गळात बुडून निघालेल्या ताडपत्रीप्रमाणे

मळ खाऊन कडक झालेला. व्यंक्याच्या अंगात फक्त चड्डीच होती. लाल रंगावर हिरवे पट्टे असलेली चड्डीही अनेक ठिकाणी उसवलेली होती. तो मोठा होता, म्हणून शरणाप्पानं त्याला चड्डी दिली होती आणि छोट्या रंक्याला फक्त शर्ट दिला होता.

भुकेनं व्याकुळ झालेला रंक्या माकडाजवळ हळूच गेला. माकड त्याला चाटू लागलं. रंक्यानं माकडाच्या डोक्यावरनं हळूच हात फिरवला. तसाच तो हात त्याच्या तोंडाजवळ आणला. नेहमीच्या सवयीनुसार तो माकडाच्या तोंडात घालून उजव्या गालात नेला. आपली छोटीशी बोटं गालात फिरवली. दुरून पाहणारा शरणाप्पा खेकसला, "अरे हे माकडीच्या, माकडाच्या गालफाडात कशाला हात घालतुयास?"

रंक्या म्हणाला, "माकडानं काय साठवून ठेवलया ते बघितलं पर गालात कायबी नाय."

शरणाप्पाचं डोळं पाण्यानं भिजलं. रंक्याच्या बुद्धीचंही त्याला कौतुक वाटलं. कोणतीही गोष्ट खायला दिली की, माकड ती चटकन गिळत नाही. चावून ती गालात साठवतं. पुढं सोयीनं ती निवांत खातं, चणे,शेंगदाणे, भाकरी काही दिलं तरी त्याचा गोळा करून तो गालात ठेवतं. रंक्याला ही गोष्ट माहीत होती. माकडाच्या तोंडात घास आहे का बघावं, म्हणून त्यानं त्याच्या गालात बोटं घातली असतील. एखाद्या खेड्यात लहान मुलांना डांग्या खोकल्याचा त्रास होऊ लागला की, त्यांचे आई-वडील माकडाला मूठभर शेंगदाणे किंवा चणे देतात. माकडाच्या गालात काही वेळ ठेवतात. माकडाची लाळ शेगदाण्यात मिसळली की, त्याचं औषध होतं. माकडाच्या गालातला गोळा काढून पोरांना खायला दिला की डांग्या खोकला बरा होतो, असा समज आहे. रंक्यानं अनेक वेळा हा प्रकार बघितला होता. पोटात भुकेची नागीण वळवळू लागली तशी त्याला माकडाच्या गालातील गोळ्याची आठवण झाली असावी.

शहरात व्यवहार सुरू झाल्याचा निरोप घेऊन कांती आली. शरणाप्पा हरकला. पोरांना म्हणाला, "अरे माकडीच्यांनो, आता लगेच गावात जातो. दोन-चार चौकांत राजा माकडाचा खेळ लावतो. मिळालं पसाभर की, येतो तुमच्यासाठी. तोपर्यंत गप्प बसा. सांच्याला तुम्हालाबी गावात घेऊन जातो."

पोरं सुखावून गेली. काटक्या आणि चिंध्या घेऊन ती कसला तरी खेळ खेळू लागली. कांती झोपडी स्वच्छ करू लागली. तिनं तीन दगडांची चूल साफ केली. थंडगार चुलीत हात घालून राख काढताना तिचं काळीज थंड होत होतं. बऱ्याच दिवसांनी चूल पेटणार म्हणून तिला आनंद होत होता. चुलीला कोपरापासून

हात जोडत ती म्हणाली, "बाई अन्नदाती, असं रागावू नको, रुसू नको, परान गेल्यासारखी गप्पगार होऊ नको, माझ्या पोराबाळांसाठी अन्न शिजवून देत जा..."

शरणाप्पानं राजा माकडाला हातात घेतलं. माकडही नाचत होतं. भुकेनं त्याचंही लाल बुंद तोंड सुकलं होतं. शरणाप्पानं त्याला जवळ घेऊन गोंजारलं. त्याचे इवलेसे पाय हातात घेऊन तो म्हणाला, "राजा हीरो, आज चांगला खेळ करायचा. लई विश्रांती झाली आता. आज हीरो व्हायचं. दोन पायांवर तुरूतुरू चालायचं. सलाम करायचा. लोक खूष झाले की पैसं देतील. खायला देतील. आज झोळी भरून आनू. व्यंक्या आणि रंक्याला पोटभर घालू. अगदी पोटाची हलगी होईपर्यंत त्यांना चारू. चार दिस पिलांच्या तोंडात एक घासबी गेला नाय. कुनी रांडेच्यानं दंगल घडवली आनि आमचं पोट मारलं. दंगल घडवणाऱ्यांच वंगाळ होऊ दे, त्याचं हातपाय झडू दे, गोडीनं रहायचं सोडून साले दंगल कशाला करतात कुणास ठावूक. खरं सांगू राजा, लोक तुझ्यासारखं राहायला शिकलेना, तर दंगली आणि जाळपोळ कधीच होनार नाय. मानसं शानी झाली ना, तर जास्त दंगली करत्याती. बर झालं, माझ्या पोरांना साळा नाय मिळाली... अरं दंगल करनाऱ्यांनी जरा तरी इचार करायचा मर्दा... या मुक्या राजाचं काय व्हईल, शरणाप्पाचं आणि त्याच्या पोराबाळांचं काय व्हईल; पण तुला सांगतो राजा, ही माणसं असा इचार नाय करत... राजा आज जोरदार खेळ करायचा. लोकांनी तोंडात बोटं घातली पाह्यजेल... चार दिसांचा वचपा काढायचा..."

शरणाप्पा कधी लोकांवर, तर कधी पोटावर बोलत होता. त्यानं माकडाच्या गळ्यात दोन रंगीबेरंगी चिंध्या बांधून त्याला टायसारखा आकार दिला. जत्रेत घेतलेला लालभडक रंगाचा प्लॅस्टिकचा गॉगल माकडाच्या डोळ्यांवर चढवला. तो त्याच्या कानाला सुतळीनं बांधला. माकडाला आज हीरोच्या वेशभूषेत त्याला न्यायचं होतं. गॉगल झाला, टाय झाला, आत पॅन्टीचं काय करायचं असा प्रश्न निर्माण झाला. शरणाप्पा पुटपुटला, "राजा, अरे तुझ्या पॅन्टीचं काय करायचं. नागडा हीरो बघून लोक दगडं मारतील. पायतान मारतील."

"अगं ये कांते, माझ्या राजाला पॅन्ट देशील का?" शरणाप्पाच्या प्रश्नावर कांती म्हणाली, "आवं पॅन्टच काय, कापडाचा मोठा तुकडा तरी हाय का घरात? पॅन्टबिन्ट कायबी नाय. त्याला हीरो कशाला करताय? म्हातारा बनवा, पॅन्ट लागायची नाय. एखादी चिंधी गुंडाळा त्याच्या अंगाला, पॅन्ट मागत नका बसू. जा आणि खेळ लावा रस्त्यावर. पैसं मिळालं, तर त्याला आना पॅन्ट."

"अगं, पन आता त्याला टाय बांधलाय, गॉगल घातलाय, हीरोचा खेळ त्यो चांगला करतोय. पब्लिक खूष होतं. बघ कुठं पॅन्ट दिसती का."

"आवं, नाही म्हणून सांगितलं न्हवं." कांती चिडून म्हणाली.

शरणाप्पा चक्रावून गेला. राजा माकडाला हीरो कसं बनवायचं हा त्याच्यासमोर प्रश्न होता. डोक्याला हात लावून तो बसला. काहीच सुचेना. खेळासाठी गावात जायची वेळ झाली होती. त्याला अचानक काय वाटलं कुणास ठाऊक. तो व्यंक्याला मायेनं म्हणाला, "ये पोरा व्यंक्या, इकडं ये बरं जरा." व्यंक्या धावतच बापाजवळ आला. व्यंक्याच्या चड्डीवर शरणाप्पाची नजर गेली. व्यंक्याला कुरवाळत शरणाप्पा म्हणाला, "ये पोरा आज तुझी चड्डी देना माझ्या राजाला. तो हिरो होऊन खेळ करंल. पैसं मिळालं की तुला नवी चड्डी, शर्ट आनि रंक्याला चड्डी घेऊन येईन. बिन चड्डीचा हिरो न्यायचा कसा, तूच सांग पोरा."

व्यंक्या म्हणाला, "बाबा, अरं चड्डी दिली ना,तर मी नागडा व्हईल. पोरं चिडवत्याल. दगडं मारत्याल."

शरणाप्पा म्हणाला, "आजचा दिस कसं तरी काढ लेकरा. खेळ करून येताना तुला चड्डी घिऊन येतो." व्यंक्याला बोलण्याची संधी न देताच शरणाप्पानं त्याची चड्डी काढून घेतली. ती माकडाला घातली. चड्डीमुळं सगळं माकड झाकलं गेलं. नंदीबैलाच्या पाठीवरील झुलीप्रमाणं चड्डी दिसत होती.

कांतीनं माकडाच्या डोक्यावर आपल्या दोन्ही हातांची बोटं कडाकडा मोडली. माकडाला दृष्ट लागू नये म्हणून तिनं एक हिरव्या मिरचीचे दोन तुकडे केले. माकडावर ते ओवाळले. उजव्या हातातील तुकडा डाव्या बाजूला आणि डाव्या हातातील उजव्या बाजूला फेकला. शरणाप्पा एका हातात काठी आणि एका हातात माकडाच्या गळ्यातील दोरी घेऊन चालू लागला. आपला बाप आज आपल्याला चड्डी आणणार, खायला आणणार या आनंदात दोन्ही पोरं नाचू लागली. आपण नागडे आहोत, हेही व्यंक्या आनंदाच्या भरात विसरला. आज चूल पेटणार म्हणून कांतीचा चेहरा खुलला होता. राजा माकडाला यश लाभो आणि नवऱ्याची झोळी भरो! अशी प्रार्थना मनातल्या मनात ती करत होती.

उड्या मारणाऱ्या माकडाचं दावं हातात धरून शरणाप्पाच्या दोन लांब पावलातील अंतर माकड एका उडीतच भरून काढत होतं.

माकडाचा खेळ हा शरणाप्पाचा पारंपरिक व्यवसाय होता. त्याच्या कितीतरी पिढ्यांचा संसार माकडांनी चालवला होता. माकड म्हणजे त्यांची भाकरी, माकड म्हणजे त्याचं आयुष्य, माकड म्हणजे त्यांच्या घरातील कमवता माणूस, माकड म्हणजे त्याचा मित्र, देव सारं काही होतं. वयाच्या दहाव्या-बाराव्या वर्षांपासून त्याची माकडाशी मैत्री जमली. दोघंही परस्परांचे स्वभाव ओळखू लागले. शरणाप्पा आणि त्याच्या कुटुंबाचं पोट भरावं म्हणून माकड रोज नवं सोंग घ्यायचं. रस्त्यावर नाच-

नाच नाचायचं! शरणाप्पाची झोळी भरायचं. ज्या दिवशी कमाई चांगली व्हायची त्या दिवशी माकडाचीही चैन असायची. त्याला भाकरी-शेंगा मिळायच्या. एखादं सफरचंद आणि बिस्किटचा पुडाही मिळायचा. शरणाप्पाच्या हातातलं कुडमुडं वाजलं की माकडाच्या अंगात उभं वारं खेळायचं. ते चित्रविचित्र उड्या मारायचं, कसरती करून लोकांची वाहवा मिळवायचं. जाणकार माणसांप्रमाणं हातात अल्युमिनियम थाळी किंवा छोटीशी पिशवी घेऊन जायचं. भीक मागायचं. दोन पायांवर करमणूक करणारं माकडं बघून लोकही पाच पैसे-दहा पैसे त्याच्या झोळीत टाकायचे. माकड इमानइतबारे इतर सर्व काही शरणाप्पाच्या हातात द्यायचं. हीरोबरोबरच माकड खलनायकाची भूमिकाही लाजबाब करायचं. पेटती सिगारेट ओठावर ठेवून धूर बाहेर काढण्याचं नाटक करायचं. पुढच्या दोन पायांचा हातासारखा वापर सहजपणे करायचं.

माकड आणि आपलं नातं आठवत आठवत शरणाप्पा आता शहरात पोहोचला होता. माकड आपल्याला खेळवतं की आपण माकडाला खेळवतो?असा प्रश्न त्याच्या मनात निर्माण व्हायचा. असा प्रश्न निर्माण झाला की, तो मनातल्या मनात फक्त हसायचा. कधी तरी त्याचं हसू ओठावर झिरपायचं; पण त्यात आंनदाऐवजी स्वत:विषयीची तुच्छताच असायची.

शरणाप्पानं शहरातील गांधी चौक गाठला. कुडमुडं वाजवायला सुरूवात केली. आवाज ऐकून छोटी पोरं जमा होऊ लागली. तरूणही जमा होऊ लागले. म्हातारी-कोतारी आणि बाया-बायड्याही जमा होऊ लागल्या. शरणाप्पा कुडमुंड वाजवायला लागला. वाजवता वाजवता तो उजव्या हातातला दोर खालीवर करत होता, तर कधी झटकन माकडाला आदेश देत होता. गर्दीकडं बघत तो म्हणत होता, "मायबाप, राजा माकडाचा खेळ बघा - राजा हीरो झालाय. राजेश खन्ना झालाय, अमिताभ बच्चन झालाय, त्याचा गॉगल बघा, त्याचा टाय बघा, त्याची ऐटदार चाल बघा. ॲक्शन बघा. बघा मायबाप, मुक्या प्राण्याची धमाल बघा, त्याच्या पोटाला द्या, आमच्या पोटाला द्या, असा हीरो अख्ख्या दुनियेत नाय मायबाप! हीरोची फायटिंग बघा. सिनेमा बघाल, तर दहा रूपये घालवाल-----" शरणाप्पा बोलत होता आणि राजा त्याच्या बोलण्यानुसार वागत होता. गर्दी खुश झाली. पाच-दहा पैशांची नाणी राजाच्या अंगावर पडू लागली. लहान पोरं स्वत:चं नाक चिमटीत पकडून राजाला चिडवत होती.

एक खेळ संपला. गर्दी हटली. शरणाप्पानं चिल्लर मोजली. सहा रूपये सत्तर पैसे होते. भवानीच्या खेळावर चांगलीच मिळकत झाली. अगोदर रोजीरोटीसाठी काहीतरी खरेदी करावं. घरात पोरांना दोन घास घालून पुन्हा संध्याकाळचा खेळ

करण्यासाठी गावात यावं, असा विचार त्यानं केला. ओरडून आणि हात हलवून त्याची आतडीही अन्नाच्या कणासाठी वळवळत होती. राजाला शाबासकी देत तो एका किरणामालाच्या दुकानात गेला. त्यानं थोडे तांदूळ आणि डाळ विकत घेतली. प्लॅस्टिकच्या पिशवीत थोडे गोडेतेल विकत घेतलं. शिल्लक राहिलेला दीड रूपया घेऊन तो चहाच्या टपरीवर गेला. तिथं त्याला पन्नास पैशांच्या पावाचा तुकडा घेऊन राजाच्या हातात दिला. लहान पोरांप्रमाणे राजा पावाचा तुकडा मिटक्या मारत खाऊ लागला. हातातला पाव संपेल, तसा त्याचा एक गाल फुगत होता. शरणाप्पानं स्वत:साठी चहाची आर्डर दिली. दहा पैशांच्या विड्या घेतल्या. निवांत चहा प्याला. माकडाचं दावं बाकावर सोडून तो विडी पेटवण्यासाठी उठला. कागदाचा तुकडा घेऊन तो टपरीतल्या स्टोव्हजवळ गेला. कागद स्टोव्हला लावून तो पेटवला. पेटत्या कागदाने तो विडी शिलगावणार तोच त्याच्या कानावर आवाज आला, "अरे माकड ट्रकखाली सापडलं रे, पळा पळा..."

शरणाप्पाला धक्का बसला. त्यानं ओठावरची विडी थुंकली, रस्त्यावर नजर टाकली, तर त्याचा राजा रक्ताच्या थारोळ्यात पडला होता. त्याच्या डोळ्यांवरचा चष्माही फुटला होता. गळ्यातला टाय आणि अंगातील पँटही रक्तानं भिजली होती. बघता-बघता गर्दी जमा झाली. शरणाप्पा ओक्साबोक्शी रडू लागला.

"माझा राजा गेला रे, माझा हीरो गेला रे, मी आता काय करू. माझं पोटचं पोरं गेलं रे देवा... आता काय करू रे देवा..."

शरणाप्पाचा आक्रोश ऐकून गर्दीचं काळीज गलबलून गेलं. एकजण म्हणाला, "काय रे माकडवाल्या, माकड कशाला सोडून दिलंस? दोर हातात पकडून नाही का ठेवायचा?"

शरणाप्पा हुंदके देत म्हणाला, "साहेब, मी दोर कधीच सोडत नाय. विडी पेटवायची म्हणून उठलो; पन दावं हातात घ्यायचं इसरलो. असं व्हईल म्हणून काय ठाऊक. माझा राजा आता कुठं शोधू साहेब..."

शरणाप्पाच्या दु:खाबद्दल अरेरे करत गर्दी हळूहळू नाहीशी झाली. शरणाप्पा सावरला. त्यानं राजाचं प्रेत झोळीत ठेवलं. जड पावलांनी तो झोपडपट्टीकडं निघाला.

शरणाप्पाच्या पोरांनी आपल्या बापाला दुरूनच पाहिलं. ती त्याच्याकडं धावत निघाली. बापानं आपल्यासाठी खायला आणलं असेल, या भावनेनं ती नाचत होती. जवळ आलेल्या पोरांना शरणाप्पानं छातीशी कवटाळलं. "राजा ट्रकखाली मेला रे पोरांनो," असं म्हणत त्यानं आक्रोश केला. नवऱ्याचा आवाज ऐकून कांती धावत आली. तिला बघून शरणाप्पा जोरात रडू लागला. झोपडीसमोर

शरणाप्पानं झोळी ठेवली. राजाचं प्रेत बाहेर काढलं. त्याचा चेंदामेंदा झाला होता. त्याला बघून कांती आणि पोरंही रडू लागली. कांती ऊर बडवून घेऊ लागली.

आजूबाजूची माणसं जमा झाली. सर्वांनाच राजानं लळा लावला होता. शेवटी झोपडपट्टीजवळच राजाला पुरायचं ठरलं. चार कर्त्या माणसांनी छोटासा खड्डा केला. राजाचं प्रेत छातीला कवटाळतच शरणाप्पा खड्ड्याजवळ गेला. कांती आणि पोराचं रडणं चालू होतं. बाया-बापड्या तिची समजूत काढत होत्या. शरणाप्पानं जड अंत:करणानं राजाचं प्रेत खड्ड्यात ठेवलं. त्याला हुंदका फुटला. प्रेतावर माती सारली जाणार तोच शरणाप्पाचा व्यंक्या धावत आला. ''राजाच्या अंगातली माझी चड्डी दे... पोरं माझ्या ढुंगणावर दगड मारत्यात.'' असं म्हणून तो रडू लागला. चड्डीसाठी हट्ट करू लागला. एकानं पुढं होऊन राजाच्या अंगातील चड्डी काढली. व्यंक्याच्या हातात ती दिली. व्यंक्यानं रक्तानं ओली झालेली चड्डी तशीच अंगावर चढवली. राजावर माती सारली गेली, तसा शरणाप्पा आणि कांतीला पुन्हा हुंदका फुटला. लोक आपापल्या झोपडीत गेले. कांती सुन्न झाली होती. पोरं भुकेनं व्याकूळ झाली होती. तिनं झोळी ओढली. तिच्यातले तांदूळही राजाच्या रक्तानं ओले झाले होते. कांतीनं परातीत तांदूळ काढले. पाणी ओतलं. तिला परातीत राजाचं लालभडक रक्तच दिसू लागलं. तांदूळ शिजायला टाकावं असं तिला वाटलं नाही.

●●●

# १७.

# जग

उत्तम बंडू तुपे

लवकर उठायचं मनात होतं तरी येलू तोंडावर पांघरुण घेऊन पडली होती. झोप पुरती मिळाली नसल्याकारणानं डोळं भगभगत होतं नि तांबिरा चढल्यागत उगवतीचं अभाळ लालेलाल झालं होतं. अभाळातली एक चांदणी पिकल्या फळागत तुटून कुठं पडत होती कुणाला दखल.

सगळं अभाळ निवळल्यागत झालं नि लालेलाल रसातून लालचिटूक गोळा उगवून आल्यावर येलूनं तोंडावरचं पांघरूण दूर केलं. किचातल्या इंगळागत उगवती रसरसून उठतेली.

उठल्या उठल्या येलूनं परसूच्या अंथरूणाकडं नजर टाकली. तर लेपाट्याखाली दडपून घाटलेल्या परसूचा चिपाडागत झालेला देह निवांत पडलेला. उरांच्या भाल्यावर पडलेलं पांघरूण तेवढं खालीवर होत होतं, जिता हाय म्हणत होतं वाटतं.

घटकाभर येलूनं परसूच्या अंथरूणावर पडलेल्या देहाकडं बघितलं. नि हातावर किर्डू चढल्यागत हात झाडून येलू उठली. खाली पसरलेल्या लुगड्याच्या निऱ्या बेंबीवर घेऊन निटनेटक्या करून, आवळून घिटल्या नि कवाडाच्या फळ्या उघडून बाहेर पडली. तवर राधानं तोंड उघडलं

'आये! राती कवाडाला कडी घातली न्हाय ते?'

'न्हाय, झोप आटपनां तवा झोपंच्या नांदात इसरून गेली.'

'तू तर रातभर आत-बाहेर करंत हुती न्हवं?'

'आगं ही कुत्री-मांजर का निवांतपणानं झोप येऊ देते ती व्हयऽग! आणखी त्यांत तुझ्या बाला कुठं बरं हाय! तवा दोन लिंब कापून त्येच्यावरनं उतरून टाकली! तू उठ की आता, आज पुणव हाय न्हवं!'

'मंग मी काय गं करू आये?'

'चल की माझ्या बरं जोगव्याला.'

'आन शाळा गं?'

राधा बोलली; न ऐकल्यागत येलूनं बाहेरचं डबडं उचलून पांदीच्या बगलंला गेली. येलू गेल्यावर राधा उठली नि रांजणावरचा हांडा उचलून, चावडी पुढं ग्रामपंचायतीनं बोरींग पाडून बसवलेल्या नळावर गेली. तर नळावर सगळं गाव लोटलेलं. दोन बाजूची दांडाळी हापहापकून भुईच्या तळाचं पाणी घेऊन कुणी निघालं होंत. तर कुणाची नळाखाली मांडलेली भांडी भरत आली होती. काय तरणी तर काय बाय म्हातारी माणसं आपला नंबर कवा येतो याची वाट बघत खोळंबून उभी होती. तवर राधा नळाला भिडली नि नळाचं दांडाळ ताब्यात घेयाला लागली. तवर पर्टाच्या सर्ज्या पुढं सरला नि त्यानं दांडाळ्यावर हात ठेवला.

'राधे, आमी काय येडं म्हणताना उभं हाय व्हय गं?'

'त्याचं मला का देणं का घेणं. देवीच्या पुजेला पाणी पायजी, आयनं सांगिटलंय.'

'तुझी आय कोण गं बालिटरीन का? हू मागं. जवा नंबर लागलं, तवा पाणी!'

तवर नाव्ह्यच्या दामू पुढं सरकला नि त्यानं दांड्याळ्यावर हात ठिवला. 'सर्ज्या पयला नंबर मला लावदी बरं. आसं दांडाळ हालवितू बघ तावासर्शी राधीचा बी हांडा भरून टाकतू!'

'किडं पडलं तुझ्या तोंडाला. आयला सांगू का?'

'कशाला सांगती तिला; तिचा हांडा रातभर भरला आसलं न्हवं सरपंचानं!'

ह्यांची ही हातघाय. तवर मुलान्याचा काशीम मधीच पडला. 'दामू! तेरेकू काय करने का, सर पे खुदा किदर भी चुदा! राधे किधर हाय तेरा हंडा?मैं भरता पाणी. तेरेकू भी आराम मेरेकू भी.'

'कासीम, तू बुड्ढा झाला. तुला दांडाळं हालायचं न्हाय. तू सरक. मी बघ कसा करतो. तू उगा बघ तरी!' बोडक्याचा भान्या बोलला नि सर्ज्यानं त्याला मागं रेटला. 'भान्या, तू कसा आला रं हिथं?' 'काय करू सर्ज्या, बायकू माहेराला गेलीय न्हवं का?'

भान्या बोलला नि चावडी पुढं खसखस पिकली. कुत्र्या, मांजराचं आवाज निघालं नि म्हातारा तुका पुढं सरकला. त्यानं एकदा राधाला नीट न्याहाळून बघिटल्यागत केलं.

'ये बेन्यानू, त्या येलीला कळलं तर यल्लमा पुढं जग पालथा घाटल्यावर मराल की!'

म्हातारा तुका बोलला नि राधानं चौफेर नजर टाकली. लांब लांब तिकडं भुईच्या कडंवर आभाळ टेकलेलं नि भला मोठाच्या मोठा आकाशाचा जग उचलून पालथा घाटल्यागत वाटायला लागलं. त्याच्या खाली लांब तिकडं शाळेची कौलं दांडगी आग लागल्यागत लाल गुंजाळ हुनशान पडलेली. नि वरचं अभाळ धुरागत काळंनिळं हूनशान वर उभं राहिलेलं. मघाचा लालेलाल गोळा बी पांढराफट होऊन आग ओकाय लागलेला. राधानं उशिरानं आपल्याकडंच नजर फिरवली तर दोन बाजूला दोन पर्ड्या पालथ्या घाटल्यागत उर दिसाय लागला. त्याच्या खालचं मुकं मासाचं गोळं पर्ड्या फोडून बाहेर पडायची धडपड कराय बघत होतं नि दोन्ही बगलंची दोन झंपराची पाकी ओढून राधा मांसाच्या गोळ्यावर दडपा घालीत होती. तवर येलू तावदारून आलेली.

'खजाळे, आजून तुला पाणी मिळंना व्हय गं. का बसली खुशाल पोरांची थोबाडं न्याळंत. भरला का एकादा मनात? सांग. मजी त्याच्या संगे तुझा झुलवातरी लावून मोकळी व्हती मी!'

'आये, हिथ नंबर लागलेत ते?'

'कुणावर गं रांड नंबर लागलेत? आपला नंबर लाव की झाटदिशी!'

तोंडाला घावल तसं येलू बोलत होती. नि कान तुटल्यागत राधा गप का गुमान उभी. तवर येलू आली नि बगलंची सगळी पांगली. खचाखचा दांडाळ हाललं नि शिगारून दोन्ही हांडं भरल्यावर येलू मागं हाटली. राधानं एकावर एक दोन्ही बी हांडं टक्कुरीवर घिटली नि मधल्या आळीनं घराकडं निघाली. तर मधल्या आळीला डोळं फुटल्यागत आख्खी आळी दाराखिडक्याची फळकाटं उघडून बघाय लागलेली.

राधा पुढं नि येलू मागनं चाललेली बघून सरपंचांचा बोकड सरळ पुढनं राधाच्या अंगावर डोळं वटारून बघाय लागलेला. म्हणताना राधाला आतून सुरूंग पेटल्यागत वाटायला लागलं. नी बोकडाचं दावं धरून बसलेला सरपंचाचा नाथा दाताड इचकून येलूकडं बघायला लागला. टच-टचून उठलेल्या दोन्ही हंड्यावर नजरा फिरवायला लागला. नी डोळ्यांच्या धारनंच वर, हंड्यावरचा दडपा काढून बघायसाठी धडपडाय लागला.

'येलूमामी, काय मसोंब्या का कवठं आणलेती?'

'तुमास्नी काय पायजी?'

'मला व्हय, मसुंब्या.'

'मंग या की सांजला खिसा भरून. आन् कवठं पायजी आसली तर दाम डबल लागतंय्.'

'आस्सं का? पर कवठं पाडायपाय जीती मामी!'

'आत्ता पाडाची कवठं कुठं हायती? पाड कवाना लागून चांगली पिकलेती न्हवं?'

येलू नाथासंगं बोलण्यात गुतली होती. नि पायात वारं भरल्यागत राधा निघाली होती. मधली आळी कवाच मागं पडली होती.

टक्कुरीवर दोन्ही हांडे घेऊन राधा उभी होती. पाण्यानं भरलेला हांडा मानंत बसल म्हणताना मानंचा खिळा पार दमता होत चाललेला. येलूचा बी कुठं थांगपत्ता दिसंना म्हणताना राधानं इकडं तिकडं डोळं फिरवलं. तर रामूस वाड्याला आलेला वामन्या रामोशी दिसला.

'वामनतात्या! येवढा वरचा हांडा उतर तरी. मान मोडाय झालीया माझी.'

'येलू कुठं गेलीया ग राधा!'

'मस्नात.'

'आयला आसं बोलूनी!'

'ती आय का सात जल्माची वैरीन माझी?'

वामन पुढं झाला. वरचा हांडा उतरून त्यानं दारात मांडला. राधानं टक्कुरीवरचा हांडा उतरून खाली मांडला. नि घरात जाऊन परसूच्या अंथरूणावर बसली.

'सांग, सांग आबा मला का जल्म दिला, सांग!' म्हणून राधानं गहिंवर घातला. तवर येलू पाय आपटत आली.

'सटवे, काय गं झालं? गतकाळे, वाईच कुणी मस्करीनं बोललं तर नुस्ता आगस्ताळतीया!'

'आये, मला नाय खपत आसली मस्करी.'

वामन उगाच दोघींकडे बघत उभा राहिला होता. वाचाच गेली होती जणू त्याची. नुस्ती डोळ्याची बुभळं कावळ्यागत फिरवत वामन घटकाभर उभा राहिला नि कडा पडल्यागत झालं. धुनं बडवल्यासारखं दोन तीन आवाज झाल्यावर वामनाला वाचा फुटली. 'येले तू तुझं बघ. पर ह्या पोरीला बिघडवू नगंस; सांगून ठिवतुया. न्हायतर टुकडं करून टाकीन डोंगराला.'

'तू कोण रं मला सांगणारा? मला धाकात धरणारा?'

'मी कोण ते तुला सांगू का आत्ता?'

वामन पुढं सरकला नि येली जाऊन देव्हाऱ्यावर पालथी पडली. देव्हाऱ्यावर मांडलेलं देवीचं पितळाचं टोक इस्कटलं नि जग कडमडून पडला. येलूनं देव्हाऱ्यावर हात आपटून जिवाचा आट पिटून काढल्यावर उठली. कडमडून पडलेला जग उचलून निट मांडला नि दाराकडं नजर टाकली.

'गेला का गं त्यो वामन्या? आगं बघ की राधे; रांड!'

‘कव्वाचा गेला त्यो आये!’

‘राधे, मी करती ते काय येडी म्हणून व्हय गं?’

‘आये, तू करती तसं म्या बी करायला पायजी?’

‘मंग काय करणार गं! देवाच्या दासीला आसंच वागावं लागतं पोरी; दासी देवाची पर शेवा जगाची करायची आसती. तरच आपलं पोट भरतं. कुणी कायबी केलं तरी कळा मारून सोसावं लागलं तरच आपलं पोट भरतं.’

‘मी न्हाय काय बी खपवून घेणार!’

‘बरं उरक बरं. लौकर आवर तुझी अंघोळी. आज पुणव हाय. गावात जोगवा मागायला जायचं.’

‘मी न्हाय येत. मला शाळंला जायचंय. आये, हप्त्यात दोन रोज शाळा बुडती. मंगळवार आला की जोगवा; शुक्रवारी जोगवा.’

‘जोगवा न्हाय मागिटला तर खायाचं काय माळाचं दगाड?’

‘कष्ट करून जगत्यात नव्हं दुसरी. का ती माणसं न्हायती व्हय!’

‘खरं तर आपल्याला धड माणसात बी माणूस आसून वागता येत न्हाय; नव्हं तसी वागणूक मिळंत न्हाय!’

‘वागणूक मिळत न्हाय मंजी?’

‘राधे, आता तुला बी कळलं. तुझ्या भोवतीनं लांडगं उभं रातेलं. तवा तुझं डोळं उघडतेलं. शिकार म्हणून अखा जलम काढायचा नि शिकार होता होता शिकार करून जगायचं.’

‘आये, हे तुझं आडपडद्यानं बोलनं मला उमगत न्हाय.’

‘कळलं. तू आटप. अंघोळी करून माझं लुगडं नेस. तवर मी जग मांडते.’

राधा अंघोळ करून आली. तिच्या आईनं सांगिटल्याप्रमाणं तिनं लुगडं नेसलं होतं. तसल्याच वानांचा झंपर अंगात घाटलं होतं. मोरंपंखी लुगड्यातली राधा अंगाभोवती मोराची पंख फुटल्यागत दोन बाजूला दोन उरावरचं मोर ऐटित उभं राहिलं नि सगळ्या देहीला वेगळा अकार दिल्यागत राधा दिसायला लागली. मुसीतून ओतून काढल्यागत तिचा आटकर बांधा बघून येलुला भूल पडल्यागत झालं. कोपऱ्यातलं लेपाटं धडपडलं नि हाडांच्या खोबनीत बसवलेल्या कांच खड्यागत डोळ्याची बुभळं हालली. नि अवसान तुटल्यागत पापण्याचं पडदं हळूच उचलून परसूनं राधाकडं बघिटलं. तेवढंच सुख पिकल्यागत परसूचा चेहरा झाला. उशीर दाबून धरलेला आवाज उठला, ‘येले, पोरीला कशाला न्हेती. तूच जा की एकटी.’ मनातली पाल जितावून कुचकुचली.

‘पोरीला नग नेहू, तर काय करू? पोरीचं वळान पडाय पायजी. न्हायतं पुढं

हाल हुतेलं पोरांचं. मी काय आजून पाच-सात वर्स चालीन. मगं ह्यो जग घेऊन मला हुणार न्हाय. पुढं कोणीतरी चालवाय न्हवं. देवानं हिला रूप दिलंय. गळाबी मधागत झरतुया. इंद्रदेव सुदीक भुलून जाईल हिला बघून. मंग हिला का घरात झाकून ठिवायची? तू उगा पड की लेपाट धरून नि मराण येत न्हाय तवर खा. खाता येतंय तेवढं!'

येलूनं जग भरला होता. जगाच्या कोचारीत देवीच्या मुखवट्यांचं टांक मांडलं होतं. नि जगातल्या मध्यभागावर आसनागत उंचीची गादी मांडून त्याच्यावर यल्लमाँ देवीचा मोठा मुखवटा मांडून तिला सजवलं होतं. जगातल्या तळवटात बारक्या-चिरक्या परड्या मांडल्या होत्या. नि सर्पागत वेटोळे घालून कवड्याची माळ जगाच्या तळवटाला पडली होती. सगळं मुखवटं हाळदी-कुंकवानं लाल-पिवळं झालं होतं. नि अख्खा जगच रगत पाझरत बसल्यागत बसला होता. राधानं एकदा जगाकडं बघिटलं नि दारातून दोन सावल्या झप करून पुढं गेल्यावर येलू बाहेर गेली.

राधानं जगावर नजर रोखली नि रगत फुटल्यागत डोळं तांबडं लाल झालं.

'येल्लामाँ तुला देवपण आलं. तू देव झाली. ह्य जगात बसली. नि आमच्या टक्कुरीवर जग देऊन तू माणसात गेली. आम्हाला मात्र माणसातून उठवलं. नि दारोदार तुझ्या नावानं भीक मागायला लांवलं. भिक मागून बी पोट भरत न्हाय. मग हे पाटीभर मांस नि मूठभर केस कुणाच्या तरी अंगाखाली घालून दडपून घियाचं. नि मांसातून मांसाचा दुसरा गोळा उगवून त्याला बी जगवायचं. तुझ्याच नावानं.'

राधा बोलत होती. तवर बाहेर गेलेली येलू आली. मनात तरणी रग उठल्यागत झालेलं. तोंडावर जरा मोहर फुटल्यागत झालेलं. येलूनं राधाच्या हातात कापराची वडी दिली. नि खुंटीवर टांगलेलं चवांडकं काढून त्याची तार ड्...ड्...ड्...बूक...ड् करून वाजली. देव्हाऱ्यातल्या देवीची आरती हुणार होती. चार घास खावून टक्कुरीवर जग घेऊ जोगवा मागायला जायाचं होतं. आजची पुणव भरपूर देणार होती. त्याच्यावर येलूचं म्हातारपण जगणार होतं. गावातला जोगवा नि गावाला पिल्लं फुटल्यागत पसरलेल्या वाड्यावस्त्यावरचा जोगवा आज मागायचं मनात नव्हतं. नावाला निमित्त म्हणताना गाव देवाच्या देवळापुढं देवाची चार गाणी गायाची. नि येडंवांकडं पाय टाकून वाईच नाचून अंग मोकळं करायचं मनात होतं. नि येलूच्या मनाची पहाट फुलून आली होती. अंगात नवा जोम आल्यागत येलू हालंत होती.

'आटिपलं का राधे' येलूनं आवाज दिला नि हातातलं चवांडकं खुंटीवर ठेवलं. हाताला धरून राधाला बी खाली बसवलं. नि येलू कावरीबावरी झाली.

'काय गं आये, काय झालं?'

'काय न्हाय, वाईच चा करती.'

येलू तसीच चुलीपुढं गेली. सगळ्या अंगाला कापरं भरल्यागत झालेलं. तरी तसाच चा कडविला. त्यात कपभर दूध घाटलं. दोन घोट घिटल्यावर अंगाला जरा उबारा आला नि घसा बी चांगला शेकल्यागत शेकून निघालं. खुंटीवर टांगलेलं चवांडकं खाली काढलं. नि राधाच्या हातात झांज दिली. येलूनं डोळं मिटून चवांडक्यावर बोटं ठेवली. नि बोटाच्या पेऱ्यापेऱ्यांतून ढोलकी घुमल्यागत चवांडक्यांच्या तारेतून बोल उठले.

सकाळच्या कोवळ्या उन्हाबरोबर वहात आलेला गाण्याचा नि चवांडक्याचा आवाज गावभर पसरला. नि अख्खं गावच्या गाव येलूच्या दारात येऊन उभं राहिलं. देवीची आर्ती चालली होती. कोवळ्या देहीला हेलकावं देत नाजुक पावलं टाकत राधा  देवीच्या गाण्यावर नाचत होती. सातीला येलूचं जखड झालेले पन नसानसातून मुरलेला एक आगळ्या कलेचा झोतच्या झोत बाहेर पडून पसरत होता. नि तोडीला तोड देत राधा अंग मुरडून नाचत होती. तरी अंग कुठंतरी जखडून टाकल्यागत झालं होतं.

देवीची आर्ती झाली नि येलूनं जग भरला. जमलेल्यातल्या चार सवास्नी पुढं झाल्या. त्यांनी देवीला हाळदी-कुंकवाचा मळवट भरून राधाच्या कपाळाला भंडार लावला. कपाळावर एका बंधनाची लांब रेष उमटून गेली. नि येलूनं जग उचलून राधाच्या टक्कुरीवर मांडला. अंग जड झाल्यासारखी पाऊले टाकत राधा घरातून बाहेर पडली. नि टक्कुरीवर जबरीनं बसलेलं दांडगं भूत घेऊन चालायला लागली.

कुणाला तरी मान दियाचा म्हणताना गावदेवापुढं चवांडकं वाजलं नि जत्रा जमली. सरपंच वाकडी टोपी सरळ करत माणसं हाटवत पुढं आला. नि खिशातली दडपून ठेवलेली पाचाची नोट राधापुढं धरली, 'राधे, जग टक्कुरीवर घेऊन नाचायला पायजी. तर देव पावंल!'

राधानं येलूकडं नजर टाकली. तर येलूनं बी डोळा चमकवला नि चवांडकं घुमलं. भेलं तरी मरण येतंय नि मारलं तरी मरण येतंय, या नियमानं राधानं अंग सैल सोडलं नि मोर झाली. पदराचा पिसारा वाऱ्यावर फुलला नि मोराच्या टक्कुरीवरच्या जग डोलायला लागला. अंगात वेगळंच बळ आलं. आणि कधी नव्हतं आसं अंगाचं मांस नि रगताच्या शिराशिरातून आगळा वेगळा नाच बाहेर पडायला लागला. जमाव मंतरल्यागत झाला. नि नुस्त्या वारांगना वाऱ्यावर फडफडायला लागल्यागत वातावरण धुंध झालं.

गाव देवाच्या पुढं मानाची दोन गाणी झाली. नि सरपंच खळखळला, 'येलू,

पोरगी नटी हाय बघ सिनेमातली. तिला जप. तुझं कल्याण करील पोरगी!'

'तुमची सावली आसल्यावर मला काळजी न्हाय!'

'येलू, आमची सावली तुझ्यावर पडली तसी ह्या लेकरावर पडायची न्हाय. माझी सुमा तसीच ही राधा. ह्यात अंतर न्हाय पडायचा कवा. पोर शाळेत जातीय न्हवं?'

'व्हय शेवटचं वरीस हाय.'

'मजी दहावीला हाय म्हण की येडे. मंग तिला येवढं वरीस शिकव. पुढं बघू. जिल्हा परिषदेकडून हिला मास्तरच्या कोर्साला घालू. न्हायतर नर्सच्या.'

'तुमचं झालं पर गावातलं बाकीचं लांडगं तोडून खातेलं. देवाला सोडलेली हिला...' येलूनं डोळ्याला पदर लावला.

'येलू, खरं सांग. खरं देव कुठं हाय का? बोल की. सांग मला. का देवाच्या नावानं देहाचा बाजार मांडायचा. बाजार झाला की अंगावरचं कातडं जगवत जगायचं. जगण्याला बी अर्थ असावा लागतू. त्यात आपण सगळी माणसं हाय. तू काळजी करू नगंस.'

सरपंच निघून गेला नि येलूनं जग उचलला. 'चल गं राधे पुढं.'

'आये, सरपंच खरं बोलत हुता?'

'कशाचं खरं आलंय?सगळी लबाड. वेळ आली की लांडगं तोड करतेती.'

बोलता बोलता दोन कासरं रान तुटलं. नि खताळाची विहीरी जवळ आली. ओढ लागल्यागत राधा निघाली. विहीराच्या बगलंतली वाट जिती झाली. दोन गडी दोन अंगानं आलं. मूठभर नोटा येलूच्या हातात पडल्या. नि जग राधाच्या टक्कुरीवरून ढासळला. देवाचं टाकं मरून पडल्यागत धुळीत पडलं. जगाचा कूड मोडून जग वाकडातिकडा झाला. उतारानं घरंगळत लांब लांब पळाला. कवड्यांच्या माळा तुटून पडल्या नि उन्हाच्या रखरखीत सगळं अंग धडपडलं. 'आये, कायं गं हे, काय केलं?'

'जा. आत्ता सुखानं जग!'

काळाच्या मिठीत पडल्यागत राधा जात होती. तरी तिचं डोळं शाळेचा शोध घेत होती. शाळा कुठंच दिसत नव्हती. अंधारात कुठं बुडून गेली होती...

•••

## १३.
# निळे झेंडे
### शरणकुमार लिंबाळे

भर माथ्यावर सूर्य तळपत असताना गावकऱ्यांनी आमच्या घरावर हल्ला केला.

आमचं घर खाऊनपिऊन सुखी होतं. मोठा भाऊ जिल्ह्यात नोकरी करीत होता. दोघे बसस्टँडजवळ हॉटेलही चालवीत होते. वडील ग्रामपंचायतीचे सदस्य होते. मी कॉलेज करीत होतो. आमच्या कुटुंबाचं स्वयंपूर्ण वागणं गाववाल्यांना बघवत नव्हतं. गावातल्या भांडणतंट्यात आमचं घर भाग घ्यायचं. हॉटेल व्यवसायामुळं हातात पैसा खेळायचा. गावाच्या राजकारणातही आम्ही लक्ष घालत होतो, हे लोकांना आवडायचं नाही. यावेळी वडिलांना सरपंचपद मिळावं म्हणून आम्ही डाव खेळत होतो, त्यामुळेही आमचं आणि लिंगायत समाजाचं बिनसलं होतं. गाव बिथरत होता.

माझ्याबरोबर डेप्युटी सरपंचाची मुलगी सुनिता शिकत होती. एकत्र शिक्षण घेत असल्यामुळे मिळूनमिसळून वागत होतो. वेळी-अवेळी फिरत होतो. सिनेमा बघत होतो. दोघेही जिल्ह्याच्या ठिकाणी शिकायला असल्यामुळे हा प्रकार गावात कुणालाच माहीत झाला नाही, पण गेल्या आठवड्यात मी व सुनिता फिरताना गावातील कुणीतरी पाहिले आणि ही बातमी वाऱ्यासारखी गावात पसरली.

सुनिताच्या वडिलांनी तिला घरात आणून बदडले आणि घराबाहेर पाऊल न टाकण्याचा दम दिला. "तू आमचं नाक कापते आहेस. त्या हलक्या जातीच्या पोराबरोबर फिरते आहेस. तुला शिक्षणासाठी आम्ही पाठवतो की प्रेमचाळे करण्यासाठी? आम्ही समाजात काय तोंड दाखवायचं?" सुनितानं वडिलांचा छळ सोसला. मार खाल्ला. तिचं माझ्यावर प्रेम होतं. माझ्या जातीशी काही देणंघेणं नव्हतं. आम्ही दोघे गुपचूप पळून गेलो. त्यामुळे सुनिताच्या वडिलांचे माथे भडकले. ते सुडाने पिसाळले. शेवटी त्यांनी सुनिताला पकडून घरी नेलं.

मी गावी आलो. सुनिताचं घर गाठलं. घरात घुसलो. “मी सुनिताला घेऊन जाईन. ती माझी आहे.” म्हणून भांडलो. या प्रकारामुळं गावातील वातावरण खूप तंग झाले. ‘आज एक मुलगी बाटवली अन् आपण गप्प बसलो तर पुढे आपल्या सगळ्याच मुली आपल्या डोळ्यादेखत बाटवल्या जातील. यांना आताच धडा शिकवला पाहिजे.’ गावकऱ्यांनी बैठक बोलावून निर्णय घेतला.

गावातील पुरुष अगदी लहानलहान मुलेसुद्धा हातात दगड, काठ्या, कुऱ्हाडी, फावडे आणि कोयते अशी शस्त्रे घेऊन आमच्या घराकडे येत होती. बाहेरच्या आवाजानं आम्हाला हल्ल्याची चाहूल लागली. दीड-दोनशे लोकांचा जमाव येताना दिसला. जमावाने जोरजोरात ओरडून दार बडवायला सुरुवात केली. काहीजण छतावर चढले. त्यांनी पत्रे उचकटून काढले व घरात दगडफेक करण्यास सुरुवात केली. घरातील माणसं ज्वारीच्या पोत्याच्या आडोशाला लपून दगडांचा मार चुकवू लागली. छतावरच्या माणसांनी पेटते पलिते आत टाकले; त्यामुळे कपड्यांनी पेट घेतला. धूर पसरू लागला. आग वाढू लागली. आमचा श्वास कोंडू लागला. आम्ही जीव वाचवण्यासाठी मागचे दार उघडले आणि पळ काढण्याचा प्रयत्न केला. घराला चहूबाजूंनी जमाव वेढला होता. जमावाने एकेकास पकडून मारण्यास सुरुवात केली.

माझा मोठा भाऊ जमिनीवर रक्ताच्या थारोळ्यात मरून पडला होता. बाजूलाच वडिलांना लोकांनी गच्च पकडले होते. त्यांच्या मानेवर कुऱ्हाडीने जोरदार प्रहार करून त्यांचाही जीव घेतला. मग ते माझ्या दुसऱ्या भावाकडे वळले. माझा दुसरा भाऊ भीतीने थरथर कापू लागला. आता त्याचाही ते राक्षस खून करणार हे लक्षात आल्याबरोबर इतका वेळ घाबरून वाचा बसलेल्या माझ्या आईच्या तोंडातून किंकाळी निघाली. ती जोरजोरात रडत-भेकत त्या जमावापुढे गेली. “माझ्या मुलाला मारू नका हो.” असे म्हणत ती त्यांच्यापुढे साडीचा पदर पसरून पाया पडू लागली; पण त्यांनी तिच्या पाठीवर कुऱ्हाडींच्या दांड्याने रट्टा हाणला व तिला उचलून दूर फेकून दिले.

माझ्या दुसऱ्या भावालाही घेराव घालून त्याच्या शरीरावर तुटून पडले. एकाने ऊस तोडण्याच्या विळ्याने त्याचा पाय तोडला. अजून एकाने त्याच्या डोक्यावरच पहारीचा घाव घातला अन् माझा दुसरा भाऊही विव्हळत, तडफडत रक्ताच्या थारोळ्यात जमिनीवर कोसळला. तो मेल्यानंतर जमाव ज्वारीच्या पोत्यामागे लपलेल्या माझ्या तिसऱ्या भावाकडे वळला. माझी आई परत एकदा उठून भेलकांडत जमावापुढे गेली. ती जोरजोरात रडत होती. त्यांच्या हातापाया पडत होती. त्या लोकांनी तिला परत ढकलले. माझ्या तिसऱ्या भावावरही ते तुटून पडले.

एवढ्यात मागच्या बाजूने एकजण ओरडला. मी मागे वळून बघितले. माझा पाचवा भाऊ घराबाहेर पडून रस्त्यावर पळत सुटला होता. त्याच्यामागे पन्नास-साठ जण कुऱ्हाडी, फावडे, विळे आणि कोयते घेऊन धावत होते. तो पळत असताना समोरून त्याला पाच-सहा जणांनी अडवलं अन् सगळ्यांनी मिळून त्याला घेरले. दोन-तीन क्षण तो मला घोळक्यात दिसलाच नाही. मला फक्त आरोळ्याच ऐकू येत होत्या. जमाव जोरजोरात ओरडत होता. त्याच्या अंगावर रक्ताचे शिंतोडे उडाले होते. ते प्रक्षुब्ध झाले होते. त्यांचा नंगानाच बघवत नव्हता. थोड्या वेळाने जमाव ओरडत बाजूला झाला, तेव्हा पाचवा भाऊ रक्तामध्ये भिजून पडला होता. तिकडं लोकांनी माझ्या चौथ्या भावाचाहीं खून केला होता. माझ्या डोळ्यांसमोर माझ्या सख्ख्या भावांना कापून काढले, पण मी काहीही करू शकलो नाही. मी दबा धरून बसलो होतो. शेजारचा मुल्लाचाचा मध्ये पडला तर खवळलेल्या लोकांनी त्याच्यावरही हल्ला करून त्याला ठार मारले. आई बेशुद्ध पडली होती.

जमावाने पहारीने घर फोडले. सामानाची नासधूस केली. पोलिसांना माहिती मिळू नये म्हणून टेलिफोन्सच्या तारा तोडल्या. रोडवरून जाणाऱ्या ट्रक व बसगाड्यांना गावात थांबू दिले नाही. वाहनांवर दगडफेक केली. मी घाबरून गेलो होतो. काय करावं कळत नव्हतं. जवळ मरून पडलेले भाऊ दिसत होते. उद्‌ध्वस्त झालेलं घर दिसत होतं. पुढं काय होईल याचा अंदाज येत नव्हता. आई माझ्याकडे पाहत म्हणाली, "शरण, तू खचून जाऊ नकोस. ताव घे अन् सगळीकडे रजिष्ट्र्या कर. भाऊला बोलावून घे." आईच्या बोलण्याने काळजाचं दगड बनलं होतं. आई कण्हत होती. छोटी बहीण धीर देत होती.

हां हां म्हणता बातमी वाऱ्यासारखी पसरली. अनेक खेडूत मंडळी धावली. रडू लागली. पोलिसांची चक्रं फिरू लागली. डी.एस.पी म्हणत होते, "हे हत्याकांड प्रेमप्रकरणातून घडलेले आहे. त्याला कुणीच जातीयवादाचे स्वरूप देऊ नये." तर दलित कार्यकर्ते म्हणत होते, "हे हत्याकांड जातीयवादी प्रवृत्तीमुळेच झाले आहे. प्रेमसंबंधातून खून झाला असता तर प्रेम करणाऱ्या युवकाचाच खून झाला असता. सर्व कुटुंबाची हत्या केली नसती. संपूर्ण गाव मारेकरी बनला नसता. आज गावातील एक मुलगी बाटवली. उद्या सर्व गाव बाटवतील ही भावनाच त्या हत्याकांडामागे आहे." मला वातावरणाची दहशत वाटत होती. गावकऱ्यांची बैठक झाली होती. उरलेल्या दलितांचीही हत्या करण्याचा विडा गाववाल्यांनी उचलला होता. सर्व दलितवस्तीवर स्मशानकळा पसरली होती. कुणी काहीच बोलत नव्हते. त्यांच्या नजरा भीतीने ग्रासल्या होत्या. कार्यकर्ते म्हणत होते, "पोलिसांनी फिर्यादींना ताब्यात घ्यावं. त्यांना सरंक्षण द्यावं. त्यांचाही खून होईल. साक्षीदारच नष्ट केले

जातील.''

पोलिसांनी जमलेल्या बघ्यांना पांगवलं. प्रेतं उघड्यावर पडली होती. माझ्या बाजूलाच एक ग्रामस्थ उभा होता. त्याला पत्रकारानं विचारलं, ''पुढं काय होणार?'' त्यानं अतिशय तटस्थपणं उत्तर दिलं, ''काय होणार? एक-दोन एकर शेत विकून खटला लढवतील अन् निर्दोष सुटतील. नाही तरी अशा केसेस निर्दोषच सुटतात. पाच-पन्नास एकर शेतीतून एक-दोन एकर विकल्यानं काय फरक पडणार आहे? पुन्हा उरलेल्यांचा काटा काढतीलच. त्यांचे मंत्र्यांपर्यंत हात आहेत.'' मी धास्तावलो होतो. जणू मी न्यायदेवतेचा निर्णयच ऐकत होतो.

पोलीस आले. गेले.

जेव्हा जेव्हा मी माझी कथा घेऊन न्याय मिळविण्यासाठी दलित संघटनांकडे गेलो, तेव्हा तेव्हा त्यांचा पहिला प्रश्न असायचा, ''आमच्या संघटनेची शाखा आहे का तुमच्या गावात? शाखा असेल तर तुमच्या गावी येऊ. तुमची केस हातात घेऊ.'' मी प्रत्येकाकडे निवेदन घेऊन जायचो. भेटी द्यायचो. काहीजणांनी आमच्यासाठी निधीही गोळा केला; पण त्यातला एकही पैसा आम्हाला मिळाला नाही.

खेड्यातील माणसं यायची. कपडालत्ता द्यायची, दाळदाणा द्यायची. नेतेमंडळी यायची, भाषण करायची. पत्रकार यायचे, आमच्या मुलाखती घ्यायचे. पेपरबाजी खूप झाली. पुढाऱ्यांचे फोटो आणि पत्रके छापून आली. जे जे आले त्यांच्या बातम्या छापून आल्या. पुढं काय?

निळा झेंडा लावून मारुती गाडी आली. त्यात दलित नेते होते. त्यांना सविस्तर माहिती दिली. त्यांनी आमची समजूत काढली. मला जवळ घेतलं. फोटो काढून घेतले. माझे फोटो मात्र अनेक निघाले. त्यांनी भाषण केलं, ''आई, तू काळजी करू नकोस. तुझी मुलं शहीद झालीत.'' आईने निमूटपणे डोळे पुसले आणि तोंडावर हसू आणलं. मंत्र्यांनी भेट दिली.

त्या दिवशी बसमध्ये माझी व सुनिताची भेट झाली. मी धाडस करून तिच्याशी बोललो, ''तुझ्यामुळंच हे हत्याकांड घडलं.'' ती म्हणाली, ''माझा त्याच्याशी काही संबंध नाही.'' मी म्हणालो, ''पण तुझे माझ्यावर प्रेम होते ना?'' ती म्हणाली, ''ती माझी चूक होती.'' तिनं माझ्याजवळून सुटका करून घेतली. पुढे गेली. मी सुन्न झालो होतो. सुनिता मला मारेकऱ्यांपेक्षाही क्रूर वाटली.

माझा प्रवास सुरू झाला होता. हातात निळे झेंडे होते. मला ते घरावर लावायचे होते आणि एक शाखा काढायची होती. निळ्या झेंड्यांची. अन्याय निवारण्यासाठी.

●●●

# १४.
# पांढरा उंदीर
### कुमार अनिल

खूप वर्षांपूर्वीच तो तिच्याशी संग करून उठला तेव्हा ती त्याला निरखत म्हणाली, ''खूप गोड आहेस तू.''

मग तो खूप हसला अन् तिच्या गर्भाशयात रुतला. आपल्या बोटाचे संवादी स्पर्श तिच्या सर्वांगावर छेडू लागला. ती आपल्या गाभूळलेल्या हसण्यासह त्याच्या श्वासात सामावली. अन् मग तो ग्लानीत असताना ती म्हणाली, ''तूही सामान्यच आहेस.''

तिचं वाक्य त्याला बोचलं. घामेजलेल्या अंगाला गार वारं झोंबावं तसं. मग तो म्हणाला, ''मी लवकरच एक महान कादंबरी लिहीन.''

तिच्या प्रतिक्रियेची दखल न घेताच तो म्हणाला, ''मल खूप लिहायचंय. आय मीन....''मग डोळ्यांकडं पाहत तो तिच्या कुशीत मुसमुसत शिरला.

डेक्कनच्या गरवारे पुलाखालच्या फळविक्रेत्यांकडे तो बराच वेळ टक लावून पाहत राहिला. वाढत्या गर्दीतला कुणाचा तरी त्याला धक्का लागला म्हणून तो जागचा हालला आणि पायऱ्या चढून फर्ग्युसन रोडच्या दिशेला लागला. बदलत्या रंगाची गर्दी आजूबाजूला लोटत तो नकळत हाँगकाँग लेनमध्ये शिरला.

एक मदमस्त गर्दी.

एकेका दुकानातून डोकावत तो पुढं जात असताना त्याचा पेजर व्हायब्रेट झाला.

''प्लीज कॉंटॅक्ट ॲज अर्ली ॲज पॉसिबल - कुलकर्णी.''

डेक्कन कॉर्नरच्या एसटीडी बूथवर फोन करणाऱ्यांची गर्दी बघून तोही बूथजवळ फोन करण्यासाठी उभा राहिला. गर्दीतलाच, गर्दीतल्या माणसांसारखा कपाळावर आठ्या आणून. दरम्यान त्याचा उजवा डोळा दुखायला लागला. मग त्यानं डाव्या डोळ्यावर ताण दिला तेव्हा गर्दी कमी झालेली त्याला दिसली.

एसटीडी बूथवर हा फोनजवळ. याच्या मागे माणसांची रांग. त्यानं रिसिव्हर हातात घेतला आणि फोन कुणाला करायचा याचा विचार करू लागला. तेवढ्यात त्याचा पेजर व्हायब्रेट झाला.

पेजवर मेसेज, 'इफ यू आर अॅट डेक्कन, प्लीज कम अॅट ग्रीटवेल आफ्टर फिफ्टीन मिनिट्स - अवंती.'

मग त्यानं फोन करण्याऐवजी रिसिव्हर जागेवर ठेवला. हातातल्या एक रूपयाच्या नाण्याकडं पाह्यलं अन् तो रिलीज झाला. अवंतीला भेटायला चौदा मिनिटं अवकाश आहे हे लक्षात येताच तो सार्वजनिक मुतारीकडं वळला. डेक्कनच्या मुतारीमध्ये वास न घेण्याचा वायफळ प्रयत्न केला.

"सॉरी, काल तुला पेज केला नाही."

"थँक्स. आज भेटलीस."

"रागावलास?"

"नाही."

"काय करायचं?"

"तू ठरव."

"चल, आईस्क्रीम विथ जेली खाऊया."

मग ते दोघे लकीमध्ये घुसले. तेच हॉटेल. तेच टेबल. तोच वेटर आणि आईस्क्रीम विथ जेली.

"कशी आहेस?"

"आपण लवकर घर घेऊया."

"हं."

"छान कमर्शिअल, कर मग तुला हवं ते."

त्यानं तिच्याकडं पाहिलं. मग ती त्याला म्हणाली, "मला खूप भीती वाटते." तो पुरता हबकला.

"कथा म्हणजे काय असतं? म्हणजे कोणताही वाङ्मयाचा फॉर्म काय असतो? लेखक एखादा विषय अभिव्यक्त करतो म्हणजे काय? कोणताही अनुभव, ज्याला आपण विषय म्हणूया, तो अनेक पदरांच्या अनेक मितीतून व्यक्त केला जातो आणि त्या अनुभवाला फॉर्मचे रूप मिळते. म्हणजे तुझ्या लक्षात नाही का आलं? मी तुला एक कथा सांगतो. या कथेला मला इंग्रजी नाव द्यायला आवडेल. पूर्वी मी या कथेला हायबरनेशन असं नाव दिलं होतं. पण तुला कथा ऐकायला आवडेल ना?"

त्याचं एकतर्फी बोलणं तसं अधूनमधून नेहमीसारखं. त्यानं कथा सांगायला

सुरुवात केली.

एकेकाळी बोधिसत्त्व उंदराच्या कुलात जन्मला होता. हळूहळू इतर उंदीर सवंगड्यांच्या सोबतीमध्ये राहून तो वयाने मोठा होऊ लागला. आणि वयात आल्यावर पुष्कळ उंदरांचा राजा होऊन तो अरण्यात एका गुहेत राहू लागला. एकमेकांच्या सहकार्याने सर्वच उंदीर स्वच्छंदी जीवन जगत असताना त्या अरण्यात एके दिवशी आग लागली. ती आग जिकडे तिकडे भडकताना एक कोल्हा त्या आगीत सापडला. जो कोल्हा त्या आगीत सापडला त्याला त्या वणव्यात दुसरी वाट न सापडल्यामुळे त्याने एका झाडाच्या बुंध्याचा आश्रय घेतला. बुंध्याला डोके टेकवून तो तेथे मृतप्राय पडून राहिला. त्या झाडाच्या बुंध्याच्या जवळपास गवत असल्यामुळे तो भाजून मेला नाही, परंतु ज्वालांच्या झळांनी त्याच्या अंगावरील सर्व केस जळून गेले. डोके बुंध्याला टेकवले असल्यामुळे त्यावर शेंडीसारखे वर्तुळाकार केस राहिले. तो कोल्हा एके दिवशी पाणी पिण्यासाठी तळ्यात वाकला असता त्याला आपली प्रतिकृती दिसली. स्वत:ला पाण्यात पाहून त्याला मोठा चमत्कार वाटला. ब्राह्मणासारखी डोक्यावर राहिलेली शेंडी पाहून त्याने आगीत झालेल्या नुकसानाची भरपाई मिळवण्याचे ठरविले. त्यासाठी आपल्या शेंडीचा उपयोग करून घेता येईल असे त्याला वाटले आणि तो बोधिसत्वाच्या बिळाकडे निघाला.

बोधिसत्त्वाच्या गुहेतील लठ्ठ लठ्ठ उंदीर पाहून या शेंडीवाल्या कोल्ह्याच्या तोंडाला पाणी सुटले. नवीन शेंडीचा फायदा घेऊन उंदरांना खाता येईल असा विचार त्या कोल्ह्याने केला आणि त्याने बोधिसत्त्वाच्या गुहेसमोर काही अंतरावर तपश्चर्येला सुरुवात केली. आकाशाकडे पाहत दोन पायांवर उभे राहणे, तोंड वासून सूर्याकडे टकमक बघत राहणे असले तपश्चर्येचे प्रकार त्या दांभिक कोल्ह्याने अवलंबिले. त्याला पाहून बोधिसत्वाला वाटले की हा कोणीतरी मोठा धार्मिक प्राणी असावा. म्हणून त्याने कोल्ह्याची विचारपूस सुरू केली.

"बाबा रेऽ, हे तू काय चालविले आहेस?" असे बोधिसत्त्वाने विचारताच मोठ्या नम्रपणे कोल्हा उत्तर करता झाला, "आयुष्याचे दिवस प्राण्यांच्या हिंसेत आणि दुसऱ्या अनेक पापकृत्यांत गेल्यामुळे मला पश्चात्ताप झाला आहे आणि त्या कृत्यांच्या पापातून मुक्त होण्यासाठी मी खूप तपश्चर्या करण्याचा निश्चय केला आहे. यापुढे कोणत्याही प्राण्याला न दुखविता त्याची सेवा करावी, सर्व प्रकारे उपयोगी पडावे हेच माझे व्रत आहे. तुम्हालाही जर माझा काही उपयोग झाला तर मी धन्य समजेन."

तेव्हा बोधिसत्त्व म्हणाला, "आम्हाला तुमच्यापासून काही नको आहे. तुम्ही सत्पुरुष आहात. तेव्हा तुमच्यासारख्यांच्या सहवासाने आमच्यावर मोठे उपकार

होणार आहेत. तुम्ही या प्रदेशात राहिलात म्हणजे आम्हाला वारंवार तुमचे दर्शन होऊन पुण्य प्राप्त होईल.''

आपल्याला या बागडणाऱ्या उंदरांपर्यंत जाता येत नाही असे पाहून कोल्हा म्हणाला, ''हे सर्व खरे आहे, तरी पण माझ्या तपश्चर्येला बळकटी येण्यासाठी मी तुमची सेवा करू इच्छितो. लहानपणी मी गणित शिकलो आहे. त्याचा काहीतरी उपयोग करता येईल. मला वाटतं तुम्ही सर्व उंदीर अन्नासाठी बाहेर जाता तेव्हा मी तुमची संख्या मोजत जाईन व पुन्हा परतल्यानंतर बिळात जाताना मोजत जाईन व एखादा उंदीर हरवला तर तुम्हाला कळवीत जाईन.''

बोधिसत्त्वाला ही गोष्ट फारच आवडली. उंदरांच्या कळपाची यामुळे वाढ होईल असे त्याला वाटले आणि त्याने कोल्ह्याच्या विनंतीस होकार दिला. तेव्हा कोल्हा म्हणाला, ''मी तुमच्या कळपांची संख्या मोजत असताना तुम्ही नेहमीप्रमाणे झुंडीने जाता कामा नये, तर एकेकाने सरळ जवळून गेले पाहिजे.'' बोधिसत्त्वाने ही अट क्षणात मान्य केली व दुसऱ्या दिवसापासून कोल्ह्याने उंदीर मोजण्यास सुरुवात केली.

उंदीर मोजणीच्या वेळी सर्व उंदीर कोल्ह्याजवळून गेल्यावर शेवटच्या उंदरावर झडप घालून त्याला तो पोटाखाली दडपून ठेवत असे व इतर उंदीर दूर गेले की त्याला खात असे. असे रोजच सुरू झाले. पण बोधिसत्त्वाची आणि त्याच्या कळपातील उंदरांची अशी समजूत होती की कोल्हा धार्मिक वृत्तीचा असून तपस्व्याप्रमाणे आपला निर्वाह पाण्यावर आणि फलमूलांवर करीत आहे. असे असताना आपल्या कळपातील उंदीर कमी होत आहेत याचं कारण काय असावं. हा प्रश्न बोधिसत्त्वाला पडला. दिवसेंदिवस कळप क्षीण होत होता. उंदीर कुठं गेले याचा विचार करत असताना त्याने कोल्ह्याला विचारणा केली असता उंदरांची संख्या बरोबर असल्याचे कोल्ह्याने सांगितले. सकाळी व संध्याकाळी उंदीर मोजताना एकच आकडा येतो असेही सांगितले. कोल्ह्याच्या प्रामाणिकपणाविषयी बोधिसत्त्वाला शंका आली. यावर त्याने विचार केला अन् एके दिवशी गणनेच्या वेळी सर्वांच्या पुढे न जाता तो दडून बसला व सर्व पुढे गेल्यावर आपण मागून निघाला. नेहमीप्रमाणे शेवटी येणाऱ्या उंदरावर कोल्ह्याने झडप घातली. परंतु बोधिसत्त्व अत्यंत सावध होता, त्यामुळं कोल्ह्याच्या तावडीतून तो निसटला व गपकन् कोल्ह्याच्या नरडीवर उडी टाकून कडकडून चावा घेतला. तो दांभिक कोल्हा वेदनेने मोठ्याने ओरडू लागला. तेव्हा बोधिसत्त्व त्याला म्हणाला, ''हे दुष्ट कोल्ह्या, धर्माच्या पांघरूणाखाली तू आमचे गळे कापीत होतास. लोकांचा विश्वास संपादून त्यांचा घात करणे याला धर्म म्हणत नाहीत. ही तुझी शेंडी धर्मज्ञान संपादनासाठी नसून पोटाची खळगी भरण्यासाठी आहे. तुझ्या खोटारडेपणाचे प्रायश्चित्त भोग.''

कोल्हा तडफडत खाली पडताना इतर उंदरांनी त्याच्यावर हल्ला केला व त्याला तेथेच ठार मारले.

त्याला लिहावं असं खूप वाटलं, पण काय लिहायचं या विचारात तो बराच वेळ अडकला. नक्की काय लिहिलं तर आपण आपल्याला जे म्हणायचंय ते योग्य तऱ्हेने व्यक्त करू शकू या विचारात तो बराच वेळ अडकला. मग त्यानं पेजरवरचे सगळे मेसेज पुन्हा वाचले आणि कुलकर्णींच्या मेसेजप्रमाणे त्यांना फोन करण्यासाठी तो टेलिफोन बूथजवळ गेला.

"अरे, किती वेळ झाला?"

"सर, आऊट ऑफ रेंज होतो."

"संध्याकाळी भेटायला ये."

"येतो सर."

फोनवर बोलल्याप्रमाणे तो कुलकर्णींच्या बंगल्यावर गेला.

"थोडंसं वेगळं काम आहे.

"चालेल ना."

"एक डॉक्युमेंटरी लिहायचीय."

"म्हणजे तुला विषय आवडणार नाही, पण धार्मिक आहे."

"केव्हापर्यंत हवी?"

"लवकरच."

काही कमर्शिअल लिहायचं म्हणजे, खूपच गोची होते, तरीही लिहावं लागतं. म्हणजे जो पैसे देईल त्याला हवं असं. त्याला त्याच्या जातीप्रमाणं, धर्माप्रमाणं, गावाप्रमाणं, त्याच्या मताप्रमाणं हवं असतं. पुण्यामध्ये पुरोगाम्यांनी संकरित म्हशी सांभाळल्या पाहिजेत म्हणजे चितळेच्या दुधाला पर्याय निर्माण होईल.

आपण पर्यायी संस्कृतीचा विचार का करू लागलो आहोत? या विचारात बराच वेळ तो अडकला आणि ब्राह्मण राजकारणाला आपण बळी जातोय का असं त्याला उगीचच वाटलं. मग त्यानं सगळ्याच नैतिकतेला पर्याय शोधायचं ठरवलं. थोडावेळ थांबल्यावर सगळ्याच पर्यायीवाद्यांपासून पळून जायचं त्यानं ठरवलं.

त्याला बऱ्यापैकी थकवा आल्यासारखं वाटलं. मग त्यानं आपल्या मानेवर हलकंसं चोळलं. दाबलं.

एकदम जडावल्यासारखं वाटलं. म्हणजे मेंदूचं भजं झाल्यासारखं वाटल्यामुळं तो थोडंसं उकळला. पण उकळल्यानं त्याला मध्येच कलल्यासारखं वाटलं. पण

त्यानं स्वत:ला सावरलं. सावरताना त्याला जाणवलं, सगळा जबडा थकून गेलाय, म्हणून तो थकला. थकलेला तो पायरीवर थोडंसं थांबला. मागं वळला. जिन्यातून बाहेर सगळं भगभगीत दिसतंय हे त्याला जाणवलं. त्यानं झटकन् नजर वळवली अन् अचानक त्याला ग्लानी आली. तोपर्यंत जिन्याच्या ब्याण्णव पायऱ्या चढून तो आपल्या भाडोत्री फ्लॅटच्या दारात आला. सवयीनं त्यानं फ्लॅटचे दार उघडले. प्रथम ग्रिलचे लोखंडी अन् नंतर प्लायवूडचे.

दोन्ही दरवाजे बंद करून तो आत डोकावला अन् हबकला. बाहेरच्या खोलीतला, हॉलमधला पुस्तकांचा पसारा गायब झालेला. सगळा हॉल अगदी रिता रिता. मग पुन्हा थोडं हलकं सवयीनं. हरवणं, जाणं, चोरी होणं नित्याचं, सततचं असल्याने तो आत आला. पुस्तकांचा सारा पसारा किचनमध्ये कोपऱ्यात लावलेला. नीट रचून ठेवलेला. तीन खोल्यांचा फ्लॅट. नीटनेटका लावलेला; अगदी बाईच्या हातानं.

म्हणजे अवंती येऊन गेली तर.

त्यानं बाजूला पाह्यलं.

'शोधा म्हणजे सापडेल' असं लिहिलेलं सूचना-पत्र खास अवंतीच्या अक्षरात. मग तो हसत सुटला. हसता हसता टेकून उभा राह्यला.

हसता हसता त्यानं अवंतीचं आईपण अनुभवलं.

त्याचे डोळे पाण्यानं थबथबले.

तो क्षणात बाप झाला.

सत्कार समारंभ जोरात पार पडला. त्यानं आपलं भाषण तसं चोख केलं. सारा ताळेबंद मांडताना पीठावरच्या भल्याभल्यांनी डोकं खांजाळलं. त्याच्या भाषणाची धार त्याच्या कवितेतल्या धगधगत्या निखाऱ्यासारखी किंवा फुललेल्या पांगाऱ्यासारखी. त्याचा प्रत्येक शब्द तव्याला वणवा पसरावा तसा झरझर पसरत होता. तरीही विचारमंचावरच्या टिक्कोजीरावांना खुलवत होता. हे शब्द अगदी त्याचे किंवा त्याच्या बापाचे.

त्याचा बाप आपल्या गोणपाट दाढीसह चारचौघांम्होरं बसलेला. बाप खुळा होता. त्याच्या पुस्तकाच्या टाईपासारखा. बापानं गुळगुळीत पुस्तकाच्या लॅमिनेशनवरून हात फिरवला, अगदी चाचपडत. बाजाराला आणलेल्या हायब्रीड बियाणांच्या पिशव्या चाचपडणारा बाप समोर पाहत होता. अगदी झुंडी बघाव्यात तसा.

"तुम्ही लगीच जाणार होय?"

"हा, काम आहे."

बापानं पाठ फिरवली. वळता वळता बापाला ढास लागली. ह्यानं पाण्याचा

भरून ठेवलेला तांब्या बापानं तोंडाला लावला. बापानं समोरच्या दिव्यात पोराचं घर न्याहाळलं. आपलं बिबळात गेलेलं डोळं हलवलं. वरमलेल्या कातडीसह बाप थोडासा बुजला. खाकरला. पण बापानं खाकरा गिळला.

"चार लोकांत तुमी नदरत यता."

"लोकांना भावतं सारं."

"शिकल्यासवरल्यामुळं."

नजरेखालून गेलेली सर प्रचंड आकाराची. अंधारात तो चाचपडला. त्याच्या कवितेतल्या अंधारासारखी. भयंकर बोचणारी.

"जग त्याच्या तोंडात शान घालाया तयार. म्हणं तुम्हाला तुमच्या पोराचं मोठंपण उमगत न्हाय. आख्ख्या देसभर नाव केलंय म्हणं त्यानं." हे त्याच्या आईचं बोलणं. आई. घरात नसतानाही त्याची बाजू घेणारी. मग त्याला जाणवलं, अवंती आपल्याला तळहातावरल्या फोडासारखं जपते.

ते दोघेजण एकमेकांशी काहीच न बोलता बराच वेळ चालले. मग ती त्याला हटकत म्हणाली, "मला कधी कधी सारं इरिटेटेड होतं."

"मला तर माझं जगणंही."

"तुला काय झालं?"

"काही नाही."

"तुझं आयसोलेशन माझी फरपट करतं. मला सहन नाही होत. माझ्यावर उगीच काही लादू नकोस."

तिचं बोलणं ऐकून क्षणभर तो विचलित झाला. मग त्यानं चहा पितापिता स्थानिक वर्तमानपत्र चाळलं. त्यातल्या स्थानिक कार्यक्रमांची यादी वाचू लागला. कोणत्या कार्यक्रमाला जावं याचा विचार करताना तो बराच वेळ गोंधळात पडला. मग त्याला स्वत:विषयी शंका निर्माण झाली. मग त्याला सार्वजनिक क्षेत्रातील सगळ्याच लोकांविषयी शंका यायला लागली.

आपण कमर्शियल लिहिलं पाहिजे असं वाटलं.

अलीकडं माणसांविषयी प्रचंड गोंधळ उडायला लागलाय. एखाद्या माणसाला निढळ न्याहाळायचं म्हटलं तरी त्याचा थांग लागत नाही. मग तो माणूस कोणताही असो. क्षणभर ट्रँझीटमध्ये फसलेला अथवा निवांत तिढी टाकून बसलेला. माणसाला ओळखता येत नाही. हे स्वत:तलं न्यूनत्व. त्यानं विचार केला, आपलं लेखन माणसांचं लेखन. माणसांना निर्भेळ मांडायचं म्हणजे माणसं वाचता यायला हवीत.

त्यानं पुन्हा विचार केला, माणसं आपल्याला वाचताच येत नाहीत म्हणून आपण लिहिणंच बंद केलं पाहिजे. मग त्याला प्रश्न पडला, आपण असं का करतो? आपण व्यक्त होऊ शकतो का? त्याला उत्तर गवसलं नाही. मग तो स्वत:शीच म्हणाला, आपण खरंच लिहिलं नाही पाहिजे. मग त्याला गुढगे-पाटील आठवला. गुढगे-पाटील त्याला भेटला तेव्हा तो प्रचंड कासावीस झाला, तो गुढगे-पाटलाच्या बोलण्याने. गुढगे-पाटलांचा शब्द त्याच्या मेंदूत रुतून बसला होता. गुढगे-पाटील म्हणाला, "आम्हाला लिहिता येत नाही." गुढगे-पाटलाच्या वाक्यावर तो बराच वेळ विचार करत राह्यला. त्यातल्या प्रत्येक शब्दाभोवती तो घुटमळत राह्यला. गुढगे-पाटलाचं वाक्य होतं, आम्हाला लिहिता वाचता येत नाही. मग त्यानं वाक्याचा मथितार्थ लावण्याचा प्रयत्न केला. वाक्यातला आम्हाला म्हणजे जातीच्या दृष्टीने... लिहिता येणं म्हणजे व्यक्त होणं. मग वाक्याचा अर्थ लावून झाल्यावर, तो मनाशीच म्हणाला, 'शब्दांमध्ये प्रचंड ताकद असते व्यक्त होण्याची. आपल्याला पूर्णत: व्यक्त होता यायला हवं.'

गर्दी गजबजलेली. रस्त्यावरच्या दुभाजकाजवळ थांबलेली. रस्त्यानं गर्दीला आपल्या कुशीत घेतलेलं. जसं कोबडीनं अंड्यांना उबवण्यासाठी पोटाखाली घ्यावं.

कुठल्यातरी हॉलमध्ये त्यानं डोकवायचं ठरवलं. मग तो विचार डावलून त्यानं पुस्तकांच्या प्रदर्शनाला भेट द्यायचं ठरवलं.

'दलितांनी पुस्तकं महाग केलीत.'

मग त्यानं पुस्तकं खरेदी करायचा विचार बदलला आणि प्रदर्शनातून बाहेर पाहू लागला. पुस्तकाची बरीच रांग आता मागे पडलेली पाहून त्याला बरं वाटलं आणि मग तो खरंच बाहेर पडला.

तो जाहिराती निरखत चालू लागला.

"परंपरेचा नकाराधिकार अनिर्बंध असतो. परंपरेत अशा अनेक रिचवलेल्या विद्रोहांच्या मम्या किंवा थडगी जपून ठेवलेली असतात." दाढीवाल्या म्हणाल्याचं त्याला आठवलं. दाढी खाजवणाऱ्या दाढीवाल्यांना तो म्हणाला, "तू मला नेमाड्याचं वाक्य ऐकवू नकोस." दाढीवाल्यानं परिवर्तनाची संकल्पना स्वीकारल्याचं त्याला दिसलं. त्यानं आपलं लंगोटीपत्र बंद करून कादंबरी स्वत:च्या नावानं प्रकाशित न करता टोपणनावानं लिहिल्याचं समजलं. तेव्हा एके दिवशी तो दाढीवाल्याला भेटला.

"बामणांशिवाय कोणत्याच जातीचा लेखक लेखनावर जगू शकत नाही. अन् मी लेखनावर जगायचं ठरवलं. कारकून बनण्यापेक्षा हे बरं वाटलं. हो लिहितो. थोड्याशा शृंगारिक कादंबऱ्या. काय बिघडलं? तुझ्यासारखं लिहिलं तर कादंबऱ्यांच्या गठ्ठ्यावर कुत्रं मुतायला यायचं नाही."

"तू असं वागशील असं वाटलं नव्हतं."

"मला शानपण शिकवू नकोस. अशी टुकार पुस्तकं लोकांना अर्पण करून कुणी कामाला येत नाही. म्हणून आपण लिहितो, लोकांना हवं ते."

"मग टोपणनावानं का लिहितोस? शिवाय खऱ्या नावानंही लिहितो ना?"

"टोपणनावानं लिहितो पैशासाठी. अन् खऱ्या नावानं इतिहासात नोंद व्हावी म्हणनू."

मग दाढीवाल्याला बारमध्ये सोडून तो निघाला तो पुन्हा त्याला भेटलाच नाही, हे आठवलं तेव्हा त्याचा पेजर व्हायब्रेट झाला.

त्याला पेज आला म्हणून त्यानं फोन केला. फोन केला तेव्हा त्याला कळलं की पेज करणाऱ्याला पैसे हवेत. मग त्यानं आपले खिसे चाचपले आणि भेटायचं कबूल केलं. ठरल्याप्रमाणे ते दोघे भेटले. अगदी वेळेला. हा सवयीनं आणि तो गरजेनं. मग तो त्याला म्हणाला, "काय महाराचं खायला घालतोस का आज?"

मग तो म्हणाला, "चल."

त्याला त्याच्याविषयी आदर होता. कारण तो त्याचा मॉडेल होता. मग सुरुवातीला त्यानं ठरवलं आपण त्याच्यासारखं बनायचं. म्हणजे फक्त लेखक.

"फक्त दोनशेच?"

"पण मी भिकारचोट आहे."

"मादरचोद, तू कमवतोस ना?"

"तू महान आहेस. सॉलीड लिही. भरपूर पैसे मिळतील."

मग त्यानं ठरल्याप्रमाणं त्याला महाराचं खायला द्यायचं कबूल केलं. म्हणजे मटण खायला. मग त्याला वाटलं, आपण दस नंबरी खायला पाहिजे. मग तो म्हणाला, "अलीकडं कोणतंही मटण कुठंही मिळतं. फक्त म्हशीचंच मिळत नाही सरटन एरिया सोडून."

"म्हशीच्या मटणावर जात लिहिलेली असते. डुकराच्या नाही."

मग त्यानं त्याच्यासाठी बिल पे केलं. म्हणजे आपल्या स्टँडर्ड चार्टर्ड बँकेच्या कार्डवर. मग तो त्याच्याविषयी मनात कनवाळला, "साल्यानं खूप लिहायला पाहिजे. महान लेखक होईल. पण फालतू आहे." मग त्यानं त्याला त्याच्या इमारतीजवळ ड्रॉप केलं.

गर्दीतून जाताना त्यानं स्वत:ला वेगळे आहोत असं समजण्याचा बराच वेळ प्रयत्न केला. पण मग त्याला जाणवलं, आपणही गर्दीसारखंच असलं पाहिजे. म्हणून तो फुटपाथवरची बरीच पुस्तकं नजरेखालून घालू लागला. आणि मग त्याला

वाटलं आपण प्रयोगशाळेत कामाला हवं होतं. आपल्याला निदान एखादा प्रयोग करता आला असता.

जगण्यावरचा प्रयोग म्हणजे संदिग्ध न राहता जगणं.

आपण संदिग्ध जगत आहोत का? असंही त्याला वाटलं. मग त्यानं आपली संदिग्धता घालवण्याचा प्रयत्न केला.

आपण असंच लिहायला हवं, अगदी आपल्यातल्या इतरांसारखं. तेव्हा त्यानं एक प्रयोग सुरू केला. तो प्रयोग करत असताना त्याला जाणवलं, पिंजऱ्यामध्ये एकच उंदीर आहे. मग उंदराने शरणागती पत्करल्याचं त्याला दिसलं.

भल्या पहाटे त्याला एक स्वप्न पडलं. स्वप्नात तो धान्याच्या गोदामामध्ये धावताना दिसला आणि त्याच्या पाठोपाठ इतर उंदीर धावताहेत असे दिसले. मग धावणं बंद करून तो थांबला. थांबल्यावर गोदाम लख्खकन उजळलं. गोदामाचं शटर वर गेलं. दारातून काही गारदी आतमध्ये घुसताहेत असं त्याला वाटलं. काही वेळानं एक भलं थोरलं मांजर आत घुसल्याचं त्याला दिसलं.

बराच वेळ झटापट रंगली. तो बेशुद्ध झाला. तो थकला.

तो थकला आणि निचरा होण्यासाठी अवंतीच्या कुशीत शिरला.

●●●

# १५.
## साहेब, दीदी आणि गुलाम

दया पवार

उदास मन:स्थितीत रस्त्याने चाललो होतो. खर्डेघाशी करून पाठ ठणकत होती. कधी एकदा घरी जाईन असे झाले होते. तितक्यात एक टॅक्सी माझ्या पुढ्यात येऊन गचकन् थांबली. मागील सीटवरून आवाज आला --

''हाऽय वामन्या! किती वर्षांनी भेटतोस!''

मी मागे वळून पाहतो. मोहन असतो. ओळखू येणार नाही एवढा बदललेला. केवळ आवाजामुळे मी त्याला ओळखू शकलो. मूळचा सडसडीत बांधा कबुतरासारखा गुबगुबीत झालेला. चेहऱ्यावर तजेला असतो. रुबाबदार कपड्यात तो आकर्षक दिसतो. टॅक्सीचा दरवाजा तो झटक्यात उघडतो आणि मला बसण्याचा आग्रह करतो. घरी जायचे विसरून मी एखाद्या कळसूत्री बाहुलीसारखा त्याच्या शेजारी जाऊन बसतो. टॅक्सी सुरू होते. मोहन आता खुशीत आलेला. माझ्या खांद्यावर हात टाकीत तो म्हणतो,

''वामन्या, बरा आलास. भेटला. मलाही कंपनी हवी होती.''

''कसा चाललाय तुझा बिझनेस?'' मी काहीतरी बोलायचं म्हणून बोलतो. त्याने आता सिगारेट पेटवलेली. धूर सोडीत तो म्हणतो,

''आणीबाणीत डाऊन झाला होता. सध्या तेजीत आहे. नव्या मुंबईत दुसरी फॅक्टरी टाकतोय.'' आपल्या धंद्याबद्दल बरेच काही तो उत्साहाने बोलत असतो. सरकारी टेंडर, रॉ मटेरियल इत्यादी शब्द त्याच्या बोलण्यात डोकावत असतात. टॅक्सीने आता गती घेतलेली. रहदारी मागेमागे सरकत असते. मला कॉलेजमधला मोहन आठवतो. श्रीमंत बापाचा एकुलता एक मुलगा. कॉलेजला यायचा तो खूपच अप-टू-डेट पोशाखात. त्याच्यापुढे आम्ही खूप बेंगरूळ दिसत असू. पण त्याने आमच्यापाशी श्रीमंतीबद्दल ऐट मिरवली नाही. तो आमच्या कंपूत एकरूप व्हायचा. आमची सर्वांची तशी खूपच कडकी. मोहनला मात्र घरून दररोज पॉकेट खर्चाला

पाच-दहा रुपये मिळत. आमच्यासाठी तो सढळ हाताने खर्च करायचा.

यांच्यावर आपण उपकार करतोय ही भावना नाही. मजवर त्याची जादा मर्जी. एकदा-दोनदा तर कॉलेजच्या ट्रिपला वर्गणी भरण्याकरिता माझ्याकडे पैसेच नव्हते. मोहनने भरले आणि आग्रहाने ट्रिपला घेऊन गेला.

पुढे आम्ही राष्ट्र सेवा दलात जाऊ लागलो. आमच्यापैकी काहीतर, केवळ बामनाची पोरगी गटवता येईल ह्याच आशेने यायचे. आमच्याबरोबर मोहनही असायचा. राष्ट्र सेवा दलातील गाण्यांनी त्याला वेड लावलेले. तो गायचाही सुरेख. राष्ट्र सेवा दलात बौद्धिक होई. नव्या जाणिवाही मिळत. त्यामुळे असेल कदाचित, मोहन बदलत होता. भपकेबाज कपडे वापरण्याचे त्याने सोडून दिलेले. तो खादी वापरू लागला. हाती झाडू घेऊ लागला. पोराचे हे भिकार चाळे त्याच्या बापाला आवडायचे नाहीत. बापाचा विषय निघाला म्हणजे, मोहन वैतागयाचा, "साला आपला बाप खवीस आहे. कोंबड्यांना दाणे टाकावेत तसा तो कामगारांना झुलवतो. आपसात झुंजी लावतो. त्यामुळे टेंपररी आणि परमनंट कामगारांत विस्तव जात नाही. दहा-पंधरा वर्षे नोकरी करूनही टेंपररी कामगार कां कू करत नाही." बापाची ही फोडा-झोडा वृत्ती मोहनला आवडायची नाही. बापाविरुद्धचा त्याचा विद्रोह पाहून आम्ही चाट पडायचो.

हे सारं आठवताच मी त्याला प्रश्न करतो,

"अरे, तुझे समाजकार्य काय म्हणतेय?"

मोहन उत्साहाने बोलतो, "रोटरी क्लबचा मी मेंबर आहे. मागच्या आठवड्यात आम्ही वरळीच्या मामानगर झोपडपट्टीत प्रेते वाहण्यासाठी ढकलगाडी दिलीय. डॉक्टरांचे फिरते पथक सुरू केलेय. पंधरा ऑगस्टला रक्तदान शिबिर घेतलं होतं." समाजकार्यावर बोलताबोलता आता तो पुन्हा बिझनेसवर बोलू लागलेला. "महाराष्ट्रीय माणसांनी ह्यापुढे बिझनेस करायला हवा. खर्डेघाशीचे दिवस आता संपले." हे सारं ऐकताना माझ्या मनात खोलवर कुरतडत असते.

मी बाहेर डोकावून बघतो. आलेक्झांड्रा सिनेमाच्या कोपऱ्यावरून टॅक्सी फोरास रोडच्या दिशेने निघालेली. मी केवढ्यांनी तरी दचकतो. मी त्याला विचारतो,

"काय रं, कुठं घेऊन चाललास? ही वस्ती चांगली नाही."

तो खळाळून हसतो. हे त्याचे हसणे मला अपरिचित असते.

"घाबरू नको. दीदीकडं जायचंय."

"ही दीदी कोण?" माझा घुसमटणारा प्रश्न.

"कोठीवाली आहे. काय अफलातून गाते. ऐकत राहशील. मराठी नाटकाचे काही प्रसिद्ध नट येतात दीदीकडे."

मी न राहवून विचारतो,

“कोठीवरच्या गाण्यांचं वेड कधीपासून लागलं तुला?”

“आमच्या सतरा पिढ्यांपासून हे गाणं रक्तात मुरलंय.” परंपरेचा अभिमान त्याच्या बोलण्यातून डोकावतो. राष्ट्र सेवा दलातील त्याच्या गाण्यांनी ही पलटी कशी घेतली याचेच नवल मला वाटत असते.

फोरास रोडचा विभाग तसा मला परिचयाचा. ह्या भागातच माझं बालपण गेलेलं. तब्बल दहा-पंधरा वर्षांनी ह्या भागात मी येत होतो. वरच्या मजल्यावर टांगलेले नंबरचे लाल दिवे, खाली वेश्यांचे लोखंडी पिंजरे; त्यांच्या भुकेल्या नजरा, तर पोलिसांचा डोळा चुकवित फुटपाथला उभ्या राहणाऱ्या, चेहऱ्यावर रंगरंगोटी केलेल्या बाया, सारं काही तसंच होतं. दहा-पंधरा वर्षांत ह्या भागात विशेष बदल नव्हता. अपवाद फक्त भोवताली काही उठलेल्या उंच इमारती. इमारतींच्या खालच्या गाळ्यात सजलेली मारवाड्यांची काही दुकाने तेवढी वेगळी दिसत होती. मी ह्या भागात शाळेत असताना, माझ्या वयाचे काही मित्र मला ह्या गल्लीत फिरवायचे. त्यावेळी मी त्यांच्यावर कमालीचा भडकायचो. म्हणायचो, “अरे बाबांनो, ताडीच्या झाडाखाली ताक प्याले तरी लोक म्हणतील ताडीच प्यालात.” माझ्या शाळकरी संवादाची ते टवाळी करीत. मी चिडतो म्हणून पुन: पुन्हा ह्या रस्त्याने घेऊन यायचे. दहा-पंधरा वर्षांत मीही किती बदललो ह्याचेच हसू मला येत असते.

“का रे हसतोस?” मला अचानक हसताना पाहून मोहन विचारतो.

“कोठीवरच्या बाईला दीदी म्हणतोस ह्याचंच मला हसू येतंय.” मी हे बोलत असताना माझ्या मनातील विचार लपवीत असतो.

टॅक्सी फुटपाथला एका इमारतीपाशी थांबते. आमचा संवाद तुटतो. मोहनबरोबर मीही खाली उतरतो. मोहन टॅक्सीवाल्याला थांबायला सांगतो. जाताना ह्या भागात टॅक्सी मिळत नाही ही मोहनची तक्रार. वाढणाऱ्या बिलाचीच मला काळजी वाटत असते.

मी समोर पाहतो. इमारत बकाल असते. जवळच्याच हॉटेलातून सिनेमाची गाणी किंचाळत असतात. गाण्यांचे स्वर एकमेकांत मिसळल्यामुळे, नेमकं गाणं कोणतं वाजतंय हे ध्यानी येत नाही. मोहनच्या पाठोपाठच मी एका बोळीतून आत जातो. शिगांचा खरपूस वास येतो. हा वास मी विसरून गेलेलो. मी पाहतो. नेमक्या दादऱ्याच्या खाली रसरशीत विस्तवावर लोखंडी सळया भुरळल्या जात असतात.

दादऱ्याच्या लाकडी फळ्या तशा मोडकळीस आलेल्या. चालताना तोल जात असतो. पहिल्या माळ्यावर आम्हीं येतो. तेथे एकाला-एक लागून गाण्यावालींच्या कोठ्या असतात. काही कोठ्या तर खूपच लहान. आठ बाय बारा एवढ्या. साजिंदे कोपऱ्यात अंग चोरून बसलेले. त्यांच्या समोरच गादीवर बसून काही मेकअप

करीत असतात, तरी काही पानं लावीत. त्यातील एकीचा चेहरा तर चांगलाच लक्षात राहिलेला. तिच्या चेहऱ्याची एक बाजू मेकअप करून झालेली. त्यामुळे दुसऱ्या बाजूला डोळ्यांभोवती असलेली काळी वर्तुळे दिसतात. एक काळ्याभोर दाढीतला फकीर हातातले विस्तवाचे पात्र सांभाळीत त्यावर लोभन टाकीत कोठीकोठीतून फिरत होता. त्याच्या उग्र दर्पाने वातावरण भरलेले. कुठून तरी गाण्याची एखादी दर्दभरी लकेर कानावर येत होती. सोबत पैंजणांचा आवाज. मोहन येथे बहुदा नेहमीच येत असावा. कुठल्या ना कुठल्या कोठीपाशी, दरवाज्यात तो थोडा वेळ रेंगाळायचा. काही उफाड्याच्या टंच पोरी त्याला हसून कुर्निसात करीत होत्या. 'साब, गाना सुनके जाना!' असं विनवीत होत्या. त्या म्हणण्यातही मला लाचारी जाणवायची.

वरच्या मजल्यावर येतो. मोहन झुळझुळीत पडदा बाजूला करतो. मी आत डोकावतो. प्रशस्त हॉल असतो. पाहिलेल्या कोठ्यांपेक्षा ही कोठी चांगली सजवलेली. भिंतींना हिरवा रंग दिलेला. भिंतींना खेटून उंची कोच ठेवलेले. मध्यभागी लालजर्द गालीचा अंथरलेला. कोपऱ्यात साजिंदे आपापली हत्यारे सुरावर लावीत असतात. आम्हांला पाहताच तीस-चाळीस वर्षांची बाई सामोरी येते. मोहनला पाहून तिच्या चेहऱ्यावर स्मित झळकते. आम्हाला कोचावर बसण्यास ती हातवारे करते. कोचावर बसताबसता मोहन लाडाने बोलतो,

"दीदी, हम आये है."

"साब, बहोत दिनके बाद आ रहे हो. मै समजती थी दिवालीपर आयेंगे."

"हम दिवाली भूले नहीं." असे म्हणून तो ब्रीफकेस उघडतो आणि तीतून एक पुडा बाईच्या हाती देतो. मिठाईचा पुडा असतो. दीदीला मनापासून आनंद झालेला.

जवळच बसलेल्या एका म्हातारीपाशी दीदी तो पुडा देते. म्हातारी रंगाने खूपच उजळ दिसते. वार्धक्यामुळे तिच्या चेहऱ्यावर सुरकुत्या पडलेल्या. तिने आपले केस मेंदीने रंगवलेले. त्यातूनही काही पांढरे केस डोकावत असतात. ह्या वयातही म्हातारीने डोळ्यांत काजळ घातलेले. तिच्या पुढ्यात पानांचा डबा असतो. ती पान नखलीत असते. त्या मानाने दीदी कमालीची साधी वागते. थोडीफार काळी-सावळीच. मेकअप केलेला नसतो. आकर्षकही दिसत नसते. म्हातारीचे आणि तिचे काय नाते असावे हे कळत नाही. इतक्यात माझे लक्ष समोरच्याच कोचाच्या खाली जाते. तेथे लहान मुलाचे दप्तर असते. त्याच्या जोडीला फिरकी-पतंग. मी उगाचच सैरभैर होतो. वातावरण असह्य होते.

दीदी आता पेटीवाल्याच्या समोर बसते. सारंगी-तबल्याची जुगलबंदी सुरू

होते. अजून तरी वर्दळीला सुरुवात नसते. हॉलमध्ये आम्ही दोघेच गाणे ऐकणारे. दीदी गायला सुरुवात करते. दीदीचा आवाज कमालीचा काळीज पिळवटणारा.

बाई गात असते.

**''हर एक बात पे कहते हो तुम कि तू क्या है ।**
**तुमही कहो कि ये अंदाजे गुफ्तगू क्या है?''**

मोहन मला हळूच सांगतो की, ही गालिबची गझल आहे. त्याचे बहुधा हे आवडीचे गाणे असावे. पुढच्या अंतऱ्याने मी गलबलून जात असतो.

**''रगो में दौडने - फिरने के हम नहीं कायल ।**
**अब आँखहीं से न ठपका तो फिर लहू क्या है ।''**

पुन: पुन्हा ह्या ओळी दीदी आवाजाच्या आकांताने गात असते. मी क्षणभर गाणे विसरतो. पाऊस कोसळतो आहे. त्यात जंगलात उठलेल्या शिकाऱ्याच्या हाका. त्या हाकांत मध्येच जीव घेऊन पळणाऱ्या हरिणीचे चीत्कार-- हे दृश्य मला दिसू लागते. मी मोहनकडे पाहतो. त्याच्या चेहऱ्यावर आनंद ओसंडत असतो. तो आता रंगात आलेला. मघापासून पिकदाणी सांभाळणाऱ्या एका वयस्कर बाईला खुणावतो. तिच्यापाशी काही दहादहाच्या नोटा पानाच्या तबकात ठेवल्या जातात. आता मोहन साजिंद्याच्या जुगलबंदीत रंगलेला. चांगली तोड झाली म्हणजे, दहाची नोट कागदासारखी चुरगळी आणि कधी सांरगीवाल्याकडे, तर कधी पेटीवाल्याकडे, तर कधी तब्बलजीकडे फेकी. वाजवतावाजवता ते नोटा झेलीत. बाईचे गाणे संपलेले. तिच्या चेहऱ्यावर घामाचे बिंदू डवरलेले. बाईला चांगलीच धाप लागलेली. बाई पदराने घाम टिपीत असते.

हे सारं संपत नाही तोच अचानक कुठून तरी पाच-सहा पोरींचा तांडा तेथे टपकतो. पोरी वयात आलेल्या. कमालीच्या देखण्या. त्वचा तर साय पांघरलेली. नको तेवढा मेकअप त्यांनी केलेला. त्यांच्या अंगावर उंची साड्या असतात. बाहेर रस्त्याने चालल्या तर कुणाही थोरामोठ्यांच्या मुली समजतील. त्यांची नजर सारखी भिरभिरत असते. त्यातील एक मुलगी तर माझे लक्ष चांगलेच खिळवून ठेवते. वय असेल सोळा-सतरा वर्षे. तिला एकटक पाहतापाहता तिच्याबद्दल मनात आलेला विचार ध्यानात येताच मी चांगलाच हादरतो. ती मुलगी नेमकी माझ्या मुलीसारखी दिसत असते. चेहऱ्याची ठेवण, हसण्याची लकबही तशीच. मला तेथे फार वेळ बसावेसे वाटेना. माझ्या मनातील विचार मोहनला सांगावे तरी कसे? तो खुळ्यातच काढील! जमीन दुभंगावी आणि तिने आपणाला पोटात घ्यावे असे मला तीव्रतेने वाटते.

गाण्याच्या सुरुवातीने माझी तंद्री भंग पावते. पोरी बेभान होऊन नाचत असतात. त्यातल्या काही टाळ्या पिटत असतात. सिनेमाचे गाणे असते,

**''आयेगीऽ आयेगीऽऽ आयेगीऽऽ**
**तुमको हमारी याद आयेगी''**

ह्या ओळी फेकीत, त्या मोहनकडे हातवारे करीत असतात. त्यांच्या दृष्टीने मी खिजगणतीत नसतो. मोहनने दहाची नोट काढली म्हणजे, त्यातील एखादी मोहनच्या पुढ्यात येऊन बसायची. नेत्रसंकेत करीत टाळ्या पिटायची. मोहन तिच्या हाती दहाची नोट द्यायचा. हा नाच बराच वेळ चाललेला. मी नोटा मोजायच्या सोडून देतो. तितक्यात दरवाज्यापाशी असलेल्या गजरेवाल्याकडे मोहनचे लक्ष जाते. तो गजरे विकत घेतो. पोरींच्या मनगटावर माळतो. नाचतानाचता एका उफाड्याच्या पोरीचा ओटीपोटावरचा पदर ढळलेला. मी जे पाहिले त्यावर माझा विश्वासच बसत नाही. ती पोरगी चक्क गरोदर असते. तिचे गोरेपान ओटीपोट मक्याच्या कणसासारखे टरारलेले. पाचवा-सहावा तरी महिना असावा. मी मोहनच्या कानात कुजबुजतो. तोही चांगला चपापतो. तो त्या मुलीला नाचावयाचे थांबवतो आणि कोचावर बसावयास सांगतो. आपले नेमके काय चुकले म्हणून हिरमुसला चेहरा करून ती कोचावर बसते.

सिनेमाच्या गाण्यामुळे काही माणसे थोडा वेळ रेंगाळतात. क्षणभर बसतात आणि चालू लागतात. एका माणसामुळे तर तेथले वातावरण पालटते. तो येतो तेव्हाच पोरी नाचायच्या थबकतात. काही त्याच्याकडे पाहून हसतात आणि पुन्हा नाचायला सुरुवात करतात. आमच्या समोरच तो येऊन बसतो. मी त्याच्याकडे निरखून पाहतो. त्याने लखनवी झब्बा घातलेला. वयस्क असतो. पोट चांगलेच सुटलेले. रंगाने तव्याच्या पाठीसारखा काळा. हसताना त्याचे दात जादाच लकाकताना दिसतात. बहुधा बडी आसामी असावी. त्याच्या हाताच्या बोटात हिऱ्याच्या तीन-चार अंगठ्या झळाळत असतात.

तो नाचणाऱ्यांपैकी एका पोरीला खुणावतो आणि तिच्या हाती नोट देतो. मघापासून चाललेले गाणे तार तुटावी तसे तुटते आणि त्याच्याकडे तोंड करून पोरी एका सुरात गाऊ लागतात,

**''हमे तो लूट लिया मिलके हुस्नवालोंनेऽ**
**गोरे गोरे गालोंने-काले काले बालोंने ऽऽ''**

मोहन आता खरा संतापलेला. रागाने त्याचा चेहरा आक्रसतो. आपण इतका वेळ एवढे पैसे उधळले त्याचं काहीच नाही आणि कुठला कोण येतो, पाच रुपये सोडतो आणि आपले गाणे तोडतो ह्याचाच बहुधा त्याला संताप आला असावा. तो रागाने दीदीकडे पाहतो. म्हणतो,

''दीदी हमारा गाना पुरा होना चाहिए!''

काहीच झालं नाही अशा थंड नजरेने आलेला माणूस आमच्याकडे पाहतो. दीदी मोहनकडे लक्षच देत नाही. गाणे जोषात असते, "हमे तो लूट लिया"..... मोहन आता अडगळीत पडलेला. त्याचा दुखावलेला चेहरा फार वेळ पाहू शकलो नाही.

गाणे संपतासंपता तो उठतो. पिकदाणी सांभाळणाऱ्या वयस्कर बाईपाशी काहीतरी कुजबुजतो आणि चालू लागतो. मी खिडकीतून बाहेर डोकावून पाहतो. रस्त्याच्या कडेला एक घोडागाडी असते. मी पुन्हा हॉलमध्ये बघतो. मघापासून पाहत असलेली सोळा-सतरा वर्षांची पोरगी जथ्यात नसते. मला नकोनको त्या शंका येतात. माझे मन नासून जाते.

तो माणूस गेल्यानंतर मोहन दीदीपाशी जवळजवळ भांडत असतो. बहुधा त्याला हिंदी सिनेमातला सीन आठवत असावा. शेवटी तो न राहवून म्हणतो,

"मैं आपको दीदी कहता हूँ, हमे क्या यहां ऐसा सम्मान मिलेगा?"

दीदीचा स्वर आता चढलेला.

"देखिये साब, दीदीका रिश्ता तो घरमें, दीदी कहते हो और बाजारमें आते हो? यह तो बाजार है। अगर यहाँ कोईभी अठ्ठण्णी देगा तो हमे इज्जत करनी होती है। पेटकी खातीर यह सब होता है।" हे सारे दीदी एका दमात बोलते. हे बोलताना तिचे ओठ थरथरल्याचा भास होतो.

मोहन घुश्श्यातच उठतो. झालेला अपमान तो सहन करू शकला नाही.

आम्ही खाली येतो. टॅक्सीवाला झोपलेला. दरवाजा उघडतानाचा आवाज ऐकून तो गडबडीने उठतो. मोहनची आणि माझी दिशा भिन्न असते. तो मला जवळच्या स्टेशनपाशी सोडतो.

आपल्याला खूपच रात्र झालीय याची जाणीव मला आताशी कुठे होते. मी धावतपळत स्टेशन गाठतो. स्टेशनच्या पायऱ्या उतरत असताना लोकल माझ्या समोरूनच गती घेते. निर्मनुष्य असलेल्या फलाटावर मी येतो. ती शेवटची लोकल असते. आता पहाटेपर्यंत गाडी नसते. मी बाकड्यावर जवळजवळ अंग झोकून देतो. फलाटावरील अंधूक प्रकाश सोडला, तर भोवतालचा काळोख अजगरासारखा गिळीत असतो. त्या काळोखातही, पाहिलेली मुलगी आणि माझ्या मुलीच्या चेहऱ्यात सरमिसळ होत असते.

•••

## १६.
# जेव्हा मी जात चोरली होती!

**बाबुराव बागूल**

माझ्यावर जात चोरीची जी आपत्ती आली होती. तिची आठवण झाली म्हणजे अंत:करणाचे अग्निकुंड होते. डोके दु:खाने दुभंगून जाते. अन् मग वाटू लागते या दुर्दैवी देशात माणसाने दलित जातीत जन्म घेऊ नये. घेतल्यास असे दु:ख, असा अपमान सहन करावा लागतो की यातून मरण बरे वाटते. विष प्यारे होते. अंत:करणातील अमृत सडून जाते अन् उरते फक्त तरवारीपेक्षाही क्रूर, कठोर चीड. येवढ्या मानसिक, बौद्धिक यातना मला सहन कराव्या लागल्या होत्या. अजून काही दिवस जर मी तिथे जात चोरून राहिलो असतो तर वंचनेने वेडा झालो असतो. अथवा नागाप्रमाणे हलाहल घेऊन मुंबईला आलो असतो. बरे झाले. पगाराच्या रात्री रामचरण तिवारीच्या घरी चोरी झाली. अन् एका चोराने जात चोराची चोरी जाहीर केली. तशी रामचरण तिवारीने माझी, त्याच्या उस्तादाची, मन मानेल तशी लाथाबुक्क्यांनी मरम्मत केली. आणि काशिनाथ सकपाळने माझी सामुदायिक प्रक्षोभातून जीवानिशी सुटका केली.

ती घटना अशी घडली.

मी उधना स्टेशनवर पहाटेच्या प्रकाशासंगे उतरून इंजिन शेडकडे चाललो होतो. नोकरी मिळाल्याच्या आनंदाने माझे मन आषाढाप्रमाणे आक्रमक, पावसाप्रमाणे पराक्रमी बनले होते. या आंतरिक सामर्थ्यामुळे मला कोणाचीच भीड, भीती वाटत नव्हती. कोणी दूरचे, परके दिसत नव्हते. मला दु:खदायक होईल असे काही वाटत नव्हते. माझे मन शरीर चैतन्याने चेतून गेले होते. त्यामुळे मला कसलीच चिंता वाटत नव्हती. मी शब्द टाकीन तो सफल होईल. मी पाय देईन तेथून पाणी वर येईल. अशी माझी खात्री होती. कारण गाडीमध्ये रात्रभर जागून कितीतरी स्वर्गीय सुंदर स्वप्ने मी रंगविली होती.

असा मी सकाळच्या वाऱ्याप्रमाणे पुढे जात असताना माझ्या पुढे चाललेल्या

कामगारांच्या घोळक्याला मी हाक दिली. तसा तो सबंध घोळका गपकन् थांबला. त्यातील बॉयलर फिटर रणछोड मला विचारता झाला, "केम भाई, सूं छे?"

मी शुद्ध आणि सफाईदार गुजराथीत माझा मनोदय सांगितला. रणछोड तत्काळ खोली द्यायला तयार झाला आणि त्याच्याबरोबर असलेला कामगार माझ्याकडे कौतुकाने पाहू लागला. माझा कोट, टोपी, कोल्हापुरी चप्पल, माझ्या एका हातातील मायकोवस्कीच्या कवितांचे पुस्तक अन् दुसऱ्या हातातील ट्रंक,त्यावर बांधलेल्या वळकटीकडे आश्चर्याने जो तो पाहत होता. त्या सर्वांच्या चेहऱ्यावरील माझ्याबद्दल आदर, आश्चर्य पाहून आधीच नोकरीच्या प्राप्तीने आनंद पिऊन प्रफुल्लित झालेलं माझं मन प्रेमात आलेल्या प्रणयिनीप्रमाणे रंगू लागले होते. सुगंधू लागले होते.

असा मी आनंदाने धुंदावून गेलो असतानाच रणछोडने भीत भीत विचारले, "....पण तुमची जात काय?"

हे ऐकल्याबरोबर मी रागावलेल्या मेघाप्रमाणे गरजलो - "तुम्ही मला जात काय म्हणून विचारलीत? मी कोण आहे हे दिसत नाही? मी.....! मी मुंबईकर. सत्यास्तव लढणारा, मरणारा, शस्त्र नि शस्त्रधारण करणारा. भारताला मुक्ती अन् शक्ती देणारा. समजलं? का पुन्हा सांगू? आमच्या प्रतापाचा पोवाडा पुन्हा गाऊ?" आनंदाने उद्दाम होऊन मी अशी गर्जना करून पुढे झालो. सबंध रात्र स्वप्ने पाहून धुंदावलेले माझे मन वेगाने पुढे धावत होते. आणि माझ्या कानांवर मागे घोळक्यात चाललेली कुजबुज पडत होती. देवजी म्हणत होता - "अरे, रणछोड, त्याला सोडू नको. भाडे बुडवू नको. मराठी माणूस आहे. निर्भय आहे. कदाचित ब्राह्मण असेल, कदाचित क्षत्रिय असेल. बोलव. मागे बोलव. पळ."

पण माझ्या आघाताने घायाळ झालेला रणछोड माझ्याजवळ येतच नव्हता. देवजीला सांगत होता. त्यांची ही भित्री रेटारेटी ऐकून ती सर्वच माणसे मला खिशात मावतील येवढी लहान वाटू लागली होती.

रणछोड भीत भीत माझ्याजवळ येऊन नम्रपणे म्हणाला - "हे बघा, रागावू नका. परक्या माणसाला आपण जात विचारतोच. तशी आपल्या देशात चालच आहे. तुम्हाला मी खोली दिलेलीच आहे. भाडे पाच रुपये चालेल?"

रणछोडला पुढे बोलू न देता देवजी म्हणाला, "भाई, जातीसंगती माती खावी; पण पर जातीसंगती हत्तीवरून फिरू नये. अन् तुमच्यासारखा माणूस धेडा, दुबळ्याकडे जाऊन राहणार नाही. चोराच्या घरात शिरून सर्वस्व बुडवणार नाही."

"असे माझ्यासमोर, नव्या भारताच्या नव्या नागरिकासमोर बोलायचे नाही. आपण सर्वच देशाचे शिल्पकार. धेड, दुबळा, ब्राह्मण कोणी नाही."

"चुकलं आमचं!"

“हो. चुकलंच. म्हणून आपला भांडार भरून असलेला भारत भिकारी झाला. समजलं?”

“पण खोलीचं काय? येणार ना तुम्ही?” रणछोड लाचार होऊन विनवू लागला होता.

“विचार करून सांगतो.”

“विचार कसला करायचा? माझी खोली छान आहे. जवळच पाण्याने भरलेली गोड बावडी आहे. घर आंबराईचं आहे. नाना रंगांची पाखरं तिथं रोज येतात. गाणी गातात. मग ठरलं ना?” रणछोडच्या लाचारीवर, वर्णनावर खूष होऊन मी उदार होऊन होकार दिला. तसा तो आनंदित होऊन आग्रह करू लागला - “चला, चहा प्यायला.”

“तुम्ही चला, मी येतो.” आणि तो लागलीच आपल्यासंगती सर्व माणसे घेऊन झटक्यात पुढे झाला. डब्यांच्या रांगा ओलांडीत, कधी डब्यांखालून पकापका वाकत, कधी सफाईने शन्टिंग चुकवीत तो एका धुरकट मळकट वॅगनमध्ये शिरला. त्या वॅगनमध्ये चहा-फराळाची कँटिन होती.

कँटिनमध्ये बसायला येवढीही जागा नव्हती. तरी तो धावत आत शिरला. अन् माझ्याकडे हात करून तो काहीतरी सांगत असताना माझ्या कानांवर बंदुकीच्या बारासारखा कठोर आवाज पडला - “महार!”

“म्हार?” रणछोड चपापून ओरडून तोंड फिरवून उद्गारला. तसे माझे गरुड होऊन गगनात वावरणारे मन धपकन् खाली आदळले. आनंदाने उचंबळणारे माझे शरीर गळून गेले. माझ्या रक्तातील चैतन्य पळून आले. डोळ्यांपुढे मगाच्या संवादाचे शब्द सैतान होऊन नाचू लागले. मी जागच्या जागी चिणलेल्या चिऱ्याप्रमाणे उभा राहिलो.

अती आनंदाने माझ्याकडून जे माझे व्यक्तिवैशिष्ट्य सांगितले गेले होते, ते त्या कामगारांनी मनूला मानणाऱ्या धर्माप्रमाणे माझी जात मानले होते. अन् कँटिनमधील कोणीतरी मला तांदळातील खड्याप्रमाणे निपटून काढले होते. अन् आता काय करावे या पर्वतप्राय प्रश्नाची सोडवणूक करण्यात मी मग्न झालो असतानाच रणछोडचा प्रश्न माझ्या कानांवर आदळला -

“तिवारीजी, म्हार म्हणजे काय हो?”

आणि तिवारीने अर्धवटाच्या आढ्यतेने उत्तर दिले, “महार म्हणजे महाराष्ट्रीयन. श्रीमान शिवाजीचे लोक. लढनेवाले.”

“नाही. पंडितजी, तसं नाही. मी डॉ. बाबासाहेब आंबेडकरांच्या पक्षाचा. जातीचा. माझे नाव काशीनाथ सकपाळ. राहणार मुंबई. काळाचौकी.” काशीनाथाचा

चढाईखोर आवाज ऐकून माझ्या जीवात जीव आला. माझ्या काळजात होत असलेला थरकाप थांबला.

तिवारीने तत्काळ उद्गार काढला. "अस्पृश्य म्हणजे अछूत....!"

"आपला शब्दार्थ बरोबर आहे, पंडित भय्याजी. काशीनाथने तिवारीचा उपहास केला. तसा तिवारी भडकून ओरडला - "मारो साले धेडको!"

"मारो!" आत बसलेले सर्वच ओरडले. तसा तोंडाला लावलेला कप खाली आदळून, दोन्ही हात खिशांत खुपसून, मान-छाती ताठ करून काशीनाथाने सणसणीत गर्जना केली - "आवो, कोणभी आव. तिवारी तू आव, रणछोड तू आव, ये म्हाताऱ्या तू आव, ये जाड्या तू ये, या, कोणी भी किती भी या. एक दोन-तीन या. उठो!" पण कोणीच उठले नव्हते. सारे भीतीने गांगरून काशीनाथकडे मिटीमिटी बघत होते. तसे काशीनाथाला अवसान चढले होते. तो आव्हाने देत होता. अत्यंत उद्दामपणाने म्हणत होता, "जातो, तुमच्या फोरमनला इंडियाची कॉन्स्टीट्यूशन सांगतो. तुम्हा साऱ्यांना तुरुंगात धाडतो. नोकरीवरून मुंगळे झुटकारल्यासारखे झटकून टाकतो. समजलात काय?" काशीनाथ अत्यंत रूबाबात बोलत ऐटबाज पावले टाकीत बाहेर पडला.

आणि आत भेदरलेला प्रत्येक माणूस सुन्न होऊन गेला होता. त्या सर्वांत नानाजी पांचाळ हा केसाळ, काटकोळा माणूस फार अस्वस्थ दिसत होता. तो सारखा फोरमन ऑफिसकडे पाहत होता. आणि एकाएकी उठून उभा राहून तो ओरडला, "पळा, तो मुंबईचा धेड, फोरमनला घेऊन आला तर नोकरी जाईल. नास होईल पळा." तसे सर्वच भडभड उठून गर्दी करून बाहेर पडू लागले. अन् त्याची ही भित्री धांदल पाहून तिवारी तडकला - "बैठो. मी आहे. भाईला सांगून त्यांची उचलबांगडी करतो. बसा....."

त्याचा भाऊ फोरमन क्लार्क असल्यामुळे काहींना दिलासा वाटू लागला. अन् काहींच्या तोंडाचा पट्टा सुरू झाला. प्रत्येकजण अर्वाच्य शिव्या देत इंजिन शेडकडे जाऊ लागला. त्याला बडवून काढण्याचा कट बोलू लागला. आणि त्यांचा राग पाहून मी संतापाने, दुःखाने इतका विकल झालो होतो की एक क्षणभरही न थांबता मुंबईस जाण्यास तयार झालो होतो. त्या लोकांबद्दल तिरस्काराने बिघडून गेलो होतो; पण घरच्या गरिबीची आठवण येताच बिमार बैलाप्रमाणे मान पुढे करून कसातरी फोरमन ऑफिसकडे चाललो होतो.

माझी वाकलेली मान अन् अडखळती चाल पाहून देवजी पुढे येऊन सहानुभूतीने म्हणाला, "ठाकूर, असं एकाएकी काय झालं? बुखार आली काय? द्या पेटी माझ्याजवळ, लवकर जा. अन् त्या मुंबईच्या धेडापेक्षा सिनिअर व्हा. साला

भुतासारखा भयंकर आहे. जा. तोवर मी पेटी सांभाळतो. इथं चोर फार आहेत अन् ते चोर धेडदुबळे आहेत.''

''नको.'' जात चोरीच्या भीतीमुळे अन् त्याची तीव्र जातीय भावना पाहून मी त्याच्या सहानुभूतीची एवढीही कदर न करता पुढे झालो. पावलो पावली माझी मलाच भीती वाटत होती. फोरमन ऑफिसकडे जाऊच नये, अशी ओरड माझ्या मनात चालली होती. अगदी फाशीच्या तख्ताकडे चाललेल्या कैद्यासारखी माझी मन:स्थिती झाली होती. कसातरी मी फोरमन ऑफिसच्या जिन्याजवळ आलो होतो. अत्यंत चिंतेने देहभान विसरून उभा होतो.

आणि इतक्यात विजेच्या वेगाने कडाडत काशीनाथ जिन्यावरून धावत आला. त्याचा आवेग पाहून मला धस्का बसला. तो खाली येताच मी त्याचा दंड धरून म्हणालो, ''थांबा, मला सांगा!''

तुफान झालेला काशीनाथ झटक्याने दंड सोडवून दूर झाला. खिशातील चाकू भर्रकन् काढून म्हणाला, ''हट जाव. खलास करीन!....''

''अहो, काय तुमच्यावर बितले ते मला ऐकायचे होते. मीही मुंबईचा. तुमच्याच....'' रणछोड जवळ येत असल्याचे कळताच मी 'जातीचा' हा शब्द गिळून टाकला. तसा तो भडभडून येऊन शिवीगाळ करीत घडलेला वृत्तांत सांगून वारघुळीसारखा वेगात निघून गेला. त्याच्या आकांताने झालेल्या अपमानाने मी रागाने बेभान होऊन गेलो. नोकरी सोडण्याच्या हेतूने पायऱ्या चढू लागलो. अन् गळ्यात फास ओढून घेणाऱ्या शहिदासारखा फोरमन क्लार्क माताप्रसाद तिवारीच्या टेबलाजवळ जाऊन उभा राहिलो. माताप्रसादजवळ एका स्टुलावर रामचरण तिवारी बसला होता. दोघांही भावाचा चेहरा संतापाने लाल झाला होता. डोळ्यांत हिंस्त्रपणा आला होता. त्याचा हा क्षोभ पाहून मीही मरणास मिठी मारण्यास तयार झालो होतो. युद्धास तयार झालो होतो.

''काय रे, त्या आवारा अछूताबरोबर काय बोलत होतास?''

आणि त्याच्या चढेलपणाचे तुकडे करण्यासाठी मी म्हणालो, ''अछूत कोण? अग्नीही अछूत आहे. सूर्यही अछूत आहे. मृत्यूदेखील. पंचमहाभुतेदेखील अछूत आहेत.''

''म्हणजे काय? का तूही मुंबईचा...''

नोकरी सांभाळावयाची नसल्यामुळे मी तरवारीच्या तापडपणाने म्हणालो - ''मी मुंबईचा... क्रान्तीचे विद्यापीठ असलेल्या नगरीचा नागरिक आहे. मनूने मातीमोल केलेल्या या दिव्य देशाला मुंबईच्या माणसांनी मुक्ती मिळवून दिली. त्या नगरीचा मी श्रमशूर नागरिक आहे. माझे हात भारताच्या प्रगतीचे रथ आहेत.'' मी संस्कृतप्रचुर

हिंदीतून उत्तर दिले.

"क्या?" त्याने भांबावून विचारले. रामचरणचे डोळे आश्चर्याने भरू लागले होते. त्याने प्रश्न विचारताच मी ते वाक्य पुन्हा उच्चारले.

"त्या धेडाचे ऐकून मला मुंबईची हुशारी दाखवू नको. मी माताप्रसाद आहे." मी त्याला रक्तबंबाळ करून नोकरी घालविण्याचे निश्चित केले होते. म्हणून म्हणालो, "मी! नव्या सार्वत्रिक सुखाचा शिल्पकार.... मानवतेसाठी लढणारा... मरणारा झुंजार! मला नाव आहे. मुंबई हे माझं गाव आहे."

"बडबडू नको!" तो संतापाने ओरडला.

"मी बडबडत नाही. नव्या भारताचे मंत्र सांगतो आहे. नव्या भाषेने नव्या भारतीयांचा परिचय देतो आहे."

"चूप! सरळ बोल नाही तर..."

"सरळच बोलतो आहे. मी श्रमशूर नागरिक आहे. मनूच्या मागास देशाला दिव्यभव्य करणारा."

"आपण कवी आहात?" रामचरणाचा चेहरा आनंदाने फुलला होता. तो माझ्याकडे कौतुकाने पाहत होता. त्याच्या या भावनाप्रधानतेची अवहेलना माझ्याकडून होणे शक्यच नव्हते. मी त्याला नम्रपणे उत्तर दिले. "होय तिवारीजी."

"वाहवा!" रामचरण झटकन् उठला अन् माझा हात हातात घेण्यासाठी त्याने दोन्ही हात पुढे केले. तसा दांभिक माताप्रसाद ओरडला, "रामचरण!"

रामचरण नाराज होऊन खाली बसला आणि माताप्रसादाने अत्यंत तुच्छतेने मला प्रश्न केला, "नाव काय?"

त्याने दौतीमध्ये टाक बुडवताच मला नोकरीबद्दल लोभ निर्माण झाला. घरच्या गरिबीची आठवण येऊन मी केलेल्या उद्धटपणाबद्दल मला मनस्वी वाईट वाटले. अन् केवळ नोकरी मिळविण्यासाठी मी अत्यंत नम्र होऊन माझे नाव सांगितले.

त्याने माझे नाव टिपताच त्याची अवहेलना केल्याबद्दल मला वाईट वाटले. मी म्हणालो, "मला क्षमा करा....!"

तसा तो मनातून खूष झाला. अन् मोठेपणाचा आव आणून म्हणाला, "तू हिन्दी आम्हा लोकांसारखी बोलतोस. अगदी ब्राह्मणासारखी."

मीही उदार होऊन त्याला मोठेपणा भोगू देऊन अत्यंत श्रद्धेने म्हणालो, "साहेब, हिन्दी संत तुलसीची, कवी कबीराची, श्री. निरालाजीची, प्रेमचंदांची आहे." माझ्या या उत्तराने भाबडा अन् भावनाप्रधान रामचरण खुशीत येऊन गालात हासला. तसा माताप्रसाद कुत्क्ष्यात म्हणाला, "सर्टिफिकिटस् कुठे?"

मी क्षणभर विचार करीत उभा राहिलो. अन् निष्काळजी होऊन परंतु

नम्रपणाने म्हणालो - "चुकून घरी राहिली."अन् माझी लबाडी पचली की नाही हे पाहू लागलो."

"तुझं शिक्षण काय?"

"नॉन मॅट्रिक. कला साहित्याच्या आवडीमुळे पुढे शिकायची इच्छा झाली नाही."

"हेच चुकतंय आपल्या लोकांचं. म्हणूनच हे धेड, चमार भराभरा पुढे जातात. मोठमोठे अधिकारी, मिनिस्टर होतात. रेल्वेत तर त्यांना येवढ्या फ्यासिलीटीज् आहेत की उद्या तो धेड काशीनाथ, ठरवील तर क्लार्क होईल. तोही तुझ्याप्रमाणेच नॉनमॅट्रिक आहे. अन् तुम्ही दोघे क्लीनर असतानाच तो फायरमन, ड्रायव्हर, कन्ट्रोलर होईल. म्हणून लवकर सर्टिफिकेट मागवून घे. समजलं?"

'होय साहेब." मी ढोंगी नम्रतेने त्याला झुकून नमस्कार केला. अन् सर्टिफिकिटे वाटेल ते झाले तरी दाखवायची नाहीत असा निश्चय करून टाकला.

"जा ! तू मागाहून आलास तरी मी तुला सिनियर केलं आहे. रणछोडने तू येण्याच्या आधीच मला सांगितले होते. अन् हे बघ. याच्या संगती जास्त राहू नको. याला शायरीनं बरबाद केलेले आहे. जा."

मी खाली येऊन ट्रंक उचलू लागलो. तसा मागाहून गपकन् पुढे होऊन रामचरण माझ्या हातातून ट्रंक काढून घेत म्हणाला - "सोडा जी. आजपासून आपण माझे गुरू. मला काव्य समजावून सांगा."

रामचरणची ही सश्रद्ध सलगी पाहून मी घाबरून गेलो. परंतु तो माझ्याशी अत्यंत आनंदाने, रामभेटीच्या प्राप्तीने बोलत होता. त्याच्या श्रद्धेपुढे, स्नेहापुढे माझा निरुपाय झाला होता. आणि त्याचबरोबर त्याच्या प्रसन्न वागण्याने माझे वेदनांनी बिमार पडलेले मनही प्रसन्न होऊ लागले होते; मी केलेला अपराध भुलू पाहत होते. अशा अवस्थेत मी त्याच्याशी बोलत पुढे आलो. तसा पुन्हा काशीनाथचा अत्यंत संतप्त आवाज माझे काळीज फोडू लागला. मला मागे ओढू लागला. आणि अंती मी थांबलोच. तो ओरडून सांगत होता - "मी महार आहे म्हणून माणसांनी संडासा-मुत्रीऐवजी इथं भिंतीशी केलेली ही ओल झाडून काढणार नाही."

"तुला तेच करावं लागेल. झाडावं लागेल." दुबळ्या जातीचा मुकादम माताप्रसादच्या हुकमाप्रमाणे वागत होता. ते पाहून रामचरण खुश झाला होता. आणि माझ्या अस्वस्थतेला अंत राहिला नव्हता. काशीनाथ मुकादमाच्या अंगावर धावधावून ओरडत होता; अन् त्यांचा हा झगडा पाहण्यासाठी खूप कामगार जमला होता. मुकादमाजवळ जाऊन उत्तेजन देत होता आणि हे प्रकरण पाहिल्याच दिवशी पेटून काशीनाथच्या नोकरीला इजा पोहचू नये म्हणून मी मुकादमाजवळ जाऊन

म्हणालो, "मुकादम साहेब, ही असली हलकी कामे तरुण, सशक्त व शिकलेल्यांना सांगायची नसतात. ती पंगू अर्धवटांसाठी असतात... म्हणून..."

मला पुढे बोलू न देता, तिवारी तावात म्हणाला, "म्हणजे पंगू, वृद्ध, अर्धवट ब्राह्मणांनी करायची असतात? भले उस्ताद!" तिवारीच्या या उत्तरावर बहुतेक खूष झाले होते; माझ्यावर नाराज झाले होते. काहींचे डोळे माझ्याकडे संशयाने पहात होते. तिवारीचा 'भले उस्ताद' हा शब्द मला लागला होता. तरी मी काहीच उत्तर दिले नव्हते. कारण त्या संशयग्रस्त डोळ्यांची मला भीती वाटू लागली होती. तरी मी काही तरी उत्तर द्यावे म्हणून म्हणालो - "तिवारी, तारुण्य ही देशाची अमर, अद्‌भुत संपत्ती आहे. ती पंचमहाभुतांप्रमाणेच प्रचंड सहावी शक्ती आहे. आपल्या दीन, दुदैवी देशाशिवाय तारुण्याचा असा अपमान कोणी करत नाही. म्हणून या देशाच्या दाही दिशांत दुःखाशिवाय दुसरे काही दिसत नाही...."

माझे हे बोलणे कोणालाच पसंत पडले नव्हते; उलट काहींचे ओठ मला जात विचारण्यासाठी फुरफुरत होते. ते पाहून माझ्या पोटात गोळे उठत होते. काशीनाथसाठी माझा जीव तुटत होता. पण तोही इरेस पडून भांडत होता. मुकादमही ऐकायला स्वतंत्र नव्हता आणि सर्वच कामगार काशीनाथविरुद्ध झाला होता. मी उरीच्या वेदनांचा उरूस सांभाळीत पुढे झालो.

आणि या पहिल्या दिवसानंतर प्रत्येक उगवता दिवस दुःखाचा डोंगर होऊन माझ्या शिरावर आदळत होता आणि त्याखाली माझ्या कितीतरी कष्टाने घडविलेल्या व्यक्तिमत्त्वाचा चुराडा होऊ लागला होता. काशीनाथ तर रोज अग्नीवर भाजला जात होता. त्याचे रोज कोणाशी तरी वाटेल त्या कारणावरून भांडण होत होते. त्यामुळे बहुतेक कामगार त्याच्याशी शत्रुत्वाने वागत होते. त्याची लहानसहान चुकीही पोटात घेत नव्हते आणि या दुष्ट वागण्यामुळे तो सर्वांशी संशयाने वागत होता. अगदी अगतिक होऊन वेड्याप्रमाणे वाऱ्याशी भांडत होता. नेहमी खिशात चाकू ठेवीत होता. त्याची अगतिकता, उग्रता मला कळत होती नि म्हणून जाळीत होती. या परक्या मुलखात त्या गरीब आई-बापाच्या, अत्यंत अभिमानी, तापट तरुणाच्या जीवनाची नासाडी होऊ नये म्हणून मी त्याला सांभाळीत होतो. चोरून गाठीभेटी घेऊन समजावीत होतो. शांत ठेवीत होतो. रागाने आंधळे होऊन त्याने कोणाला भोसकू नये म्हणून अगदी काळजी घेत होतो. आणि माझी ही सहानुभूती लोकांच्या डोळ्यांत खुपू नये म्हणून अत्यंत सावध राहत होतो. या सावधपणामुळे स्वतःला दुर्बळ, भ्याड, मूर्ख ठरवून दुष्टपणाने निंदीत होतो.

आणि त्याचबरोबर मी स्वतः प्रत्येकाशी खुनी माणसाच्या सावधपणाने वागत होतो. वारेमाप बोलणारा मी, प्रत्येक शब्द तोलूनमापून उच्चारीत होतो.

भित्र्या सशाप्रमाणे लोक पाहून दडण्याचा प्रयत्न करत होतो. मुंबईत गर्दीच्या गंगेत डुंबणारा, माणसांत फुलपाखराप्रमाणे गुंग होऊन जाणारा मी, जातचोरीचे रहस्य उघडे होईल म्हणून एकान्ताच्या क्रूर काळोखात शिरत होतो अन् तिथे जाऊन स्वत:ला निंदीत रडत होतो. अगदी मला आपला प्राण मानणाऱ्या रामचरणला दूर ठेवीत होतो.

आणि या माझ्या वागण्याने तो जखमी होत होता तरी मला सोडीत नव्हता. प्रत्येक दिवशी दहा वेळा माझ्याकडे येत होता. प्रत्येक रविवारी मला जेवायचे मन:पूर्वक आमंत्रण देत होता. रडकुंडी येईपर्यंत आग्रह करीत होता. अन् मी अगदी दानवी दगडीपणाने तो नाकारीत होतो; तसा तो भडकून भावाला शिव्याशाप देत होता. आणि त्याची ही श्रद्धा, स्नेह पाहून माझ्या अंतरी भडका उडत होता.

असा अनंत प्रकारचा तोंड दाबून बुक्क्यांचा मार सहन करीत मी दिवस ढकलीत असता पगार जवळ आला. नोकरी सोडून देण्याच्या अंत:स्थ इराद्याने मी रजेचा अर्ज लिहिला. सर्टिफिकेटस् आणण्याचे कारण लिहिल्यामुळे तो माताप्रसादने तत्काळ मंजूर केला. हे कसेतरी रामचरणला कळले. अन् तो माझ्यामागे दीन याचकाप्रमाणे प्रार्थना करू लागला, ''पगाराच्या दिवशी माझ्या घरी जेवाय या!'' त्याच्या अत्याग्रहाला बळी पडून मी होकार दिला.

पगार झाला. नोकरी सोडावी की सोडू नये हा मरून पडलेला प्रश्न पुन्हा जिवंत होऊन मला माझ्या घरचे दु:खदैन्य दाखवू लागला. नोकरीची जरुरी पटवू लागला. तसतसा मी अस्वस्थ होऊन गेलो. स्वत:च्या चुकीवर आतल्या आत रडू लागलो. अन् निश्चित निर्णय घेण्यासाठी खोलीत अंधारात बसून विचार करण्यात मग्न झालो. सिग्रेटीमागून सिग्रेटी ओढत होतो. पण जात जाहीर झाल्यानंतरचे अपमानकारक जिणे जगायला माझी तयारी होईना. अन् नोकरी सोडण्यासही मन तयार होईना. असा मी चिंताक्रांत झालो असतानाच काशीनाथचा आवाज माझ्या कानावर पडला - ''मास्तर...''

''या काशीनाथ, आत या!'' जातिभेदाच्या रानटी रूढीने रक्तबंबाळ केलेला काशीनाथ मी आग्रह करीत असतानाही त्याच्या बांधवाच्या खोलीत येत नव्हता. बाहेरच उभा होता.

''या हो. मीही तुमच्याच....'' त्या शौर्यशाली तरुणाचा त्याच्या बांधवापाशी येण्याचा संकोच पाहून मला भडभडून आले होते. सत्य कथा सांगण्यासाठी शब्द माझ्या गळ्यापर्यंत आले होते. पण रणछोडने मला दिलेली धमकी आठवून मी गप्प झालो होतो. अन् न परतणारी डोळ्यांतील आसवे धोतराच्या सोग्याने पुशीत होतो.

''मास्तर, तुम्ही मला प्रत्येक झगड्यातून वाचवण्याचा, सावरण्याचा प्रयत्न

केला नसता, तर माझ्या हातून ह्या दोन भुतांपैकी - हा रणछोड अन् तो कवी रामचरण - कोणाचा तरी खून झाला असता. मग माझ्या वृद्ध आई-बापांचे, बायकोचे काय झाले असते हो? मास्तर, माझा स्वभावच भयंकर तापट आहे. माझा वडील मेव्हणा फार दुष्ट आहे. तो माझ्या बहिणीला रोज छळीत असतो. मारीत असतो अन् तिचा छळ, मार पाहून मी लहानपणापासून इतका भडकून जायचा की मला अन्न गोड लागत नसे. मी मॅट्रिकच्या वर्गात असतानाच त्याच वर्षी तिची छळवणूक वाढली. त्याला वठणीवर आणण्यासाठी मी गुंडांची संगत धरली. वाढवली अन् त्याला झोडून काढला. तो बचला. नाही तर माझ्या हातून त्याचा खूनच झाला असता. अन् त्या वेळेपासूनच माझी शाळा बुडाली... मास्तर, मी ही नोकरी सोडतो. आता मुंबईला जातो. मिळेल ते काम करतो. एस.एस.सी. पास होतो. कॉलेजात जातो. वकील होतो. नाही. आता कामगार म्हणून मरणार नाही. भयंकर, अगदी भयंकर जिणं....'' हे बोलत असताना त्याच्या डोळ्यांतून ठिणग्या पडत होत्या. तरवारीप्रमाणे तीक्ष्ण मनाच्या काशीनाथचे संपूर्ण दुःखदर्द माझ्या डोळ्यांपुढे साकारून आले तसे माझेही हृदय भरून आले होते.

"सकपाळ.... मीही नोकरी सोडतो. इथे राहणे म्हणजे जिवंत मरणे. मरण भोगीत जगणे. आपण संगतीत जाऊ. मलाही तुम्हांला माझे- उरीचे दुःख सांगायचे आहे. काशीनाथ, मीही तुमच्याच....'' मी त्याची क्षमा मागून माझी जात चोरीची कथा सांगणार होतो; तोच काशीनाथला दारात माझ्याजवळ उभा असलेला बघून वैराने, तिरस्काराने चिडलेला रणछोड पशूच्या निर्बुद्ध निर्भयपणाने म्हणाला - "काय चाललं आहे? उद्या मुंबईला जाणार म्हणून माझी खोलीही भ्रष्ट करून टाकता काय?''

"गाढवा, ये तुझी ढेर पाडतो....'' काशीनाथ एकाएकी पराकोटीचा प्रक्षुब्ध होऊन गर्रकन् मागे वळून रणछोडच्या अंगावर धावला. तसा बाहेरून आलेला रणछोड आपल्या खोलीत गपकन् शिरला. जातिभेदाच्या राक्षसाने काशीनाथच्या डोक्यावर केलेला विपरीत परिणाम पाहून माझ्या काळजाने ठाव सोडला. मी धडपडून त्याला मागे ओढून धरला. तसा तो एकदम गळून गेला. सर्व भार माझ्यावर टाकून एखाद्या मुलासारखा माझ्या खांद्यावर मान टाकून पडून राहिला. अन् काही वेळाने खिशातील खुल्ला चाकू हातात घेऊन गपकन् काळोखात दिसेनासा झाला.

मी काळजीने भयभीत होऊन अंधारात त्याच्या रोखाने पाहत होतो. जागच्या जागीच उभा होतो. मला बत्ती पेटवायची अथवा जेवायला जायची शुद्ध नव्हती. जातिभेदाचे हे भयंकर स्वरूप पाहून मी उरी फाटून गेलो होतो.

“उस्ताद....” आनंदी श्रावणधारेप्रमाणे धावत येत असलेला रामचरण म्हणाला. त्याचा आवाज ऐकून “धेड” जातीला अनेक अर्वाच्च शिव्या देत रणछोड पुन्हा बाहेर आला आणि रामचरणने त्याला विचारताच अत्यंत आक्रस्ताळीपणाने तो घडलेली घटना सांगत मलाही झोडपून काढू लागला. माझ्या जातीबद्दल संशय घेऊ लागला. तसा रामचरण त्याच्यावर उखडला. आपल्या ब्राह्मणत्वाच्या अहंकाराने रणछोडवर हल्ले करू लागला. रणछोडही त्याच्या क्षत्रिय जातीचे श्रेष्ठत्व पटवीत रामचरणला कमी लेखू लागला. आणि या त्यांच्या युद्धात आत जाऊन मी माझी ट्रंक-वळकटी तयार करून बाहेर आलो. रणछोडच्या दारापुढे उभा राहून त्याच्या बायकोपाशी भाडे देऊन चालू लागलो.

तसा रामचरण भांडायचे सोडून माझ्यामागे आला आणि जरा घुश्श्यातच म्हणाला, “तुम्हाला जेवायचे आमंत्रण मी दिलेले आहे. न्यायला येणार हे सांगितले होते तरी तुम्ही मला एक शब्दानेही न विचारता बाहेर आलात?”

मी त्याच्याकडे मुकेपणाने दृष्टी टाकली. अन् पुन्हा मान खाली करून अंधारात चालू लागलो.

“उस्ताद! बोला काय झाले? रणछोडने तुमचा अपमान केला? मारलं? बोला, साल्याची तंगडी मोडतो. बोला.”

“काही नाही.” मी नुसते मानेने म्हणालो. तसा त्याचा कंठ भरून आला. तो जागीच उभा राहून दोन्ही हात वाऱ्यावर वैतागानं हाणीत गहिवरल्या आवाजाने म्हणाला - “पण तुम्हाला किती वेळा विनविले की त्या अछूताबरोबर बोलू नका..

“का? तो अणि मी एका मातेचे, एका भाषेचे पुत्र आहोत. त्याच्या अंगाखाली जी जमीन अन् वर जे आकाश आहे, तेच माझ्या अंगाखाली अन् वर आहे.”

“तुम्ही गरुडासारखे फार वर जाता. जरा खाली या. आपण साधे कामगार आहोत.”

“म्हणूनच आपण नव्याचे रचनाकार आहोत, जीवनाला जबाबदार आहोत.”

“उस्ताद! चला, घरी चला.”

“रामचरण, क्षमा करा. आताच मी खूप विष गिळलं आहे. ते काही पचत नाही. म्हणून आता नको आणि कृपा करून मजबरोबर चला. तुम्हाला एक महत्त्वाची गोष्ट सांगावयाची आहे.” मी त्याला जात चोरीची घटना सांगणार होतो.

“नका गुरुजी, सरस्वती फार दुःखी होईल. ती तोंडात थेंब घेणार नाही. आज सबंध दिवस खपून.....”

“नका.” असे मी म्हणताच तो अगदी माझे पाय धरण्यासाठी वाकला.

त्याची ती अथांग श्रद्धा पाहून मी सद्गदित होऊन म्हणालो, ''मित्रा, चल, तुझ्या स्नेहासाठी मरणही सहन करतो. चल.''

आम्ही दोघे मुकेपणानेच त्याच्या खोलीपुढे उभे राहिलो. तशी त्याने अती आनंदाने आरोळी दिली, ''सरस्वती, बाहेर ये, यांना वंदन कर.''

आणि आमची प्रतीक्षा करत बसलेली सरस्वती पायांतील झांजर झनत्कारित मंदमधुर चालीने बाहेर आली. मी नको नको म्हणत असतानाही ती गौर मोहक रंगाची, सडपातळ अंगाची, चकचकीत काळ्याभोर केसांची. शेंदूराने भांग भरलेली. तसाच लालभडक कुंकू ल्यालेली प्रसन्न वदनाची सरस्वती पदर छातीपर्यंत ओढून पतीपेक्षा वयाने, रूपाने, रंगाने कमी असलेल्या त्याच्या उस्तादाचे पाय वंदून निघून गेली. अन् भारतीय स्त्रीची पतीभक्ती पाहून माझ्या अस्वस्थ मनात खळबळ झाली.

तिच्या पाठोपाठ तो आत गेला. अन् बादलीभर गरम पाणी, तेलाची वाटी, कोरी साबणाची वडी घेऊन बाहेर आला अन् अत्यंत उत्साहाने म्हणाला - ''तिथे बसा. अंघोळ करा. मी तेल लावतो.''

तसा मी शरमून म्हणालो - ''भाबीला पाया पडाया लावून एक चूक केली. आता मात्र मी सहन करणार नाही.''

''पण त्यात काय होतं? अतिथी देवासारखे असतात.'' सरस्वती दाराआडून म्हणाली.

''नाही. नाही मी मघाच अर्धमेला झालोय. आता मरून जाईन.''

ती हसली. मी हात पाय धुऊन आत गेलो. तसा काशीनाथला मी आवरून धरल्याचा प्रसंग रणछोडने कसा तिखट मीठ लावून सांगितला होता, याची आठवण झाली अन् अंघोळ त्याच कारणाने रामचरण करायला सांगत होता की काय अशी शंका मनात येताच मी म्हणालो, ''आपण बाहेर बसू जेवायला.''

''नका. तुम्ही एका ब्राह्मणाचे गुरू आहात. चला आत.'' त्याने माझा हात धरून ओढला.

''पण मी ब्राह्मण नाही....''

''नसू द्या! माझे गुरू आहात...'' त्याने मला पाटावर बसविले. सरस्वती आम्हा दोघांच्या समोर बसून दोघांनाही वारा जाईल अशा बेताने पंखा हालवीत होती. सरस्वतीची ही सेवा मला शिक्षेसारखी वाटत होती. रामचरणच्या आग्रहाने माझी अस्वस्थता वाढत होती. जगात कोणालाच करावी लागली नसेल, अशी भयंकर जोखमीची कसरत मला करावी लागत होती.

सरस्वती जेवून दारात बसेपर्यंत रामचरणने बाहेर बैठक तयार केली. माझी पथारी पसरून दिली. सरस्वती येताच त्याने आपली शायरी सुरू केली. मी माझी

अस्वस्थता घालविण्यासाठी त्याच्या प्रेम-कवितेला वाहवा देत होतो. सरस्वती खूष होईल अशा तऱ्हेने मध्येच त्याला थांबवून कवितेचा मतलब समजावून सांगत होतो. तिचे ऋण फेडण्याचा प्रयत्न करत होतो. आणि मनी त्या माऊलीला घाबरून होतो.

अशीच बरीच रात्र झाल्यावर तो आनंदाने आत गेला. अन् माझ्या उरीचा वेदनांचा उसळलेला उरुस मला झोप लागल्यावर केव्हाच्या केव्हा संपला होता.

आणि एकाएकी सर्व बाजूंनी बसणाऱ्या लाथा-बुक्क्यांनी मला जाग आली होती. रामचरणची खोली माणसांनी गच्च भरली होती. त्यांतील काही माणसे मी जात चोरली म्हणून नाही नाही त्या शिव्या देत होती. अन् काही घरात घुसलेल्या सापाला ठेचून काढावा तसे मला ठेचीत होती. अतिभक्तीमुळे अतिभयंकर भूत झालेला रामचरण मला प्रश्न विचारीत मारीत होता. त्याच्या पत्नीने माझी जी सेवा केली होती, त्याचीच त्याला भयंकर चीड आली होती अन् तो भावनाप्रधान असल्यामुळे त्याचा राग काही केल्या शमत नव्हता. क्षणाक्षणाला उग्र होत होता.

मी जगण्याची आशा सोडून दिली होती. दु:खाने, लांच्छनेने माझी जीभ झडून गेली होती. रामचरणचे दानवीपण पाहून माझ्या अंत:करणाला आरपार भेग गेली होती. त्यामुळे माझ्या तोंडातून एकही शब्द निघत नव्हता. माझ्या डोळ्यांत टिपूसही येत नव्हता. तोल जाईल तिकडे मी पडत होतो. मारील त्याचा मुकाट्याने मार खात होतो. रक्ताने रंगत होतो.

आणि परपुरुषापुढे येण्याची माहिती नसलेली सरस्वती आतून ओरडत होती - "त्यांचा काही दोष नाही. ते इकडे येत नव्हते. कितीही आग्रह केला तरी आले नव्हते. त्यांचं सर्वस्व चोरीला गेलंय. त्यांना सोडा. नाही तर मी त्यांच्या अंगावर पडेन...." असे ती बोलत असतानाच एकदम बोंबाबोंब झाली. माणसे भरभर खोलीतून बाहेर पळू लागली. एकमेकांना ओरडत सांगू लागली, "ओ, मुंबईचा धेड मवाली हातात सुरी घेऊन माणसं मारीत येतोय. पळा...."

तशी आत असलेली सरस्वती विजेच्या वेगाने बाहेर येऊन नवऱ्याला एका झडपेत आत घेऊन गेली. दाराला कडी घालून माझ्याजवळ येऊन बसली. अन् पदराने माझ्या डोक्याचे, तोंडाचे रक्त पुसू लागली. तिचे डोळे कमालीचे सावध होते. अन् तिचे कोमल हात मातेच्या मायेने माझ्या जखमांवर फिरत होते. वेदना कमी करत होते.

इतक्यात वादळासारखा आत शिरून हातातील चाकू नाचवीत काशीनाथ ओरडला. "मास्तर, धन्य तुमची."

"हट जाव!" हातातील चाकू उगारीत काशीनाथ ओरडला. तशी ती

प्रतिकाराच्या पवित्र्यात उभी झाली; आणि तिचा त्याच्याकडून अपमान होऊ नये, तिचा चुडा जखमी होऊ नये म्हणून मी सबंध शरीरात वेदना उठत होत्या तरी उठून उभा राहून म्हणालो - "चल काशीनाथ...."

त्याने मला आधार देऊन दाराकडे तोंड फिरवताच ती विजेच्या वेगाने येऊन, आतापर्यंत कोंडून धरलेले अश्रू माझ्या पायावर शिंपून, तेवढ्याच वेगाने आतले दार उघडून रामचरणकडे गेली. आता तिला येवढीही भीती वाटत नव्हती. आणि आम्ही रस्त्याला लागलो.

माझे सर्वस्व चोराने नेले होते. सर्टिफिकिटे रामचरणने फाडून उधळून दिली होती. माझी मान वाकलेली होती, चाल अडखळत होती. अंत:करणात, क्रांतिमग्न शहरात होते, तशी खळबळ चालली होती. आणि काशीनाथ हातातील नंगा चाकू परजीत आरोळ्या देत होता.

आम्ही वस्तींतून बाहेर आल्यावर काशीनाथ मला म्हणाला, "मास्तर, मला पोलीस स्टेशनवर."

"नको."

"तुम्ही या मूर्खांचा मार सहन केला तरी कसा?"

"त्यांचा मार मी कुठे खाल्ला? मनूने मला मारले! चल काशीनाथ...."

●●●

## १७.

# विरूपनगरी

**गौतमीपुत्र कांबळे**

जमिनीला पाय न लावता खळाळत जाण्याच्या वयातच ज्या ठिकाणी आकाशनदी प्रौढ बनलेली त्याच ठिकाणी हट्टनं वसलेलं हे विरूपनगर. या नगराला प्राचीन परंपरा आणि अवशेष यांचं जतन करण्याचा भारी सोस. इतकी की, घोड्याच्या पायात नाल ठोकतानाही नगरीच्या एखाद्या प्राचीन परंपरेला किंवा अवशेषाला तडा तर जाणार नाही ना? याची नगरवासीयांनी सतत काळजी घेतलेली. नगरीतल्या प्रत्येक नव्या वस्तूंनीही या प्राचीनतेचा इतका धसका घेतलेला की, सगळ्या नव्या वस्तू तात्काळ जुन्यासारख्याच दिसू लागत. यामुळेच असेल कदाचित, जुन्या-नव्या संघर्षाचा वणवा नगरीनं कधी ऐकला नाही.

दोनएकशे घरांचं हे विरूपनगर, निसर्गाच्या वेगवेगळ्या आविष्कारांनी त्याच्या चारी दिशा रेखाटलेल्या. उगवतीला वाहणारी ही आकाशनदी. अकाली प्रौढत्व मिरवणारी.

नगरापासून थोड्या अंतरापासून सुरू होणाऱ्या मावळतीला पर्वतरांगा. एक पर्वत संपला की दुसरा आणि दुसरा संपला की तिसरा जशा एकापाठोपाठ किनाऱ्याकडे झेपावणाऱ्या भरतीच्या महाकाय लाटा.

दक्षिणेला पसरलेला अमर्याद वाळवंटी सागर.

उत्तरेला मात्र पसरलेलं हिरवंगार साम्राज्य. फुलांचं, फळांचं नाहीतर निदान पानांचं तरी. एकाच वेळी फुलांचा किंवा सगळ्या फळांचा बहर नसल्यानंच फुला-फळांच्या बहराला खंड नाही. शिवाय फुलांच्या बहाराने हिरव्याबरोबर आणखी काही रंगांचं पीकही रानभर पसरल्यानं प्रश्न पडे की, बहार फुलांचा की रंगाचा?

विरूपनगरीतील प्राचीन अवशेषरूपंही आता विनाशाच्या टोकावर कशीतरी तगून आहेत. त्यापैकी एक म्हणजे आकाशनदीवरचा प्राचीन घाट. अलीकडे नदीवर एक पूल बांधला आहे. कामचलावू. पावसाळ्यात नदीच्या पाण्यानं थोडा जरी रंग

बदलला तरी पूल पाण्याखाली गेलाच म्हणून समजावे. इतर वेळा मात्र तो अगदी दिमाखात उभा - किंवा आडवा म्हणा - असतो. पण त्याचा हा दिमाखही विरून जातो. जेव्हा पुलाशेजारचाच हा दगडी घाट आपली नजर लुबाडतो तेव्हा. किंचित कुरुंदी दगडात कोरलेल्या पण आता भग्नरूपात उभ्या आणि आडव्या स्थितीत असलेल्या कमानी पाहिल्यावर आपणच आपल्यातून हळूहळू रितं व्हायला लागतो. आणि जेव्हा आपण घाटाची एकेक पायरी उतरू लागतो तसं पायरीगणिक एकेक शतक भूतकाळात जात आहोत आणि या पायऱ्या संपताच अतिप्राचीन अशा प्रासादाचं भव्य प्रवेशद्वार कोणत्याही क्षणी कर्रर्र कर्रर्र असा काळोखी ओलसर आवाज करीत उघडलं जाईल अशी भीती वाटायला लागते. शिवाय सूर्य मावळल्यानंतर दिवेलागणीपर्यंतच्या काळात जर कोणी एकटाच घाटाच्या कोणत्याही पायरीवर बसून राहिला तर त्याच्या जाणीवसंवेदनांची सगळी मुळंच लुटली गेल्याची जाणीवही शिल्लक राहणार नाही, इतक्या ताकदीची स्तब्धता यावेळी तेथे गस्त घालीत असते. मात्र, ही कातरवेळ सोडली की इतर कोणत्याही वेळी अगदी एकाकीपणाच्या हव्यासापोटी जरी कोणी घाटावर फिरकलं तरी आपली सतत कोणीतरी सोबत करीत आहे असे त्याला प्रामाणिकपणे वाटेल, अगदी मध्यरात्रीसुद्धा.

याच घाटावर पायरी बदलून बदलून मंदिर बांधण्याचा अनेकदा अपयशी प्रयत्न झालेला.

तर ती एक गंमतच व्हायची. प्रत्येक वर्षी घाटाच्या कोणत्या तरी एका पसरट पायरीवर एक छोटंसं मंदिर उभारलं जायचं. पूर्ण दगडी. त्यानंतर थोड्याच दिवसांत मंदिराच्या अवतीभोवती फुलं आणि पानं कोमेजून गेलेली दिसायची. इतकंच नव्हे तर रात्रीच्या वेळी येथे कसल्यातरी वाद्यांचे आवाजही ऐकायला यायचे. तसेच मंदिराच्या आसपास लाल, गुलाबी, तांबड्या, शेंदरी आणि केशरी रंगाची उधळण झालेली दिसायची. इतक्यात सुरू व्हायचा पावसाळा आणि नदीला पूर आला की लहान पोरांनी खेळात लपून बसावं त्याप्रमाणे पूल, घाट आणि ते नवं मंदिरही पाण्यात लपून बसायचं. पाऊस कमी झाला की पुराचं पाणी कमी व्हायचं. घाट आणि पूल पाण्याबाहेर सुरक्षितपणानं यायचे. पण ते मंदिर? मंदिर गायब. जणू नदीच्या पहिल्या गढूळ घासातच फस्त झालेलं. मंदिराची जागा तर इतकी स्वच्छ व्हायची की, तिथं मुळातच काही नसावं असं कोणालाही प्रामाणिकपणानं वाटावं. ना कोणत्या रंगाचे अवशेष राहायचे ना निर्माल्याचे. रातोरात पहाडी मंदिर उभारल्याच्या आख्यायिका खूप ऐकलेल्या. पण असं अचानक मंदिरच गायब होण्याची किमया फक्त विरूपनगरीनंच अनुभवलेली. हे मंदिर कोण उभारीत होतं. विरूपनगरीतलेच काही लोक की कोण बाहेरचे? याचाही शोध नाही लागला. पण

अलीकडे कित्येक वर्षांत घाटाच्या कोणत्याच पायरीवर मंदिराचा साधा अंकुरही नाही उगवला. असा हा आपलं भग्नरूप घेऊन पाण्यात आणि पाण्याबाहेरही दिसणारा कमळपाणी दगडी घाट.

प्राचीनतेचा आणखी एक अवशेष दक्षिण बाजूला उभा आहे. एक कोरीव दगडी स्तंभ. स्तंभाच्या तीन बाजूंवर कोरीव नक्षीकाम. तेही विनाशाच्या टोकावरचं. एखादं अर्धवट चक्र. पक्ष्याची फक्त चोच. न फुललेला लांबच लांब मोराचा पिसारा. हत्तीचा पाय. हरणाचं मुंडकं. असं सगळं अर्ध अर्ध. तुटक तुटक. स्तंभाच्या चौथ्या बाजूला मात्र कोरीव लेख. त्याचीही थोडीफार पडझड झालेली. पण तरीही बहुतेक अक्षरांनी अजून तरी स्तंभाशी इमान राखलेलं. या स्तंभाच्या थोडंसं उगवतीला एक महावृक्ष. ज्याच्या फांद्यांतून फांद्या फुटतात तशा मुळ्याही. फांद्याला फुटलेल्या फांद्यांमुळे वृक्षाची उंची आणि विस्तार वाढतो तर फांद्यांना फुटलेल्या मुळ्यांमुळे वृक्षाची ताकद वाढते. अशा या वृक्षाच्या छोट्या छोट्या फांद्यांना फळाप्रमाणे लटकलेली असतात वटवाघुळं. दिवसभर उलटं टांगून विश्रांती घेत असतात. वटवाघुळांचं असं हे विश्रांती घेणं जसं विचित्र तसंच त्यांचं पशू आणि पक्षी असणं आणि नसणंही विचित्र. माणसं जशी आता उजाडेल म्हणून भल्या पहाटेच घराबाहेर पडतात त्याप्रमाणं रात्र होऊ लागली की, ही वटवाघळं अंधारात झाडाबाहेर पडतात. आणि रात्री बाहेर पडलेली ही वटवाघळं रात्रभर फिरून उजाडण्यापूर्वी झाडात येतात. नेमक्या याचवेळी इतर झाडांवरचे पक्षी घरट्याबाहेर पडतात.

या दगडी स्तंभाच्या एका प्रहराच्या अंतरापासून दक्षिणेला सुरू होतो वाळवंटी सागर. या वाळवंटी सागराच्या पैलतीरी अनेक हिरवी नगरं असल्याच्या अनेक कथा तेच लोक त्याच लोकांना अनेकदा सांगत असतात.

मावळतीला पसरलेल्या पर्वतरांगांच्या अंगाखांद्यावर खेळत असतात बाळसेदार झाडं आणि झुडपंही. कठोर वेली आणि नाजूक पाषाणही. काही पर्वतशिखरांनी मात्र एकाही झुडपाला आपल्या माथ्यावर पाय ठेवू दिला नव्हता. काही पर्वतांनी मात्र पोटात मौल्यवान खजिना लपवून ठेवावा त्याप्रमाणे लेणी जतन करून ठेवलेली. या लेण्यावरही नैसर्गिक आणि मानवी आक्रमण सतत होत असते. तरीही आजही ज्या अवस्थेत ती लेणी आहेत ती पाहिल्यावर - दगडातून व्यक्त होणारे किंवा दगडात कैद झालेलं सौंदर्य पाहिल्यावर - कोणाचंही सौंदर्यासक्त मन तेथे कायमचं कैद व्हायला तयार. प्रत्येक लेण्याजवळ असलेल्या जिवंत झऱ्यातील पाणी प्यालेल्यांपैकी अनेकांना पुन्हा कधी तहानच लागली नाही म्हणे.

नदीवरचा दगडी घाट, दगडी स्तंभ आणि ही लेणी विरूपनगरीला प्राचीनतेचा संदर्भ दान करणारी अवशेष रूपं.

नगराच्या मध्यभागी एक प्रचंड मोकळं मैदान, विरूपनगरीला प्राचीनत्त्वाच्या अनेक घटनांचे साक्षीदार. घरांची रचना अशी की, सगळ्या घरांच्या पाठभिंती मैदानाकडे. त्यामुळे हे मैदान कोणत्याही घरापुढचं अंगण नाही बनलं. मैदानात प्रवेश करण्यासाठी चारही बाजूंनी एकेक घर न बांधता प्रवेशद्वार तयार झालेलं. उत्तर बाजूला दोन-तीन पायऱ्यांइतका उंचवटा तयार केलेला. या उंचवट्यामागे घराच्या पाठभिंतीला लागूनच एक भला मोठा उभा-आडवा अनघड पाषाण. या अनघड पाषाणाकडे थोडा वेळ टकत राहिलं की, त्याच अनघड पाषाणातून एकाच वेळी पशुमानव किंवा मानवपशू आकारत आहे असं जाणवू लागे. ही जाणीव इतकी भयावह असे की, त्या मुबलक मैदानात एकट्यानं उभं राहून त्या पाषाणाकडं क्षणभरासाठीही पाहणं शक्य नसे. तरीही हेच मैदान विरूपनगरीचं सामूहिक आणि सुरक्षित श्वासोच्छ्वास करण्याचं ठिकाण होतं यात शंका नाही.

थंडीच्या दिवसाच्या अखेरीस आणि उन्हाळ्याच्या आरंभी पूर्ण चंद्राला आकाशी साक्षीला ठेवून रात्रभर या मैदानात पुरुषांच्या नाचगाण्यांचा आणि विविध वाद्यांचा मुखडातोडा चाले. आणि भल्या सकाळी सूर्याची किरण-पावले ओली होत ती त्या मैदानातील पाषाणी पशुमानवासमोर बळी दिलेल्या कालवडीच्या रक्ताने. हा रिवाजही तसा प्राचीनच. बळी देतानाही कालवडीला लवकर मरू देत नसत. जितका अधिक वेळ तिला यातना होतील तितकी मानवी आनंदाची उंची वाढत असे. त्यासाठी आवश्यक ते मार्गदर्शन करण्याचं काम वंशपरंपरेनं चालत आलेल्या ऋत्विजकडं असे.

पावसाळ्याच्या मध्यावर मात्र याच मैदानात एका रात्रीसाठी फक्त स्त्रिया जमत. आणि पावसाळ्याचा जरी त्यावेळी मध्य असला तरी त्या रात्री पाऊस क्वचितच पडे. पण जर पाऊस पडलाच तर तो जमिनीपर्यंत पोहचण्यापूर्वी अवघा आपला अंगाखांद्यावर कोसळावा असं वाटावं, इतका तो लोभस आणि हवाहवासा वाटणारा असे. त्या रात्री नगरातील सगळ्या स्त्रिया सूर्योदयापर्यंत सामूहिक नृत्य करीत, गाणी म्हणत. लहान-मोठी वाद्यंही स्त्रियाच वाजवित,रात्र सरता सरता पहाटेच्या वेळी सगळ्या स्त्रिया नागिणीसारख्या जागच्या जागी डुलू लागत. अशा वेळी एखाद्या पुरुषानं प्रवेशद्वारातून नुसतं डोकावलं तरी तोही जागच्या जागी डुलायला लागे. या रात्री मात्र कालवडीचा बळी दिला जात नसे.

आणखी एक वेळी या मैदानात स्त्री-पुरुष एकाच वेळी जमत. यावेळी विरूपनगरीच्या मुखियाची निवड केली जात असे. नगरीचा मुखिया जरी सर्व स्त्री-पुरुषांच्या संमतीनेच निवडला जात असला तरी नगरीत अशी ठरावीक घरं होती की, बहुतेक वेळी या घरांपैकीच कोणत्या तरी एका घरातील पुरुषाची मुखिया

म्हणून निवड होई. फार क्वचितच या घराशिवाय अन्य घरातील पुरुषावर मुखियाची जबाबदारी पडे. कधी कधी एकापेक्षा अनेक व्यक्ती मुखिया होण्याची इच्छा बाळगीत. अशा वेळी रंगीन शलाकांची गणती केली जात असे. पण या रंगीन शलाकांची गणती करण्याची वेळही क्वचित येई. पण तरीही प्रत्येक नवा मुखिया निवडीच्या वेळी तेथे रंगीन शलाका आणल्या जात. नवा मुखिया निवडीच्या प्रत्येक वेळी, स्त्रिलाही मुखिया म्हणून निवडता येईल, असं जरी सांगितलं जात असलं तरी अलीकडे एकदाही स्त्री-मुखिया झाली नाही. पूर्वी स्त्रियाही मुखिया म्हणून निवडल्या जात असत, परंतु आज तरी मुखिया निवडीच्या वेळी मैदानातील रंगीन शलाका आणि स्त्रिया सारख्याच. होत्याही आणि नव्हत्याही.

मुखिया - विरूपनगरीच्या जन्मापूर्वीपासून त्या समूहात असलेलं मानाचं, आदराचं आणि जबाबदारीचं आसन.

मुखियाकडे - उत्तरेकडील काही जमीन आणि कोणाच्याच मालकीची नसलेली काही जनावरे - तो जोपर्यंत मुखिया आहे तोपर्यंत राहात असे. नवा मुखिया निवडला की, ती जमीन आणि जनावरे नव्या मुखियाच्या मालकीची होत. नैसर्गिक संकट किंवा अंतर्गत कलहाच्या वेळी मुखियावर मोठी जबाबदारी पडे. अशी जबाबदारी पेलू न शकणाऱ्या मुखियाला तात्काळ बदलण्याचीही सोय होती.

कधी कधी मुखियाकडूनच एखादी आगळीक घडे. अशा वेळी नगरीतील जो सर्वाधिक म्हातारा असे त्याच्या इशाऱ्याबरोबर सगळे नगरवासीय मैदानात जमत आणि आगळीक करणाऱ्या मुखियाला दूर करून नव्या मुखियाची निवड करीत.

नगरीच्या सामूहिक जीवनावर आणखी एका व्यक्तीचा प्रभाव असे. ती व्यक्ती म्हणजे नगरीचा ऋत्विज. मुखिया निवडला जाई तर ऋत्विजचा जन्म ऋत्विजच्याच घरी होई. शेत नांगरताना, पेरताना, पीक कापताना तसेच कोणाच्याही घरी मूल जन्माला आल्यावर, कोणी मेल्यावर अशा अनेक प्रसंगी वेगवेगळे मंत्र म्हणण्याचे काम ऋत्विजला करावे लागे. मैदानात कालवडीचा बळी देण्याच्या वेळीही ऋत्विजचा अखंड मंत्रोच्चार चालू असे. कालवडीचा बळी दिला की ऋत्विजनं निवडलेला कालवडीचा भाग ऋत्विजला प्रथम द्यावा लागे. शिवाय मुखियाकडे जी अधिक जमीन असे त्यातील निम्मी अधिक मिळकत ऋत्विजच्या घरी जाई. आणि राहिलेल्या मिळकतीच्या बळावर मुखियाला हे प्रत्येक दिवशी पाहावे लागे की, आज नगरीत कोणी उपाशी तर झोपलं नाही ना?

मुखिया ऋत्विजच्या आज्ञेतच राही. एकदा एका मुखियाला कालवडीवर मानाचा पहिला घाव घालणे जमेना. म्हणजे त्याला वाटे की कालवडीला मारू नये. आणि म्हणून पहिला घाव न घालता हातातील परशू तशीच हातात घेऊन कालवडीकडं

करुण डोळ्यानं टकत राहिला. तर त्यावेळी ॠत्विजचे डोळे इंगूळ झाले आणि इतक्या जोरात तो मंत्रोच्चार करू लागला की, सगळे मैदान थरारून गेले. पहिल्यांदाच तो लोकांना कळेल असं खूप काही बोलला. त्या बोलण्यामध्ये, कालवडीचा बळी नाही दिला तर विरूपनगरीवर कोणकोणती संकटे कशी कशी येतील याचे इतके क्रूर आणि भयानक तपशील दिले की, जर त्यावेळी मुखियाने कालवडीवर घाव घातला नसता तर कदाचित त्यावेळी ॠत्विजने मुखियाचा आणि त्या कालवडीचाही बळी घेतला असता. पण मुखियाने आपले कान बंद करून पहिला मानाचा घाव घातला आणि बाजूला झाला.

मुखिया जरी ॠत्विजच्या आज्ञेत असला तरी नगरीत जो सर्वांत म्हातारा असे, त्याच्यापुढे मात्र ॠत्विजचे ताकदी बोलही उभे राहत नसत. आणि असा म्हातारा ॠत्विजशिवायच असावा असाही रिवाज असल्यानं मुखिया, ॠत्विज आणि म्हातारा यांचं हे विचित्रच त्रांगडं असे. म्हाताऱ्याचा मान मात्र पूर्ण प्राकृत.

विरूपनगर अशा ठिकाणी वसलेलं की, बाहेरून येणाऱ्या प्रत्येक सडकेला विरूपनगरीत मुक्कामाला राहावे लागे. विरूपनगरीत प्रवेश करणाऱ्या प्रत्येक सडकेचा हेतू आणि वृत्तीही भिन्न भिन्न असे. मावळतीकडून पर्वतरांगांना वळसे घेत घेत घरंगळत येणाऱ्या गतिमान आणि आक्रमक अशा काही सडका, काही वाटा. या वाटांवर ठसे उमटत ते प्रामुख्याने घोड्याच्या पायातील नालांचे. पर्वतपायथ्यापासून येणाऱ्या काही वाटा आपल्या भोवती झाडाझुडपांना लपेटून घेऊन येत तर काही वाटांनी इवल्याशा झुडपांनाही आपल्या आसपासही येऊ दिले नाही. विरूपनगरीतील कोणत्याही घरावरून मावळतीकडे नजर टाकली की, एकही सडक वा वाट सरळ दिसे ना पूर्ण. म्हणजे वाटेवरून सरळ टाकलेल्या दहाव्या पावलागणिक वाटेला वळण तरी असे किंवा ती सखल भागात घरंगळून तरी जाई. साहजिकच पर्वतपायथ्यापासून नगरीपर्यंत येणाऱ्या वाटा आणि सडकाही आपापसात लपंडाव खेळताहेत असे वाटे. पूर्वी एक महासडक मात्र विरूपनगरीतून निघून ती थेट लेण्यांपर्यंत पोहचत होती. आज मात्र एकही वाट लेण्यांकडं जाताना दिसत नाही. पण मावळतीकडून येणाऱ्या या सडका आणि वाटांनाही घोड्यांच्या टापांची एक लय मात्र जरूर आहे.

पशू आणि मानवाच्या असंख्य पावलांना घेऊन दक्षिणेकडून वाळवंटातून शेकडो वाटा वाहत येतात. या वाटा पावलाशी इतक्या इमानी राहतात की, पावलागणिक वाट निर्माण होते आणि पावलागणिक नष्टही. त्यामुळंच इथल्या कोणत्याच वाटेवर कोणालाच आपली मालकीही सांगता येत नाही. प्रत्येकालाच आपापली वाट प्रत्येक वेळी नव्यानं जन्माला घालावी लागते. खरं तर तशी प्रत्येक

नवी वाटही जुनीच असते. वटवाघळांना जसं फक्त काळोखातच दिसतं तसं या वाळवंटी सागरातून चालणाऱ्यांनाच दिसतात वाटा वाळवंटी सागरात बुडालेल्या. या वाटा बाह्यत: शुष्क, कोरड्या आणि क्रूरही दिसतात. पण आत मात्र निखळ ओलावाच जाणवतो. या वाटेवरील माणसंही तशीच.

उगवतीकडून एक सडक नदीपार करून सरळ नगरात घुसायची. आता तीच पुलावरून तरंगत तरंगत नगरीत प्रवेश करते. नदीवर जरी पूल असला तरी नदीच्या या किंवा त्या किनारी विसावा घेत एक तराफा पाण्यावर तरंगत असतो. पावसाळ्यात पुलावरून पाणी वाहू लागलं की, उगवतीकडे ही एकमेव वाट शिल्लक असे की जी, तराफ्यात सुरू होते आणि तराफा किनारी गेला की, तराफ्यातून ती हळूच जमिनीवर उतरते आणि नगरातील अन्य वाटांकडे धावत सुटते. पोहणाऱ्यांना मात्र असंख्य वाटा.

उत्तरेकडून मात्र एक रुंद सडक दिमाखात प्रवेश करते. शेताचे दोन भाग करीत ती जेव्हा नगरात प्रवेश करते तेव्हा नगराचेही दोन भाग करीत पुढे पुढे सरकते. नगराबाहेर आणि नगरातही या सडकेला अनेक छोट्या छोट्या वाटा फुटलेल्या जशा झाडाला फांद्या. ऋतुमानानुसार या वाटांच्या आकारात, संख्येत इतकेच नव्हे तर हेतू आणि वृत्तीतही फरक पडत जातो.

अशा या विरूपनगरीनं नीरवतेचं जाडजूड पांघरूण घेतलं असलं तरी हे पांघरूण अनेकदा विस्कटलं आहे आणि तितक्याच जिद्दीनं पुन्हा पुन्हा व्यवस्थित केलं आहे. पण या प्रत्येक वेळी केलेल्या प्रयत्नातून एकेक प्रश्न प्रसवलेला असून नगरीच्या किनारी किंवा त्या मोकळ्या मैदानात रुतून बसला आहे. चुकून जरी कोणाचा धक्का या प्रश्नांना लागलाच तर ते आपली जातक कथा सांगायला तयार.

नगरीच्या दक्षिणेला तुटकपणे वसलेल्या पाच-पन्नास घरांच्या रूपाने एक प्रश्न खूप वर्षांपासून रुतून बसला आहे. नगरीतील या तुटकपणाकडे जिज्ञासेने फक्त पाहिले तरी तेथील प्रश्न आपली जातक कथा सांगायला आरंभ करेल.


## ॥ १ ॥

तर एकदा काय झालं...

दक्षिणेकडून वाळवंटी सागरातून एकदा शे-दोनशे लोकांचा जमाव नेहमीप्रमाणेच वाहत वाहत नगरीत आला. जमावात स्त्रियाही होत्या. तसेच सोबतीला होता पाच-पन्नास उंटांचा तांडा. इतर तांड्यांप्रमाणे, हाही तांडा एखाद दुसरा दिवस थांबून पुढे निघून जाईल असं समजून फारसं कोणी लक्ष दिलं नाही. फक्त रिवाजाप्रमाणे तांडाप्रमुखानं मुखियाकडं जाऊन वर्दी दिल्यावर स्वत: मुखियानं आपल्या पावलांना

त्या दिवशी मावळतीच्या वेळी घाटावर जाता-जाताच दक्षिणेकडून सहज फिरवून आणलं.

त्या तांड्याचा पहिल्या दिवसाचा मुक्काम संपतो न संपतो तोच अचानक उंटांचा तांडाच्या तांडा वाळवंटाच्या दिशेने पळत सुटला. भांबावलेल्या आणि गोंधळलेल्या माणसांनी काहीतरी करायचे म्हणून पाच-पन्नास पावले वाळूत टाकली. हा प्रकार नगरीच्या मुखियाला कळताच त्याच्या इशाऱ्याबरोबर अनेकांनी आपापल्या घोड्यांची तोंडं दक्षिणेला करून पुढच्या इशाऱ्याची वाट पाहत राहिले. बस्सं. ते इतकंच करू शकले.

इतकी वर्षे माणसांच्या सोबतीत घालविल्यानंतरही सगळे उंट माणसांपासून असे दूर का निघून गेले? पशू मानवाशी असे का वागले?

पशुविना निराधार झालेल्या त्या शे-दोनशे लोकांनी थोडा वेळ शोक मांडला. अन्य तांड्याबरोबर जाण्याचे नाकारून याच नगरीत वास्तव्य करण्याचा निर्णय घेताच मुखियाने स्वत: पुढाकार घेऊन ही पाच-पन्नास घरं उभी करून दिली. आता तेवढीच घरं वाढतील म्हणा. पण ती सगळी घरात घरं. घरांची मांडामांड करताना मात्र त्या जमावाने दक्षिण बाजूच निवडली. कारण काय तर म्हणे, उंटांचा तांडा एक दिवस अचानक जसा निघून गेला तसाच तो अचानक एक दिवस परत येईल असा त्यांना विश्वास. अनेक पिढ्या अशाच निघून गेल्या. आजचे लोक मात्र ना उंटांची वाट पाहात ना आपण मुळचे कुठले? हा प्रश्न स्वत:ला विचारीत. विरूपनगरीच्या या दक्षिणकिनारी आणखी एका प्रश्नानं जमिनीत खोलवर जरी गाडून घेतलं तरी तोही आपली जातक कथा सांगायला अधूनमधून जमिनीवर येतोच.

तर दक्षिणेतून असे उंटांचे तांडे येत आणि एक-दोन दिवस थांबून पुढे निघून जात. एकदा नगरीतील काही तरुणांना या वाळवंटी सागरानं चांगलीच भुरळ घातली. तिकडून येणाऱ्या प्रवाशांच्या तोंडी कधी कधी वाळवंटातील हिरवळीचा उल्लेख येई. त्यामुळं हे तरुण आणखीनच अस्वस्थ व्हायचे.

एका चांदण्या रात्री नगरातील त्या पाच तरुणांनी कोणालाच न सांगता वाळवंटी सागरात उड्या टाकल्या. अचानक रातोरात पाच तरुण वाळवंटी सागरात गायब झाल्याचे सगळ्या नगरीला समजायलाही दुसरी रात्र निघून गेली. मग मात्र त्या पाच तरुणांच्याच केवळ घरावर नव्हे तर अवघ्या विरूपनगरीवर चिंता घिरट्या घालू लागली. त्यानंतर उगीचच तातडीने उत्तर आणि पूर्वेला शोध घेण्यात आला. दोन दिवसांनंतर सगळं नगर काळजीत बुडालं. त्यानंतर पाच-पंचवीस घोडी मावळतीकडं उधळली आणि त्याच वेळी सर्व तयारीने तितकेच तरुण वाळवंटी सागरात उतरले.

मावळतीकडून दुसऱ्याच दिवशी सगळी घोडी खाली माना घालून परत आली. त्यामुळं अवघी विरूपनगरी आता दक्षिणेकडे डोळे लावून होती. असेच

सात-आठ दिवस निघून गेले. वाट पाहण्यात आणि ते पाच तरुण कुठंतरी जिवंतच असतील असं मानण्यात. पण शोधायला गेलेल्यांचाही परतीचा माग दिसेना! मग मात्र एका टोकाची अस्वस्थता विरूपनगरीच्या प्रत्येक घरात, दारात आणि सडकेवरही ठणकायला लागली.

आणि एका सकाळी सकाळीच दक्षिणेकडून एक छोटासा जमाव येताना कोणीतरी पाहिला आणि एका घटकेतच अर्धे अधिक नगर जमा झालं. सगळ्यांच्या नजरा त्या जमावाकडं. व्याकूळ पण उत्सुक. भयावह पण उत्कट.

जमाव अगदी जवळ आला. जमाव आपल्याबरोबर पाच मानवी सांगाडे ओढत आणतोय हे लक्षात येताच, सगळ्यांचे डोळे भिजून गेले. ते सांगाडे पाहून ज्या घरातील तरुण गायब झाले होते, त्या घरातील लोक जमीन फाटणारा आक्रोश मांडतील किंवा सगळी नगरीच आकाश फाटणाऱ्या किंकाळ्या फोडील असं सगळ्यांनाच वाटत होतं. पण बराच वेळ झाला तरी कसलाच आवाज येईना. मग तितक्याच स्तब्धतेने मुखिया पुढे झाला आणि सगळ्या सांगाड्यांना एकत्रितच दफन करण्याचा मूक इशारा केला. सगळेच इतक्या तीव्र दु:खात होते की त्यामुळं कोणीच कोणाला समजावलं नाही. त्यानंतर मात्र कोणी दक्षिणेकडे फिरकलंही नाही. अधूनमधून दक्षिणेकडून येणारा उंटाचा तांडा आणि जिवंत माणसांचा जमाव पाहताना त्यांचं कितीही कौतुक वाटत असलं तरी आठवणीतले ते पाच सांगाडे आजही अस्वस्थपणाचं दान देतातच.

खरं तर आपल्या मालकीची इतकी हिरवळ असूनही त्या तरूणांनी वाळवंटातल्या हिरवळीवर आपल्या मरणरेषा का कोरल्या? हे कळलंच नाही.

॥ २ ॥

विरूपनगरीची नीरवता अनेक वर्षे थरथरत राहिली अशी आणखी एक घटना.

तर एकदा काय झालं?....

विरूपनगरीच्या मुखियाची जबाबदारी पेलत होता सलवान. सलवान जितका प्रेमळ तितकाच कष्टाळू, त्यामुळं नगरीत कोणी उपाशी झोपत नसे. सलवानकडे मूळचीच भरपूर शेती. मुखिया झाल्यामुळं त्यात भरच पडली.

सलवानने एका वर्षी उत्तरेकडील शेतात फक्त फुलांचीच शेती केली. आणि तीही एकाच प्रकारच्या फुलांची. ती फुले अधूनमधून कुठंतरी दिसत; नाही असं नाही. पण त्यासाठी एकाच वेळी इतकी जमीन वापरणारा सलवान एकटाच.

फूलशेती आता चांगलीच बहरलेली. रक्तीय फूलांच्या मुबलकतेमुळे त्या शेताकडे पाहताना वाटे की, शेतात जणू रक्ताचं शिंपण झालं आहे आणि फूलझाडांमुळं

रक्ताचे गोळे तसेच अडकून राहिलेत. त्यामुळे पाहणाऱ्याच्या मनात भयसौंदर्य निर्माण होई.

ही फूलशेती सलवानची आहे; ही गोष्ट विरूपनगरीतच नव्हे तर आसपासच्या नगरातही पोहोचली होती. त्यामुळं त्या फूलशेतातील फूलं कितीही मोहक दिसली तरी अद्याप कोणाचेही पाय सडकेपासून शेताकडे वळले नाहा किंवा कोणाच्याही हाताच्या बोटांना फुलं तोडणारी नखं फुटली नाहीत. कारण सलवानची जरबच इतकी जबर होती. त्यामुळं सडकेवरून जाता-येता अनेक लोक फुलांकडे पाहत. कितीतरी वेळ. आणि आपण फारच वेळ पाहत राहिलो हे लक्षात येताच निघून जात.

सलवानला एक मुलगी होती. या वर्षी कदाचित ती आपल्या बापाचं घर सोडून जाईल अशी चर्चा नगरीत होती. कुतूहल म्हणून ती कधीतरी त्या फूलशेतात फिरून यायची. पुढे पुढे मात्र तिला त्या फूलांच्या सहवासाची सवय इतकी झाली की, ती आता रोजच शेताकडे जाऊ लागली. तिच्याबरोबर साधारणत: तिच्याच वयाच्या सोबतीणी असत. शिवाय एखादी पोक्त स्त्रीही बरोबर असे. मुखियाच्या या मुलीचं लक्ष असे फूलाकडे. आणि तिच्या सगळ्या सोबतिणींचं लक्ष असे तिच्याकडे. ती होतीच तशी निरागस आणि सुंदर. मुखियाची मुलगी म्हणून आणखी सुंदर. कलमा तिचं नाव. ती फूलशेताशी इतकी एकरूप झालेली की, या फूलांपेक्षा अधिक मौल्यवान काही असू शकतं या शक्यतेवरचाही तिचा विश्वासच उडालेला.

एके दिवशी नेहमीप्रमाणेच ती फूलशेतातून फिरत होती. तिच्याबरोबर तिच्या सोबतिणी होत्याच. चालता चालता कलमा अचानक कशाला तरी ठेचकाळली आणि खाली पडू नये म्हणून सावरायला सहज हात पुढे केला. कशीतरी सावरली आणि थांबून पाहते तर हातात दोन फूलबाळे. इवलीशी. अत्यंत केविलवाणी. अशक्य आहे हे कळत असूनही त्या फूलबाळांना परत फूलझाडाला चिकटविण्याचा कलमा प्रयत्न करू लागली. ते दृश्य पाहून तिच्या सोबतिणींना काळजी आणि भयही वाटू लागले. अखेरीस प्रयत्नाला यश येत नाही असे अनुभवाला आल्याने तीच थांबली. मग तिने मूकपणे स्वत:ला अपराधी म्हणून जाहीर केले. आणि दोन दिवस न खाता-पिता, न बोलता शिक्षाही भोगली. सलवानही दोन दिवस न खातापिता, कलमाशेजारी बसून राहिला. तो तर रात्रीचं झोपलाही नाही.

तिसऱ्या दिवशी सलवानने स्वत:हून कलमाला फूलशेतात नेऊन सोडले. सोबतिणी तिच्याबरोबर होत्याच. त्या शेतात येताच ती पुन्हा फूलली.

एका भर दुपारी मावळतीच्या पर्वतरांगांना वळसा घालून एक घोडेस्वार नगरीत आला आणि नगरीतून उत्तर दिशेला टाकलेल्या सडकेवरून त्याचा घोडा दौडत निघाला. फूलशेताजवळ येताच घोडा जागीच रुतून बसला. घोडेस्वाराने

फूलशेतावर नजर फेकली. आणि ती परत घ्यायची विसरूनच गेला.

आपल्या सोबतिणीसह कलमा फूलशेतातून फिरत होती. फिरता फिरता कलमा एकटीच सडकेकडील बाजूला आली. पाठीवरून गुडघ्यापर्यंत सोडलेल्या तिच्या मोकळ्या केसांकडे कोणालाही एकटक पाहतच राहावे असे वाटे. पण एकसारखं पाहत राहिलं की का कुणास ठाऊक पाहणाऱ्याला भयही वाटायचं. आताही तिच्या पाठमोऱ्या आकृतीकडे फार वेळ पाहत राहणं ही एक धाडसी कृतीच होती. ती मात्र आपल्याच धुंदीत, पानाला, फूलाला किंवा एखाद्या कळीला हलकासा अंगुलास्पर्श करीत पुढे पुढे निघालेली.

ती आता अगदी सडकेलगत आली आणि तिनं सहज समोर पाहिलं, तिची नजर त्या धिप्पाड घोड्याच्या डोळ्यांनी हिरावून घेतली. आणि दुसऱ्याच क्षणी ती मागे वळून जिवाच्या आकांतानं धावायला लागली... आणि नेमक्या त्याच वेळी त्या धिप्पाड घोड्यानंही फूलशेतात उडी घेतली. कलमाची एक पोक्त सोबतीण बाजूलाच उभी होती. तिनं हा सगळा प्रकार भयभीत आणि मूक डोळ्यांनी पाहिला. अगदी जवळून.

तरीही तिनं स्वतःलाच विचारलं : आपण नेमकं काय पाहिलं?... घोडा कशाला तरी बुजला आणि शेतात झेपावला. नेमक्या त्याचवेळी कलमा रस्त्यावर येत होती इतकंच...

कलमा आता वळणं घेत शेतातून धावत होती. आणि घोडा तिच्यामागून. बाकीच्या सोबतिणीही भयामुळं पाय नेतील तिकडे धावत सुटल्या. काही मात्र सावधतेने नगरीकडे धावल्या. आणि झाला प्रकार मुखियाला सांगताच पाच-पंचवीस घोडी उत्तरेकडे झेपावलीही.

इकडे कलमा धावत होती, धावत होती आणि धावता धावताच आठवेल तसं एकेका सोबतिणीचं नाव घेऊन मदतीसाठी हाका मारीत होती.

धावतानाही आपल्या हाता-पायांनी एकही फूल जखमी होऊ नये याची ती काळजी घेत होती. सगळ्या शेतातून हा जीवघेणा पाठलाग चाललेला. मध्येच तो घोडा इतक्या जोरात खिंकाळला की त्या आवाजानंच तिचा तोल गेला आणि ती कोसळली. पण दुसऱ्याच क्षणी सावरली आणि उठून पुन्हा धावू लागली. धावता धावता ती पुन्हा त्याच जागी सडकेजवळ आली. मग सडकेवर येऊन आता नगरीच्या दिशेने जोरात धावायला ती लागणार, पण कसल्या तरी निश्चयानं तिनं आपल्या पायांना जागीच थांबवलं आणि जिवाच्या कळवळ्यानं मागे वळून पाहिलं तर समोर तोच धिप्पाड घोडा. थोड्या वेळापूर्वी जेथे पाहिला होता तेथेच. कलमाला अपराध्यासारखं झालं. तिला वाटलं. अरे, इतका वेळ आपण एकटेच धावत होतो तर! घोडा तर जागचा हाललाही नाही.

घोड्यावरचा स्वार कोण आहे हेही तिनं अद्याप पाहिलं नव्हतं. भयाच्याही पलीकडून तिनं मग घोडेस्वाराकडे पाहण्यासाठी मान वर करता करताच तिला काय वाटले कुणास ठाऊक? तिनं आपले डोळे फूलशेताकडे वळवले आणि तिला आश्चर्य वाटले. कारण सगळं फूलशेत सुरक्षित होतं. ना एकही फूल झाडापासून अलग झालेलं, ना जखमी होऊन फूलझाडावर तसंच लटकलेलं. तिनं कान देऊन ऐकण्याचा प्रयत्न केला. पण एकाही फूलाचा किंवा कळीचा ना रडण्याचा आवाज ऐकू आला, ना हुंदक्याचा. जणू काहीच घडलं नाही असं समजून सगळी फूलं आपापल्या मगदुराप्रमाणं फूललेली दिसत होती. आणि अवघा परिसर गंधित करीत होती. पण तरीही आपल्या मागे अजूनही घोडा धावत आहे हे तिला टाळता येईना. मग मात्र सगळी ताकद एकवटून तिनं कृतज्ञतेच्याही पलीकडच्या डोळ्यांनी घोडेस्वाराकडं पाहिलं. तो काही बोलणार इतक्यात नगराकडून आलेल्या पाच-पंचवीस घोडेस्वारांनी त्याला घेरून टाकलं. कलमा काही बोलणार इतक्यात सलवानने खड्या आवाजात त्या अजनबी घोडेस्वाराला अत्यंत संयमाने तीन प्रश्न विचारले. एकानंतर एक. प्रत्येक प्रश्न तीनदा.

"तू कोठून आलास?"

"तू कुठे जाणार?"

आणि

"या माझ्या मुलीचा, पाठलाग का करीत होतास?"

घोडेस्वार गप्प.

कलमाबरोबरची ती पोक्त सोबतीण काही सांगण्यासाठी पुढे पुढे सरकत होती. पण घोडेस्वारांच्या गराड्यामुळे तिला पुढे जाताही येईना. अखेरीस ती कशीतरी मुखियाच्या घोड्याशेजारी पोहचली. पण तिच्या तोंडून एकही शब्द फुटेना. इतक्यात तिच्याच कानात आवाज आला, 'आता इथं काहीतरी विपरीत घडणार, चल आपण घराकडं जाऊ. निदान बाजूला तरी हो. किती जवळ गेली आहेस.' असं म्हणून एका स्त्रीने हात धरून जवळ जवळ ओढतच त्या गर्दीतून तिला बाहेर काढले. ती थोडी बाजूला झालीही. पण आपले कान तिने मागेच ठेवले. त्या अजनबी घोडेस्वाराच्या शब्दांसाठी.

घोडेस्वाराने मात्र तिच्या कानांचीच नव्हे तर सगळ्यांचीच निराशा केली. त्यानं एकही शब्द उच्चारला नाही. किंवा कदाचित आपले डोळे आपल्याच परवानगीशिवाय काही बोलतील म्हणून त्यानं मानही वर केली नाही.

मुखिया चिडला. त्यानं इशारा करताच अर्धे लोक तर खड्डाच खणायला लागले. बाकीच्या लोकांनी अगदी सहजपणे घोडा आणि घोडेस्वाराच्या रक्तांनी

फुलांचे रंग आणखी गडद केले. खोदलेल्या एका खड्ड्यात घोड्याला आणि दुसऱ्या खड्ड्यात घोडेस्वाराला माती आड केल्यानंतर अगदी शांतपणे सगळेजण नदीवरून नगराकडे परतले.

मुखियाने विचारलेल्या प्रश्नांना तो अजनबी उत्तरच देत नाही म्हटल्यावर काय घडणार, याची कल्पना आल्याने कलमा आपल्या सोबतिणीसह नगराकडे वळली होती. घरी आली तरी ती कमालीची अस्वस्थ होती. तिचा वावर आता घरातल्या घरात होता. अपराधी जाणिवेनेच ती वावरत होती. अगदी हसतात कसं, हेही ती अलीकडं विसरून गेलेली. घरचे आणि बाहेरचे लोकही तिला अनेक प्रकारानं हसविण्याचा प्रयत्न करीत. पण व्यर्थ, तरीही मोठ्या जिद्दीनं जेव्हा कलमा हसण्याचा प्रयत्न करी तेव्हा ती प्रत्येक वेळी हुंदक्यांनाच जन्म देई. त्यामुळे बहुतेक वेळ ती मौनातच जाई.

उत्तरेकडील फूलशेत आता राहिलं नव्हतं. मुखियाने तेथे आता आंब्याची अर्धवट वाढलेली झाडं लावलेली. सगळ्या शेतात आता कुठेही रक्तवर्ण दिसत नव्हता. सगळं शेत कसं हिरवं आणि थंड. एका झाडाची सावली संपली की दुसऱ्या झाडाची सुरू होई. त्यामुळे जमीनही थंड. अशी ही आमराई अनेकांच्या विसाव्याचं ठिकाण बनलेली.

एक दिवस सलवान कलमाला काही निर्वाणीचं बोलला. म्हणून ती मौनातून बाहेर आली. पण घराबाहेर पडेना.

पण एक सकाळी सकाळीच काय घडले कोणालाच कळले नाही, पण कलमा घराबाहेर पडली. तिने सरळ नगराबाहेर येऊन उत्तरेची सडक धरलेली. सोबतिणींचा तांडाच्या तांडा आनंदानं तिच्यासोबत चालू लागला. मुखियाला हे समजताच इतका आनंद झाला की, घोड्याची वाटही न पाहता धावू लागला. पण चारच पावलांवर तो थांबला. मागे वळून बाजूलाच उभ्या असलेल्या दोघांना इशारा करताच त्या दोघांनीही आपापली घोडी उत्तरेकडे दौडली. ते दोघेही शस्त्रसज्ज होते. कलमाच्या वागण्याबोलण्यातला उत्साह पाहून तिच्या सोबतिणीही आनंदून गेल्या. चालता चालता कलमा अचानक थांबली तशा सगळ्याजणीही थांबल्या. कलमाने मागे वळून पाहिले तसे मागून येणारे घोडेस्वार जागीच थांबले. दुसऱ्या क्षणीही कलमाने नजर हटविली नाही म्हटल्यावर ते दोघेही खाली माना घालून परत फिरले. आणि मुखियापुढे खालमानेने उभे राहिले. मुखियाला प्रथम राग आला पण नंतर का कुणास ठाऊक हसल्यासारखं करून त्या दोघा घोडेस्वारांना निघून जाण्याचा इशारा केला.

आमराईत पोहचल्यावर कलमा आणि तिच्या सोबतिणी मनाला येईल तिकडे आणि पाय नेतील तिकडे हुंदडू लागल्या. एक दोघीजणी मात्र सतत

कलमाच्याच आजूबाजूला राहत. उन्हाळ्याला नुकताच आरंभ झालेला. झाडांना दुधी मोहोर लगडलेला. काही झाडांना हिरव्या पानात हरवून गेलेल्या कैऱ्या लटकलेल्या.

कलमा फिरता फिरता एका झाडाजवळ आली आणि कोणी तरी दंडाला धरून जागीच उभं करावं तशी ती थांबली. तशा तिच्या जवळच्या दोघी सोबतिणी आणखी जवळ आल्या. कलमा समोरच्या झाडाच्या बुंध्याकडे एकटक पाहत होती. सोबतिणीही एकदा कलमाकडे आणि एकदा त्या समोरच्या झाडाकडे पाहत होत्या. गोंधळून जात होत्या. भयभीत होत होत्या.

इतक्यात कोणालाही सावरायचीही संधी न देता कलमा धाडकन् कोसळली. दूरवरच्या सगळ्याजणीही पटकन् जमा झाल्या. काहींनी कलमाला सावध करण्याचे प्रयत्न सुरू केले. तर काहीजणींनी सरळ नगरीची सडक धरली. कलमाला सावध करता करताच आता प्रत्येकजणीला हुंदका फुटायला लागलेला. असं बराच वेळ चालू होतं. तेवढ्यात मुखियासह अर्धे अधिक नगर आमराईत येऊन पोहोचलं.

जाणत्या स्त्रिया पुढे झाल्या आणि कलमाला शुद्धीवर आणण्याचा प्रयत्न करू लागल्या. पुरुष आता जरा बाजूला झाले.

अनेकांच्या प्रयत्नांनंतर कलमा शुद्धीवर आली. सगळ्यांनी श्वास रोखून धरलेले. कारण प्रत्येकालाच भीती वाटत होती की, आपल्या श्वासोच्छ्वासाने ती पुन्हा बेशुद्ध तर होणार नाही ना? हळुवारपणे तिने पापण्या बाजूला केल्या आणि भोवताली सावकाश डोळे फिरवले अन् दुसऱ्या क्षणी पुन्हा पापण्या मिटल्या. पुन्हा सारे अस्वस्थ. असेच काही क्षण गेले आणि कलमाने पुन्हा डोळे उघडले. ती आता पूर्ण सावध झाली आहे याची खात्री होताच एकीने हळूच विचारले.

''कलमा, काय झालं ग?''

कलमानं सभोवती नजर फिरवली आणि डोळ्यांनीच प्रतिप्रश्न विचारला, ''कुठं काय झालं? मला असं काय विचारता?'' तिच्या या मूक प्रतिप्रश्नाचा काहीच बोध न झाल्यानं आपण विचारलेला प्रश्न कलमाच्या लक्षात आला नाही असं समजून किंवा तिला ऐकायलाच गेलं नसेल असं समजून पुन्हा तोच प्रश्न त्याच स्त्रीने विचारला,

''कलमा, काय ग झालं?''

मग कलमानंही प्रतिप्रश्न केला, ''तुम्हाला तिकडून घोड्याचं खिंकाळणं ऐकायला आलं नाही?'' तिच्या आवाजात भयाऐवजी वैताग आणि किरकिरेपणा जाणवत होता.

'तिकडून घोड्याचं खिंकाळणं' या शब्दानं तर भर दिवसा आणि इतक्या

गर्दीतही काही शरीरं सायाळी झालेली. तरीही कोणीतरी सक्ती केल्याप्रमाणं सगळ्यांच्या नजरा तिकडं वळल्या. पण झाडाच्या बुंध्याशिवाय तिकडं दुसरं काही दिसलंच नाही. दिसत होती ती फक्त माणसासारखीच चिंताग्रस्त झालेली झाडं. सगळ्यांच्या नजरा जेव्हा कलमाजवळ गोळा झाल्या तेव्हा त्या नजरांनी जे पाहिलं ते भयंकर.

कलमाने आपले दोन्ही हात कानावर गच्च दाबून धरलेले. दात-ओठ खात कशापासून तरी आपली सुटका करून घेण्यासाठी जिवाच्या आकांतानं धडपडत आहे. अशी तिची सगळी शारीरिक धडपड.

काय करावे? कोणाला काही सुचत नव्हते. मुखिया कलमाशेजारी गुडघ्यावर. कलमा तशा स्थितीत उठून उभे राहण्याचा प्रयत्न करीत होती. पण उभं राहता राहताच ती धाडकन् पुन्हा कोसळली. अनेक हात तिला सावरायला पुढे आलेले. पण कलमापर्यंत एकही पोहचला नाही. कानावर हात तसेच ठेवून ती तशीच जमिनीवर निपचित पडलेली. तिला पुन्हा सावध करण्याचे अनेक प्रयत्न झाले पण व्यर्थ. सलवानची सहनशक्ती संपली आणि तोही धाडकन् कलमाशेजारी कोसळला. सगळेच गोंधळून गेले.

थोड्या वेळानं सलवान सावध झाला. कलमाचं कलेवर नगरातील मोकळ्या मैदानात आणून ठेवलं. जमलेल्या स्त्रियांना त्याच मैदानात मोर झालेली कलमा दिसू लागली. सूर्य मावळतीकडं कललेला. सगळ्या वातावरणालाच हुंदका फुटलेला. तेवढ्यात कोणीतरी सुचविलं आणि कलमाचे कलेवर पुन्हा आमराईत नेण्यात आले आणि त्या घोडेस्वाराच्या खड्ड्याशेजारीच आणखी एक खड्डा खोदला गेला आणि त्यात आपल्या कानावर हात गच्च धरलेल्या अवस्थेत कलमा कायमची झोपी गेली.

या घटनेलाही आता खूप वर्षे झाली. अनेक पिढ्या मातीआड निघून गेल्या. तरीही आज त्या सडकेवरून जाता-येता तो परिसर पार झाल्याशिवाय कोणी बोलत तर नाहीच पण आपल्यालाही 'त्या' घोड्याचं खिंकाळणं ऐकू येईल म्हणून कानावर दोन्ही हात गच्च धरूनच जाण्याचा जणू रिवाज पडलेला. इतकंच नव्हे, तर अपरिचिताशिवाय त्या सडकेनं एकटंही कोणी जात नाही. कारण आजही त्या वाटेवर...

"खरोखरच काय तो अपरिचित घोडेस्वार कलमाचे मागे लागला होता?"

"जर तो निर्दोष होता तर त्यानं मुखियाच्या एकाही प्रश्नाचं उत्तर का दिलं नाही?"

"का त्याला बोलताच येत नव्हतं?"

"कलमा का बोलली नाही?"

"अपराध सिद्ध झाला नसताना त्याला मृत्युदंड का? त्यात त्याचा काय दोष?"

"अखेरीस कलमानंही मरणगामी सडक का स्वीकारली?"

हे सगळेच प्रश्न सापासारखे वळवळत आणि सळसळत असतात.

## || ३ ||

विरूपनगरीवर एक ओला ओरखडा असा ओढला गेला की, त्या जखमेचा ओलावा अजून तसाच आणि त्यातूनच जन्माला आलेला ओलेता प्रश्नही.

तर एकदा काय झालं...

उन्हाळा संपून पावसाळा सुरू झालेला. पावसाळा सुरू झाला म्हणजे केवळ पावसाळ्याचे दिवस आले. पण प्रत्यक्षात काही पाऊस पडला नव्हता. सुरुवातीचे बरेच दिवस कोरडे गेले. एकाही दिवशी थेंबभरही ओलावा निर्माण झाला नाही. मात्र, नंतर जणू एकमेकांत होडच लागलेली. रोज इतका पाऊस कोसळायचा की, प्रत्येक दिवशी वाटायचे आजच्यापेक्षा कालचा पाऊस कमीच होता.

आकाशनदी विनम्रपणे पात्राबाहेर आली. तिचा हा विनय जवळून कौतुकानं पाहावा म्हणून नगरवासीयांनी तिच्या किनाऱ्यावर आपले पाय लावले.

पण एक-दोन दिवसांत आकाशनदीतील विनय केव्हा वाहून गेला हे कळलेच नाही. शिवाय हेही कळलं नाही की, तिच्या प्रवाहपावलामध्ये इतका बेमुर्वतपणा कोठून आला.

आकाशनदीच्या या निष्ठुर पावलांनी कोणत्याच घराचा मुलाहिजा ठेवला नाही. त्यांनी अनेकांच्या घरात घुसून धुमाकूळ घातला. अर्धेअधिक नगर पाण्याखाली गेलं तरी ती मागे हटायला तयार होईना. मग मात्र प्रत्येकजण आपापला जीव वाचविण्याचा प्रयत्न करू लागला. किडूकमिडूक तर केव्हाच वाहून गेलेलं. जीव वाचवायला प्रत्येकजण घरावर, झाडावर जाऊन बसलेला. कधी कधी रात्रच्या रात्र एकाच झाडावर माणसं, जनावरं, कोंबडी, कुत्री आणि साप मिळून एकत्रित घालवित. सगळेच बधिर झालेले. कोणी कोणावर आक्रमण केलं नाही. पाणी ओसरल्यावर सगळे आपापल्या घरी निघून गेले. माणसं कशीतरी वाचली. पण घरातील सगळं वाहून गेलं. त्यामुळं जिवंत राहिलेली माणसं अधिकच अगतिक बनली.

ही अगतिकता वाहून जायला पुलाखालून आकाशनदीचं खूपच पाणी जावं लागलं. पण तरीही पाण्याबरोबर वाहत आलेल्या 'नदी इतकी निष्ठुर आणि आक्रमक का बनली?' या प्रश्नाचं विरूपनगरीत अजूनही वास्तव्य आहे. इतकेच नव्हे तर आकाशनदीकडे जाणारे-येणारे अजूनही त्या प्रश्नानं भिजून जातात, थिजून जातात.

## ।। ४ ।।

विरूपनगरीवर आणखी एक असं संकट आलं की नगर जाग्यावर राहतंय की नाही अशी शंका प्रत्येकाच्या मनात निर्माण झालेली. तर त्याचंही काय झालं?...

ऐन उन्हाळ्यातील भर दुपार. सगळं नगर शांत. इतक्यात एक भली मोठी वाऱ्याची झुळूक सगळ्या विरूपनगरीला स्पर्शून गेली. तल्खली देणाऱ्या उन्हाचं अचानक चांदणं व्हावं तसं लोकांना वाटलं. पण या झुळकीनेच एक दोघे म्हातारे जरा अस्वस्थ झाले आणि सावधही. त्यांनी लोकांनाही सावध राहण्यास सांगितले. कोणी ऐकले, कोणी ऐकले नाही. वाऱ्याचा जोर हळूहळू वाढत वाढत चालला. हीही एक गंमत असते. न जाणवणारा वारा, हवा, मग जोराचा वारा आणि अखेरीस वादळ. आताही असंच झुळकीचं रूपांतर थोड्याच वेळात अगदी भयंकर अशा वादळात झालं. हलक्या वस्तू आकाशात केव्हाच पोहायला लागलेल्या. पण वाऱ्याचा जोर वाढतच होता. आता एकेक घर हवेत तरंगायला लागतंय काय किंवा अवघं विरूपनगरच आकाशात पोहायला लागतंय काय? असं वाटायला लागलेलं.

का ऽऽ ड, का ऽऽ ड झाडं उन्मळून पडल्याचे आवाज येत होते. या आवाजानं भयावहता अधिकच वाढत होती. भर दुपार अगदी काळोखी मध्यरात्र बनलेली. काळोखाचा रंग मात्र पांडुर. नगरवासीयांनी आपापली घोडी घेतली. सगळेजण त्या मैदानात आले. पशू मानवाची एकत्रित साखळी केली आणि स्थिरपणे वादळाला तोंड देत राहिले.

मध्येच सगळ्यांची नजर त्या पुरातन वृक्षाकडं गेली. खरं तर डोळे उघडे ठेवणे शक्यच नव्हते. तरीपण क्षणभरच जे दर्शन झालं ते इतकं भव्य, उदात्त, भयावह आणि सुंदर होतं की, पाहतच राहावं. पण डोळे उघडे ठेवणेच शक्य नसल्यानं सगळ्यांनी आपापले डोळे मिटले. पण मिटल्या डोळ्यांपुढूनही क्षणापूर्वीचे ते दृश्य हालत नव्हते. सगळे आकाश, की जे काळपट हिरवं आहे, ते गदागदा सारखं हलतंय हे दृश्य मिटल्या डोळ्यांपुढूनही हालायला तयार नाही.

झाडाची मुळं जमिनीशी अजून इमान ठेवून असल्याकारणानं झाड वादळातही उभं होतं. वटवाघळांचं चीत्कारणं मात्र भयाण वाटत होतं.

खूप वेळानंतर वादळ शांत झालं. जमिनीवरचं हलकंफुलकं आकाशात उडून गेल्यानं सगळीकडे कसं लखख.

मैदान सोडून आता प्रत्येकजण आपापल्या घराकडं निघालेला. सोबतीला इमानदारीनं चिंताही होतीच. सगळ्यांचंच काही ना काही उडून गेलेलं. त्यामुळे प्रत्येकजण उदास आणि खचलेला. तरीही या अगतिकतेवर मात केली गेली होती.

जगण्याच्या अनिवार अशा विकारी जिद्दीनं. म्हणूनच जो तो आपलं आपलं कुठं कुठं काय काय सापडतं याचा शोध घेऊ लागलेला. काहींना काही सापडलं, काहींना नाही. पण सगळ्यांनाच एक प्रश्न मात्र सहज सापडला तो असा की, माणसाला जगण्यासाठी, श्वासोच्छ्वासासाठी हवा लागते. मग हवेच्या श्वासोच्छ्वासाने माणसाचं अस्तित्व का गुदमरून जावं?

।। ५ ।।

असं हे विरूपनगर वर वर शांत पण आतमध्ये मात्र प्रत्येक प्रसंगातून निर्माण झालेल्या प्रश्नांनी अस्वस्थ बनलेलं.

पशू, माणूस आणि निसर्ग यांच्या परस्परांशी असलेल्या संबंधातून जन्माला आलेले हे प्रश्न विरूपनगरीला सतत अस्वस्थ ठेवीत. या प्रश्नांना जन्म देणारी प्रत्येक कथा आता केवळ आख्यायिका म्हणून ऐकविली जात आहे.

विरूपनगरीचं रूपही आता थोडंफार बदलू लागलंय. घरांची रचना, रस्ते, सडका, वाटा, रानातली पिकं, फुलं आणि फळंही. माणसांचे कपडे आणि खाणंपिणंही. तरीही अजून विरूपनगर एक प्राचीन नगर म्हणून परिचित आहे. नदीवरचा घाट, डोंगरांच्या पोटातील लेणी, दगडी स्तंभ आणि त्या शेजारील वृक्ष. मुखिया आणि ऋत्विज. ते मैदान आणि मैदानातील स्त्रियांचा आणि पुरुषांचा नाच आणि चालू होती कालवडीला बळी देण्याची मानवी प्रथा.

फार क्वचित विरूपनगरीला बाहेरच्या लोकांविरुद्ध हातात शस्त्र घ्यावं लागलं होतं. परंतु आपापसांत मात्र अजून शस्त्राचा वापर नव्हता. झाला असलाच तर अगदी वैयक्तिक, सामुदायिक नव्हे. दुसरं असं की, जरा कोणी एखाद्यानं कुरापत काढली की; किंवा जरा कुठं एखाद्याकडून आगळीक घडली की, मुखिया त्याला शिक्षा करीत असे. कधी कधी सर्वांसमोर त्याला क्षमाही करीत असे आणि कोणत्याही शिक्षेपेक्षा अपराध्याला असह्य वाटे.

नगरीचा मुखिया आता पावक होता. थंडीच्या दिवसातील अखेरची रात्र उजाडली. ज्या रात्रीतून उन्हाळ्याचा पहिला दिवस जन्माला येणार.

रात्री सगळे नगरवासीय पुरुष मैदानात जमा झाले. उगवतीकडून पूर्ण चंद्र बराच वर आलेला.

मुखियाने इशारा करताच एकाच वेळी नाच, गाणं आणि वाद्यं सुरू झाली. सगळ्या मैदानानेच आता एक लय आणि ताल पकडला होता.

मैदानाच्या उत्तरेकडील बाजूस कालवड बांधलेली, बाजूलाच धारदार शस्त्रं.

चंद्र मावळतीकडं कलला की, प्रथम मुखिया शस्त्रं घेऊन नाचत नाचत

जाऊन कालवडीवर मानाचा वार करीत असे. नंतर प्रत्येकजण त्याचे अनुकरण करी. अशी पद्धत. चंद्र मावळेपर्यंत हा खेळ चाले. वार करताना मात्र प्रत्येकजण काळजी घेत असे की, आपल्या वाराने कालवड मरू नये. त्यामुळे हा खेळ खूप वेळ चाले. बसलेल्या घावाबरोबर कालवड एक चित्कार काढी. खरं तर तिचं चीत्कारणं केव्हापासून तरी चालूच असतं. पण नाच -गाणं आणि वाद्यांच्या आवाजामुळे कालवडीचा आवाज कोणाच्याच कानांपर्यंत येत नसे.

मध्यान्ह रात्र झालेली आणि नाच, गाणे आणि वाद्यंही अगदी टिपेला जाऊन पोचलेली. पण कालवड मात्र आज चीत्कारत नव्हती. जणू ती मौनात गेली होती. आज ऋत्विज हजर नव्हता. नाहीतर त्याच्या मंत्रोच्चाराचा आवाजही टिपेला पोचला असता. खरं तर ऋत्विजच मंत्रोच्चार करीत करीतच मुखियाला हातात शस्त्र घेण्याचा इशारा करीत असे. आज मात्र ऋत्विज हजर नव्हता. त्यामुळंच ऋत्विजचं थोरलं पोरगं धरून आणलेलं. त्यानं रात्रीच्या सुरुवातीलाच चारपदाचा कसलातरी मंत्र म्हटला आणि ते परत घरी जाऊन झोपलं. अर्थात तसं करायला त्या मुलाला आणि मुखियाला स्वत: ऋत्विजच सांगून गेला होता. त्यामुळं पुढची सगळी जबाबदारी आता मुखियावर होती.

चंद्र असा हळूहळू मावळतीकडं सरकू लागला तसं नाचत नाचत प्रत्येकजण उत्तरेकडं सरकू लागला. सगळ्यांच्या नजरा आता मुखिया आणि कालवडीकडं लागलेल्या. पण सगळेच धुंद होते.

मैदानात शांत होते फक्त दोघे. एक पशू आणि एक मानव. पशू म्हणजे ती कालवड की जिचा थोड्याच वेळात बळी दिला जाणार होता. पण तिचं ते शांत राहणंच मैदानातील प्रत्येकाला अस्वस्थ करीत होतं आणि मानव म्हणजे अर्हत...

त्या दिवशी सकाळपासूनच रात्रीच्या नाचगाण्याची तयारी चाललेली. मुखिया स्वत: सगळीकडे लक्ष देत होता. एकाच वेळी अनेकांशी बोलत होता. तसेच अनेकजण येऊन काहीतरी सांगत होते. तशातच दुपारीच एक पोरगं धावत धावत मुखियाजवळ आलं आणि त्यानं सांगितलं की, स्तंभाच्या कठड्यावर कोणीतरी येऊन बसलं आहे. असेल कोणीतरी प्रवासी म्हणून मुखियाने फारसे लक्ष दिले नाही. पण या पोरानेच जेव्हा तो माणूस काषाय वस्त्रात आहे असा नुसता उच्चार करताच सगळ्या जमावासह मुखिया स्वत: स्तंभाकडे जलद पावलांनी चालला.

अर्हत उगवतीकडे पाठ करून उभे. नजर स्तंभावर. ती स्तंभाची कोरीव लेखाची बाजू होती. जमावासह मुखिया तेथे पोहचला. अगदी जवळ गेल्यावर देखील अर्हताचे लक्ष आपल्याकडे गेले नाही म्हटल्यावर मुखिया अगदी जवळ गेला आणि गुडघ्यावर येऊन म्हणाला,

"वंदामि भन्ते",

जमावाने मुखियाचे अनुकरण केले. अर्हतांच्या तोंडून गंभीरपणे शब्द बाहेर पडले,

"भवतु सब्ब मंगलम.... .... सदा सोत्थि भवन्तु ते"

आदरपूर्वक मुखिया अर्हतांना घरी घेऊन आला. बाकीचे लोक रात्रीच्या नाचगाण्याच्या तयारीला लागले.

.... आणि आता रात्रीच्या उतारावर त्या मैदानात कालवडीशेजारी अर्हतही शांत बसलेले. कदाचित त्या मैदानातील इतक्या लोकांच्या नाचगाण्यांपेक्षा कालवडीला अर्हतांचे शांत बसणे अधिक प्रभावी वाटले असावे आणि म्हणूनच तिने अर्हतांचे अनुकरण केले असावे.

कोणत्याच प्रकारची नाराजी न दाखविता अर्हत मैदानात येऊन शांत बसलेले.

रात्रीला आता मरणकळा लागलेल्या, चंद्र पूर्णपणे मावळतीकडे कललेला... तसा मुखिया नाचत नाचत कालवडीकडे सरकू लागला. तशा सगळ्यांच्या नजरा पुन्हा एकदा मुखियाने हिरावून घेतल्या. मुखिया वाद्यांच्या तालावर एकेक पाऊल उत्तरेकडे टाकत होता. आणि पावलागणिक कालवडीचं मरण जवळ येत होतं. मुखियानं तालातच एक शस्त्र उचललं, हाती आला परशू. परत मुखिया नाचत नाचत मागे मागे उलट्या पावलांनी सरकला आणि पुन्हा धावत जाऊन त्यानं मोठ्या श्रद्धेने कालवडीवर मानाचा पहिला घाव घातला....

घाव तर घातला पण तरीही कालवडीचा कसलाच ना प्रतिकार, ना जागच्या जागी वार चुकविण्याचा निष्फळ प्रयत्न, ती तशीच शांत, पूर्वी होती तशीच. फक्त तिचे डोळे त्या अंधाऱ्या प्रकाशातही जागृत आणि सावध दिसत होते....

मुखियाने तर घाव घातला पण तो कालवडीपर्यंत पोहचलाच नाही. परशू हवेत तसाच. कारण आडवा आला होता अर्हताचा काषाय वस्त्रातील मजबूत हात. अर्हताकडे पाहिल्यावर वाटे ते खूप म्हातारे झालेत. पण मुखियासारख्या ताकदीच्या हातातील परशू जेव्हा हवेतच आपल्या हाताने स्थिर केला तेव्हा सगळं मैदान भयचकित झालं. अचानक आणि अनपेक्षित प्रकारानं सगळेच गोंधळून गेले. वाद्यं मूकं झाली. नाचगाणे आपोआपचं शांत झाले. सुरुवातीला न बोलताच मुखियाने आपला हात अर्हतांच्या हातातून सोडवून घेण्याचा प्रयत्न केला पण ते जमले नाही.

अखेरीस मुखियाने दुसऱ्या हाताने अर्हतांना वंदन केले. मान आणि डोके खाली करताच अर्हतांनी हात सोडून दिला. मुखिया गुडघ्यावर स्थिर झाला आणि '..... सब्ब मंगल' चा ध्वनी मैदानात घुमला. सगळीकडे शांतता. अर्हतांनी मुखियाला वर उचलले, अलगद, हस्तातील परशु मुखियाने शस्त्र ढिगाऱ्यात टाकून दिला.

अर्हतांनी समूहाकडे पाहून पण मुखियालाच विचारले,

'हे तुम्ही काय करीत आहात? कालवडीचा बळी तुम्ही कशासाठी देत आहात?'

मुखियासह सगळे गप्प.

खरं तर इतक्या वर्षांत असा कोणी प्रश्न विचारला नव्हता. त्यामुळं या अपरिचित पण ताकदवान प्रश्नाने सगळेच व्याकूळ बनले. सगळ्यांना एकावेळी स्मरण झाले ते ऋत्विजचे. तो जर हजर असता तर कदाचित त्याने अर्हतांना उत्तर दिले असते. इतकंच नव्हे तर काहींना तर वाटले की ऋत्विजने अर्हतांना पराभूत करून येथून हाकलून दिलं असतं. पण ऋत्विज तर हजर नव्हता. परंपरेने चालत आलेला रिवाज या अर्हतांमुळं खंडित होत आहे. याचा रागही काहींच्या चेहऱ्यावर त्या चांदण्यातही जाणवत होता. तर फार कमी लोकांना वाटले की, झाले हे बरेच. पण तरीही कोणाच्याही तोंडून कसलाच शब्द बाहेर आला नाही.

मुखियाने तोंड उघडले. 'प्रत्येक वर्षी बळी दिला जातो म्हणून या वर्षीही....' पुढचे शब्द मुखियाने उच्चारले नाहीत. आणि त्याची गरजही नव्हती.

मैदानातील प्रत्येकजण आता मनातल्या मनात विचार करू लागला. ज्यांची नजर अर्हतांकडे आणि त्या कालवडीकडे जाई. विशेषत: कल्पनेतील चीत्कारणारी कालवड त्यांना दिसे. त्यांना वाटे, आजपर्यंत आपण एकेक पातकच करीत होतो. आजचं पातक अर्हतामुळे घडलं नाही, बरं झालं. कायमचीच ही बळीप्रथा बंद होईल तर आणखी बरेच.

पण काहींना भय वाटे की, कालवडीचा बळी जर दिला नाही तर काही आगळीक घडेल. कदाचित आकाशनदीच्या महापुरानं सगळं विरूपनगर वाहून जाईल किंवा एखादं महाप्रचंड असं वादळ येईल आणि अवघं विरूपनगर आकाशात विस्कटलं जाईल, किंवा दक्षिणेकडे शांत असलेला वाळवंटी सागर कदाचित खवळेल आणि आख्खं विरूपनगर त्या वाळवंटी सागरात बुडून जाईल. आणखी काय काय होऊ शकेल याचं भयानक चित्र डोळ्यांसमोर सारखं उभं राहत होतं.

बोलत मात्र कोणीच नव्हतं.

अर्हतच मग बोलू लागले. "विरूपनगरच्या नगरवासीयांनो, मला माहीत आहे की, तुम्ही सगळे संभ्रमात आहात. वर्षानुवर्ष चालत आलेली बळीप्रथा आज माझ्यामुळं तुम्ही पूर्ण करू शकत नाही. त्यामुळे आपल्यापैकी अनेकांना माझा राग आला असेल. पण माझ्या अंगावरील काषाय वस्त्रामुळं रागाचं तुम्ही दमन केलं असेल. पण काही लोक असेही असतील की मी जे केलं ते योग्यच केलं असं मनोमन म्हणत असतील. किंवा झालं हे बरं की वाईट याचा अजूनही काहींचा निर्णय लागला नसेल, म्हणूनच मी म्हणालो की, तुम्ही सगळेच संभ्रमात असाल.

तरीही ज्यांना वाटतं कालवडीची हत्या झाली नाही पाहिजे त्यांनी निर्भयपणे आपल्या या मताशी कायम राहावं. आणि ज्यांना असं वाटतं की, कालवडीचा बळी दिला नाही तर काहीतरी भयंकर अनर्थ घडेल, त्यांना मी सांगेन की कालवडीचा बळी न दिल्याचा परिणाम म्हणून वाईट काहीही घडणार नाही. पण याहून दुसरी गोष्ट लक्षात ठेवा,की समजा उद्या काही वाईट घडलंच, तर त्याचं कारण वेगळं काहीही असू शकेल पण कालवडीचा बळी दिला नाही हे नसेल. अर्थात, हे मान्य करायला थोडं धाडस हवं.''

इतकं अर्हत बोलले आणि मध्येच थांबून त्यांनी आपल्या हातांनी कालवडीला मुक्त केले आणि दावं हातात धरूनच त्यांनी मैदानाबाहेर जाण्यासाठी पाऊल टाकताच जमाव आपोआप दुभंगला. अर्हत आणि कालवड एका मागोमाग निघाले. इतका वेळ शांत असलेल्या कालवडीने पहिल्यांदा हंबरडा फोडला त्याचा काय अर्थ होत होता कोणालाच कळला नाही. कदाचित अर्हतांना कळला असेल. पण त्यांनी स्वत:हून सांगितलंही नाही. अर्हत आणि कालवड मैदानाबाहेर पडले आणि त्याच क्षणी सूर्यकिरणे मैदानात घुसली. पण आज एकही सूर्यकिरण रक्ताने ना ओले झाले, ना लाल.

सगळा जमाव आपापल्या घरी निघून गेला. मैदानात घडलेलं आणि न घडलेलं आक्रित प्रत्येकानं आपापल्या घरी मोठ्या उत्साहानं सांगितलं. पण तरीही त्यामध्ये उत्साहाबरोबरच चिंता आणि भयही जाणवत होतं. या आनंदभयात प्रत्येक स्त्रीनंही भर टाकलीच. त्याचा परिणाम असा झाला की, गोंधळ आणखी वाढला. कालवडीचा बळी द्यावा यावर नगरी दुभंगली. दुसऱ्या दिवशी दुपारपर्यंत तर दोन्ही बाजूचे वातावरण उगीचच तापले. परंपरेच्या पालनात पडलेला खंड ज्यांना आवडला नाही ते सर्वात अधिक अस्वस्थ होते. खरं तर झाला तो सगळा प्रकार सर्वांच्या समोर. तरीही लोकांनी अर्हताऐवजी कालवडीचा बळी दिला नाही याबद्दल जबाबदार धरले ते मुखियाला. मुखियालाच जाब विचारण्याचा मनसुबाही अनेकांनी बोलून दाखविला. पण अर्हत अजून मुखियाकडेच असल्याने तिकडे कोणी फिरकले नाही. अशा वेळी ऋत्विज असता तर किती बरे झाले असते असा विचार त्यांच्या मनात सतत येऊनही त्याचा काहीच उपयोग नव्हता. दुपार टळली तसे ते अधिकच आक्रमक बनले. ऋत्विज आला नाही याचाही राग आतल्या आत धुमसत राहिला.

अखेरीस बळी दिलाच पाहिजे याचा आग्रह धरणारे एकत्र जमले. आणि नगरातील सर्वांत म्हातारा म्हणून मेथराहकडे गेले. आणि त्यांनी या समस्येच्या सोडवणुकीसाठी मुखियाबद्दलची मागणी केली.

वास्तविक मेथराहही बळी देऊ नये या मताचा होता. पण आता जर आपण

मुखियाबदलाला अनुकूल मत दिले नाही तर विरोधक आपला विरोध मैदानाबाहेर येऊन मांडायला लागतील आणि ही गोष्ट आणखी वाईट. शिवाय मेथराहच्या नजरेत पावक डळमळीत वाटत होता. तेव्हा अशावेळी जर एखादा मजबूत मनुष्य मुखियापदी आला तर मेथराहला असा बदल अपेक्षित होता. यादृष्टीने मेथराहने आलेल्या जमावाकडून बोलता बोलता ही माहिती काढून घेतली की, या जमावाला अमुक एक मुखिया हवा आहे काय? पण तसे काही आढळून आले नाही. मग त्यांनी जमावाला मुखियाबदलाची अनुकूलता दाखविली.

मेथराहची संमती मिळताच मोठ्या उत्साहाने त्या जमावाने सर्व स्त्री-पुरुषांना मैदानात जमण्याची आग्रही विनंती करायला सुरुवात केली. सूर्य अजून मावळायचा आहे तरी लोक मैदानात जमा होऊ लागले.

सगळं मैदान स्त्री-पुरुषांनी भरलेलं. विरूपनगरीत मध्येच मुखिया अनेकदा बदललेला. पण यावेळचं कारण सर्वस्वी निराळं होतं. मैदानात लोक आल्यावर बसले तेदेखील मध्ये अंतर ठेवूनच. हे अंतर होतं बळी दिला पाहिजे आणि बळी दिला नाही पाहिजे या मतातील. मताच्या या अंतराने अवघ्या विरूपनगरीत परस्परविरोधी असे दोन भाग केलेले. मात्र, अर्हताच्या मताला कट्टर विरोध ज्यांचा होता त्यांनीही अर्हताच्या तेथील उपस्थितीला हरकत घेतली नाही.

अर्हतांना मात्र हा सगळा प्रकार भयंकर वाटत होता. इतकंच नव्हे तर त्यांना आता भय वाटू लागलं की, एका कालवडीला वाचविण्याच्या मोबदल्यात अनेक माणसांचा बळी तर घेतला जाणार नाही ना? किंवा एका कालवडीबरोबर अनेक माणसांनाही बळी जावं लागणार नाही ना? अशा या परिस्थितीत काय करता येईल याचा अर्हत तटस्थ आणि जागृत राहून विचार करीत होते.

मध्यरात्रीला अजून थोडा अवधी असतानाच पावक मुखिया उभा राहिला आणि रिवाजाप्रमाणे त्यानेच नव्या मुखियाच्या निवडीमागील हेतू सांगून सर्वांत म्हातारा म्हणून मेथराहला विनंती केली की त्यांनी नव्या मुखियाचे नाव सुचवावे. जमावाला उद्देशून पुढे तो म्हणाला,

"मेथराहने घोषित केलेल्या नावाला जर कोणाचा विरोध झालाच तर शलाकांची गणती करता येईल."

असं म्हणून पावकने जमावात बसलेल्या मेथराहला उत्तरेकडील उंचवट्याचे हाताला धरून नेले. उंचवट्यावर अर्हत शांत बसलेले. पावकने मेथराहला उंचवट्यावर आणून उभं केल्यावर स्वतःही अर्हतांजवळ थोडे अंतर ठेवून बसला.

उभ्या असलेल्या मेथराहने प्रथम अर्हतांना वंदन केले. नंतर जमावालाही. जमावावरून एक नजर फिरवून ती समोर स्थिर करीत मेथराहने विरूपनगरीच्या

नव्या मुखियाचे नाव घोषित केले. 'जनपाल.'

मेथराहने जनपालचा मुखिया म्हणून उल्लेख करतात सगळं मैदान आनंदाच्या वादळात भिजून चिंब झाले.

रिवाजाप्रमाणे या नावाला विरोध आहे काय? असं तीनदा विचारलं पण प्रत्येक वेळी विरोध तर कोणाचा आला नाहीच पण मान्यतेचा आनंद, जल्लोश क्रमाक्रमाने वाढत गेला.

जनपाल हा सर्व नगरीला आपलाच वाटे. मेथराहने जनपालच्या मुखिया निवडीने नेमके पाऊल टाकले होते. परिणामत: थोड्यावेळापूर्वी परस्परविरोधी मतात विभागलेला सगळा जमाव 'जनपाल' च्या मुखियापदाने एकमतावर आला. पण तरीही एक मोठी अडचण निर्माण झालेली. ती अशी की, कालवडीचा बळी दिला पाहिजे असं म्हणणाऱ्यांना वाटे की जनपाल तर आपलाच. त्यामुळे तो नक्कीच बळी दिला पाहिजे याच मताचा असणार. या उलट कालवडीचा बळी घेतला जाऊ नये या मताच्या जमावाला वाटे की, जनपाल आपल्याच विचाराचा, त्यामुळे तो बळी न देण्याच्या बाजूनेच, म्हणजेच तो आपल्याच बाजूनं उभ राहणार.

सगळ्यांच्या नजरा आता जनपालने हिरावून घेतलेल्या. आपल्या जागेवरून उठून तो हळूहळू उत्तरेकडील उंचवट्याकडे निघालेला. उंचवट्यावर जाऊन मागे वळून उभा राहिला. तेथे अगोदरच असलेल्या अर्हत आणि पावक यांना त्याने वंदन केले आणि नंतर जमावालाही. तो आता काय बोलतो याकडे सर्वांचेच लक्ष. आणि विरुपनगरीचा मुखिया बोलू लागला.

'विरूपनगरीच्या नगरवासीयांनो, या मैदानाने, अनेकांना मुखिया म्हणून जन्म घेताना पाहिले आहे. यापूर्वीही आपल्यात एकमेकांत मतभेद होतेही आणि आहेतही. पण मुखियाबद्दलचे यावेळचे जे कारण आहे ते विरूपनगरीला अनोखं आहे. त्यामुळे आजचं हे मुखियापद स्वीकारताना मी अधिकच गंभीर बनलो आहे. तरी मेथराहने विवेकाने निर्णय घेण्यास सांगून या अडचणीतूनही कसं बाहेर पडता येईल आणि अवघ्या नगरीचंही संरक्षण कसं करता येईल याची एक चांगली सडक दाखविली आहे. तरीही ही सडकही काही सरळ आणि सोपी नाही. मी जर 'बळी' देण्याच्या विरोधात भूमिका घेतली तर निम्म्याहून अधिक लोक माझा तिरस्कार करतील की जे लोक थोड्या वेळ्यापूर्वीच मुखिया म्हणून माझी निवड झाल्याबद्दल आनंदून गेले होते. कदाचित एकाच दिवसात मलाही बदलून नवा मुखिया निवडतील. शिवाय या सगळ्या घटना मी 'बळी' देण्याच्या बाजूने भूमिका घेतल्यासही घडतील.'

इतक्यात जमावाच्या एका बाजूकडून आवाज आला.

"बळी दिला पाहिजे;"

आवाजाला आणखी एका आवाजाने ताकद दिली.

''रिवाज पाळलाच पाहिजे.''

विरुद्ध बाजूने सांघिक आवाज आला,

''बळी नको, बळी नको.''

परस्परविरोधी आवाज वाढत चालले.

थोडा वेळ असाच गेला आणि उभ्या असलेल्या जमावावर सावधतेने नजर टाकताच त्याला आश्चर्य, चिंता आणि भयही वाटले. कारण दोन्ही बाजूंच्या लोकांच्या हातात लहान मोठं शस्त्र किंवा निदान काठी तरी दिसत होती. जमावाचं हे हिंसेपूर्वीचं क्रूर रूप पाहून जनपालला काय बोलावे हे कळेना, तो तसाच त्यांच्याकडे पाहताच जनपाल मटकन् खाली बसला आणि कान देऊन ऐकू लागला. अर्हतांचं सांगून होताच ताठ मानेनं जनपाल पुन्हा उभा राहिला आणि बोलू लागला, लोकही ऐकू लागले.

''तुमचं हे आजचं रूप पाहून मी चिंताग्रस्त झालो आहे. भयग्रस्त झालो आहे. तरीही हे मैदान सोडून मी जाणार नाही. नगरवासीयांनो, विरूपनगरीच्या रिवाजाचं पालन मी करणार आहे.''

जनपालला पुढे बोलणे शक्य नव्हते. कारण लगेच सुरू झाला गोंधळ,

''बरोबर आहे, बरोबर आहे.''

एका बाजूनं आणि लगेच दुसऱ्या बाजूनं

''हे चूक आहे, चूक आहे.''

हा गलका सुरू झालेला. आवाज थोडा क्षीण होताच खड्या आवाजात जनपाल पुढे बोलू लागला.

''आणि, म्हणून कालवडीचा बळी दिला पाहिजे. परंतु रिवाजाचं नेमकं पालन करायचं तर.... आपला रिवाज आहे थंडीच्या अखेरच्या रात्रीच बळी देण्याचा. आणि ती रात्र काल होती. तेव्हा रिवाजानुसार आता आपल्याला कालवडीचा बळी देण्यासाठी पुढच्या वर्षी 'त्या' रात्रीची वाट पाहावी लागेल.''

इतकं बोलून जनपाल खाली बसला. जमावामध्ये आपापसांतील बोलणं सुरू झालं. आता त्यांचा आवाज खूपच हळू होता. आणि आश्चर्य म्हणजे हळूहळू आवाजात बोलत बोलत जमावाने मैदान खाली केले.

मैदानात आता परत चौघेच. मेथराह, अर्हत, पावक आणि जनपाल - मुखिया. पावक आणि मेथराह आपल्या घरी गेले. आणि जनपाल अर्हतांना घेऊन आपल्या घरी गेला.

....दुसऱ्या दिवसापासून विरूपनगरी नित्याच्या कामाला लागली. मात्र, एक

खरं की विरूपनगरी मानसिकदृष्ट्या दुभंगून गेलेली.

अर्हत पुढच्या नगरी निघून गेले. आणि दुसऱ्याच दिवशी ऋत्विजने नगरात प्रवेश केला. ऋत्विजला समजले की यावर्षी कालवडीचा बळी दिला नाही. तो फारच अस्वस्थ झाला. त्याच्या अस्वस्थपणाचं कारण बळी दिला नाही यापेक्षा अर्हतामुळे दिला नाही हेच होतं. मुखियाही आपल्या अनुपस्थितीत निवडला. अस्वस्थपणात आता राग आणि द्वेष जमा होऊ लागला. एकदा त्यांना वाटले की सरळ मुखियाकडे जावे आणि त्याला जाब विचारावा. पण काही एक विचार ऋत्विजने केला आणि मुखियाकडे जाण्याच्या ऐवजी तो लोकांकडे गेला आणि प्रत्येकाच्या मनात भरवू लागला की, बळी न दिल्याचा किती भयंकर परिणाम होणार आहे. आणि याला जबाबदार अर्हत आणि नवा मुखियाच आहे.

याचा परिणाम असा झाला की, नगरात आता थोडं जरी कुठं घडलं तरी त्याचा संबंध बळी न दिल्याशी लोक जोडू लागले, तर काहीजण त्याचा आणि याचा काहीही संबंध नसल्याचं सडकेवरून जाता-येता उगीचच मोठमोठ्यानं एकमेकांना सांगू लागले. याचाही विचित्र आणि उलटा परिणाम झाला तो असा की, दिवस जसे जातील तसे आपापसांतील मतभेद कमी कमी होत जातील असे वाटले होते. पण घडत होते उलटे. मतभेद वाढत होते. या कामीही ऋत्विजने महत्त्वाची जबाबदारी पार पाडलेली.

थंडीच्या अखेरची आणि उन्हाळ्याच्या आरंभीची रात्र जशी जवळ येऊ लागली तशी दोन्ही गटांतील अंतर अधिकच वाढले. तणावही ताणला जाऊ लागलेला.

ऐनवेळी गोंधळ नको म्हणून एक रात्र अगोदरच लोक त्याच मैदानात जमले. उद्या रात्री बळी दिलाच पाहिजे, असा आग्रह धरणाऱ्यांनी तर चार दिवस अगोदरच एक कालवड धरून ठेवली होती.

थंडीचे शेवटचे दिवस जरी असले तरी मैदान हळूहळू तापू लागलेले. आज मैदानात फक्त पुरुषच जमलेले. दोन्ही बाजूचे. कालवडीचा बळी देण्याविषयीची पुन्हा तीच परस्परविरोधी मतं मांडण्यात आली. शब्दांबरोबर प्रत्येकाच्या हातात शस्त्र आले. मग मात्र स्त्रियाही आपापली घरं सोडून मैदानात सामील झाल्या.

मैदान आता सरळ सरळ दोन भागांत दुभंगलेले. एका कालवडीचा बळी द्यायचा की नाही, यासाठी अर्धेअधिक विरूपनगर रक्तानं चिंब झालं तरी माघार नाही अशी दोन्ही बाजूकडून तयारी झालेली. जनपालने गेल्याच वर्षी रिवाजाचं नेमकेपणानं पालन करण्याच्या निमित्तानं संभाव्य सांडणारं रक्त सांडू दिलेलं नव्हतं. म्हणून आता जनपाल शांतच होता. मेथराह मात्र कालवडीचा बळी देऊ नये या मताचा. पण का देऊ नये हे सांगू शकत नव्हता आणि जमावातून तर 'बळी दिलाच

पाहिजे' म्हणून प्रचंड विरोध होत होता. हा विरोध कमी झाला की दुसऱ्या बाजूकडून 'बळी नको'चा आवाज येई.

मेथराहच्या बाजूलाच ऋत्विज बसलेला. शांत. जनपाल जसा शांत असूनही बळी दिला जाऊ नये या मताचा होता त्याप्रमाणे हा ऋत्विजही शांत असूनही बळी द्यावा या मताचा होता. जनपाल गप्पच. पण लोकांच्या आग्रहामुळे ऋत्विज बोलू लागला.

"प्रत्येक नगर आणि त्यातील समाज हा परंपरेने चालत आलेल्या रिवाजाला महत्त्व देणारा असतो. असे महत्त्वाचे रिवाज परंपरेने चालत आलेले असतात. म्हणून जो रिवाज आपण सुरू केला नसेल तर तो आपणाला मध्येच बंद करता येणार नाही. त्यातही बळीसारखा रिवाज बंद करणे अधिक घातक असते. आपला या नगरीतील बळी-रिवाजाचा संबंध हा आपल्या सगळ्यांच्या मरण पावलेल्या वाडवडिलांच्या यातनामुक्तीशी असल्याने हा रिवाज बंद करणे नगरीतील प्रत्येकालाच घातक ठरेल. गेल्या वर्षी तुम्ही हा रिवाज पाळला नाही त्यामुळे तुमच्या वाडवडिलांना होणाऱ्या यातनांची कल्पना येणार नाही. (सगळ्यांच्या नजरेसमोर आपापले वाडवडिल यातनेने व्याकुळ झालेले दिसू लागले.) तेव्हा या वर्षी म्हणजे उद्या रात्री तुम्ही दोन कालवडींचा बळी द्या म्हणजे गेल्या वर्षी न दिलेल्या पातकापासून तुम्ही मुक्त व्हाल."

ऋत्विजचं बोलणं थांबताच जमावातून एक तरुण उभा राहिला आणि भाला फेकावा तसे त्याने शब्द फेकले, "पण यावर्षी आम्ही दोन कालवडींचा बळी दिला तरी गेल्या वर्षभर आमच्या मृत वाडवडिलांनी भोगलेल्या यातनांचं काय? भोगलेल्या यातनांतून त्यांना कसं मुक्त करता येईल?"

आज पहिल्यांदाच ऋत्विजला असा प्रश्न विचारला गेलेला. त्यामुळं तोही बेसावध. पण राग तर आलेला. पण तरीही संयमानंच ऋत्विजने खडसावले,

"अरे, जर तुम्ही गेल्या वर्षीचा बळी यावर्षीही दिला नाही तर यावर्षीचा बळी देऊनही तुमचे वाडवडिल यातनामुक्त होणार नाहीत. म्हणून मी म्हणतो की, यावर्षी दोन कालवडींचा बळी द्या."

"बरोबर आहे, बरोबर आहे. दोन बळी दिले पाहिजेत."

जमावातून सांघिक आवाज वाढत चालला तसा तो तरुण खाली बसला. पण त्याचं समाधान झाल्याचं दिसले नाही. मेथराह आणि जनपाल उद्याचा बळी कसा वाचविता येईल याचा विचार करू लागले. बळी देऊ नये या मताचे लोक कमी असल्याने शलाका मोजूनही उपयोग होणार नव्हता.

त्यातच ऋत्विजच्या बोलण्याने आणि आपापल्या वाडवडिलांच्या मायेने बहुतेक लोक प्रभावित झालेले. त्यामुळे उद्याला आजच मानण्याच्या अवस्थेत.

ती रात्र उगवली. लोक इच्छेने म्हणा किंवा अनिच्छेने म्हणा पण रात्र होताच

मैदानात उतरले. ऋत्विजने मंत्र म्हटला आणि मुखियाच्या इशाऱ्याची वाटही न पाहता वाद्यं वाजू लागली आणि कळतनकळत मैदानातील सगळ्या पुरुषांनी वाद्यांबरोबर आपलं शरीर बांधायला सुरुवात केली.

मैदानाच्या उत्तरेकडील उंचवट्याच्या एका कोपऱ्यात ऋत्विज अग्नीला समोर ठेवून कुणाला फारसं ऐकायला येणार नाही अशा न कळण्याच्या आवाजात मंत्र म्हणत होता. मध्ये अंतर ठेवून दोन कालवडी बांधलेल्या. मध्ये शस्त्रं.

मुखिया जनपाल आणि मेथराह नाचत नाचत एकत्र आले. एकमेकांशी बोलत राहिले. आणि सहजच एकत्र आले होते असं दाखविण्यासाठी ते अलगही झाले.

मध्यान्ह रात्र झाली, वाद्यं टिपेला पोचली. तसं नाचगाणंही आणि ऋत्विजचा मंत्रोच्चारही.

हळूहळू चंद्र मावळतीकडे कलू लागला. तशा सगळ्यांच्या नजरा मुखियाकडे वळल्या. अधूनमधून अनेकांचे हात शस्त्रांकडे जात होते. पण रिवाजाप्रमाणे मुखियाने शस्त्राला हात घातल्याशिवाय दुसऱ्या कोणाला शस्त्रस्पर्शही करता येत नव्हता. त्यामुळे ते सगळे अजूनही वाद्यांच्या आवाजातून पूर्ण बाहेर येऊ शकत नव्हते. आज दोन्ही कालवडी थोड्या थोड्या अंतराने सारख्या चीत्कारित होत्या. पण त्यांच्या आवाजासाठी कोणाचेही कान उघडे नव्हते. आणि ज्यांचे कान उघडे होते आणि डोळेही उघडे होते त्यांचे हात बांधले होते.

एका बाजूनं मुखिया आता उत्तरेकडे नाचत नाचत सरकत होता. तो जसा उत्तरेकडे सरकत होता तशी त्याला आपोआप वाट करून देण्यात येत होती. तर दुसऱ्या बाजूने मेथराह असाच हळूहळू उत्तरेकडे नाचत नाचत सरकत होता. त्यालाही लोक वाट देत होते. आता दोन्ही बाजूंनी मेथराह आणि जनपाल उंचवट्याच्या जवळ पोहचले. जमावाने श्वास रोखून धरलेला. वादकांनी वाद्यांचा ताल बदलला. मंत्रोच्चारांचा आवाज प्रथमच स्पष्ट आणि वाढलेला.

"दैव्य शमितार आरंभश्वमुत मनुषा इत्याह,
ये चैन देवानां शमितारो ये च मनुष्यानां
तानेव तत्सशास्ति, इति
उपनमत मेध्या आशासना मेथ प्रतिथ्या
मेथमिती इति"

मुखिया आणि मेथराह एकाच वेळी उंचवट्याकडे झेपावला. मुखिया जनपालने एक शस्त्र हातात घेतले. कट्यार हातात आलेली. कट्यार उंचावत, नाचत नाचत तसाच उलट्या पावलाने मागे सरकत आला. थांबला आणि तसाच पुढे पळत जाऊन त्यानं पहिला मानाचा घाव एका कालवडीवर टाकला. मनात नसताना....

बाकीचे सगळे आता शस्त्राकडे धावणार, पण झालेल्या 'खण्ण' आवाजाने सगळेच जागीच स्थिर. उंचवट्यावर मुखियाबरोबर गेलेला मेथराह परत आलाच नव्हता. तो तेथेच उभा. त्यानंही आपल्या हातात लांबलचक कट्यार घेतलेली. आणि मुखियाने जेव्हा एका कालवडीच्या मानेवरच घाव घातला तेव्हा नेमक्या त्याच वेळी मेथराहने आपली कट्यार आडवी आणली आणि दोन्ही कट्यारांचा 'खण्ण' असा आवाज घुमला. आणि घुमतच राहिला. मेथराह काही केल्या मुखियाचा एकही घाव कालवडीवर पडू देत नव्हता. एवढ्यात सगळ्यांनी आपापल्या हाती कोणते ना कोणते शस्त्र घेतलेले. पण ते वार करू शकत नव्हते. कारण मुखियाने मानाचा वार केल्याशिवाय दुसऱ्या कोणाला वार करता येत नव्हता. त्यामुळे सगळेजण आपापल्या हातातले शस्त्र उंच धरून नाचत होते आणि मुखियाचा पहिला घाव कालवडीवर केव्हा बसतो याची वाट पाहत होते.

खरं तर मुखिया आणि मेथराह एकमेकांच्या विरोधात नंग्या कट्यारींसह त्या उंचवट्यावर उभे होते. संधी मिळताच ते एकमेकांवर वारही करत होते. पण का कुणास ठाऊक! थोड्याच वेळात लोकांना असं वाटू लागलं की ते दोघेही त्या दोन कालवडींचं जमावापासून संरक्षण करण्यासाठीच तेथे उभे आहेत. कारण एकदोनदा असं घडलं की, जमावातील एकजण हातातील परशू घेऊन उंचवट्याच्या जरा जवळ पोहचताच कारण नसताना मेथराह त्याच्याजवळ आला आणि कट्यारीचे असे दोन वार केले की तो परशूधारक आपोआपच मागे सरकला. तो पुन्हा काही उंचवट्याकडं फिरकला नाही.

जमावातील बऱ्याच लोकांनी मग ऋत्विजकडे सहेतुकपणे पाहताच ऋत्विज रागारागाने पाय आपटीत त्या दोघांच्या मध्ये येऊन मुखियाला ओरडून म्हणाला,

"तुला वार करता येत नसेल तर बाजूला हो. बाकीचे लोक तयार आहेत. फार तर मानाचा घाव तू घालणार नसशील हा पाहा मीच तो मानाचा पहिला वार करतो." असे म्हणून जवळच्याच एका तरुणाच्या हातातली कट्यार हिसकावून घेऊन मंत्रोच्चार पठणात आजपर्यंतचे आयुष्य घालविलेल्या ऋत्विजने कट्यारीचा घाव एका कालवडीवर घालण्यासाठी उंचावली आणि नेमक्या त्याचवेळी कोठून कसे कोण जाणे अर्हत, ऋत्विज आणि कालवडीच्या मध्येच उभे राहिले. ऋत्विजची कट्यार वरच्यावर राहिली. जमावातील गोंधळही कमी झाला. अर्हतांना पाहून मेथराह, जनपाल आणि ज्यांना बळी देऊ नये असे वाटत होते. त्यांना खूपच आनंद झालेला.

अर्हतांना तेथे पाहूनही जेव्हा जमावातून 'बळी दिला पाहिजे, बळी दिला पाहिजे'चा आवाज पुन्हा पुन्हा येऊ लागल्याने ऋत्विजाला धीर आला. ऋत्विज

उंचवट्याच्या मध्ये येऊन जमावाला उद्देशून मोठ्यानं बोलू लागला,

'विरूपनगरीच्या वासियांनो, तुम्हाला तुमच्या वाडवडिलांच्याबद्दल जरी माया असेल, तर या अर्हतांचे न ऐकता या दोन्ही कालवडींचा बळी द्या. ही वेळ जाऊ देऊ नका. सगळेच पुढे या. आणि कालवडींचे बळी देऊन तुमच्या वाडवडिलांना यातनामुक्त करा.'

ऋत्विजच्या बोलण्याने पुन्हा लोक चेतावले गेले. हातातील शस्त्र सावरून आक्रमक बनले आणि कालवडींकडे धावले. पण ज्यांना बळी देऊ नये असे वाटत होते त्यांनी ते आक्रमण आपल्याकडील शस्त्रांनी थोपवून धरले. पण त्यांची संख्या कमी असल्याने थोड्याच वेळात शस्त्रांचे आक्रमण कालवडींजवळच्या उंचवट्यापर्यंत येऊन पोहचले.

आणि अर्हत गरजले, "नगरवासियांनो, ऋत्विज बोलले ते अगदी खरं आहे. तुमच्या मेलेल्या वाडवडिलांची यातनांतून सुटका व्हायची असेल तर या कालवडींचा बळी दिला पाहिजे असे माझेही मत आहे."

इतकं बोलून अर्हत थोडा वेळ थांबले. शांततेचा भंग करीत एक आवाज अर्हतांच्या चिवरावर येऊन थडकून खाली पडला.

'मग, तुम्ही तेथून बाजूला व्हा,'

आवाज कोठून आला याचा शोध न घेता अर्हतांनी आपले बोलणे पुन्हा तसेच चालू ठेवले.

"..... मी थोड्याच वेळात बाजूला होणार आहे. आज मी तुम्हाला बळी देऊ नका म्हणून अडविणारही नाही. पण वाटते वाडवडिलांच्या यातनामुक्तीसाठी म्हणा किंवा नगरीला संकटमुक्त ठेवण्यासाठी प्रत्येक वर्षी एकेका कालवडीचा बळी देण्यापेक्षा एखाद्या माणसाचा बळी दिला तर पशूपेक्षा माणूस श्रेष्ठ असल्याने किमान १२ वर्ष तरी तुमचे वाडवडील यातनामुक्त राहतील. तेव्हा मेलेल्या आपापल्या वाडवडिलांवर प्रेम करणाऱ्यांनो आणि विरूपनगरीत शांती राहावी असे वाटणाऱ्यांनो आपल्यापैकी कोणीही एकजण पुढे या आणि किमान १२ वर्षांचा प्रश्न सोडवून टाका."

एवढं बोलून अर्हत पुन्हा थांबले. अख्खं मैदान स्तब्ध. थोड्याच वेळापूर्वी शस्त्रासह कालवडींवर आक्रमण करण्यासाठी पुढे पुढे येणारे आता एकेक पाऊल मागे मागे सरकू लागले. इतकेच नव्हे तर कदाचित अर्हत बळीसाठी आपल्यालाच पुढे बोलावतील म्हणून जो तो एकमेकांच्या आड लपू लागला. थोडा वेळ असाच स्तब्धतेत गेला. यावर ऋत्विज काही बोलेल म्हणून काही लोक त्याच्याकडे पहात होते पण ऋत्विज खूपच अस्वस्थ दिसला. काय बोलावे हे त्यालाही सुचत नव्हते. पण मैदानातील बदलत चाललेले वातावरणही त्याला सहन होत नव्हते. पुन्हा

एकदा अर्हतच पुढे बोलू लागले.

"या ऋत्विजचे ऐकून तुम्ही लोक वर्षाला एक पातक करीत आहात. पशूचा बळी देऊन हिंसा करता आणि हिंसा केव्हाही पातकच. तेव्हा या पातकातून मुक्त होण्यासाठी का असेना एक वेळ तरी कोणी मनुष्य बळी जायला तयार व्हा."

जमाव सगळा शांत होता. हिंसेचा विषय निघताच मग मात्र ऋत्विक पुढे आला, पाय आणि शब्द आपटीत म्हणाला,

"बळी देतानाची पशूहत्या ही हिंसाच नव्हे, कारण स्वत: ब्रह्मानेच बळी देण्याकरिताच पशूंची उत्पत्ती केली आहे. बळी हा सर्वांच्या कल्याणासाठी दिला जातो. त्यामुळे बळीच्या वेळची हिंसा ही हिंसा नव्हेच म्हणून मी पुन्हा सांगतो. आपल्या सर्वांना येथे आपत्ती-विपत्तीतून मुक्ती होण्यासाठी कालवडीचा बळी दिलाच पाहिजे."

"ऋत्विजच्या बोलण्याचा मी मुळीच विरोध करीत नाही." अर्हतांनी पुन्हा सगळ्यांचे कान आपल्या आवाजाशी बांधून घेतले.

".....तुमच्यापैकी एकजणही बळी जायला तयार नसेल तर मी तुम्हाला आणखी एक मार्ग सांगेन. तुमच्यासारख्या सामान्य माणसाचा बळी जाण्याने तुमचे पितर फक्त १२ वर्षं यातनामुक्त होतील, पण जर एखादा ऋत्विज किंवा अगदी एखादा अर्हत जर बळी द्यायला मिळाला तर मग मात्र तुमचे पितर अगदी शंभर वर्षे यातनामुक्त राहतील. आणि आनंदाची गोष्ट अशी की येथे तर ऋत्विज आणि अर्हतही आहे. तेव्हा दोन शंभर वर्षांचा प्रश्न मिटेल. तेव्हा मी तुमच्या पितरांच्या शंभर वर्षांच्या यातनामुक्तीसाठी स्वत:चा बळी देण्यास तयार आहे. मात्र त्यासाठी माझी एक अट आहे की मी बळी जाणार असल्याने एक कालवड आपण मुक्त करावी."

असं म्हणून अर्हतांनी एका कालवडीचा कासरा हातात घेतला आणि कालवडीला मैदानाबाहेर सोडूनही आले. कोणीही आणि कसलाही प्रतिकार केला नाही. ते पुन्हा त्या उंचवट्यावर गेले आणि जेथे ती कालवड बांधलेली होती त्या खांबाजवळ खालमानेने उभे राहिले.

इकडे ऋत्विज विचार करीत होता, अर्हत खोटं का बोलत होते याचा. पण जेव्हा सगळा प्रकार लक्षात आल्यावर या मैदानातून कसं बाहेर पडता येईल याचा विचार करू लागला.

जवळच्या दोघांतिघांनी उंचवट्यावर येऊनच ऋत्विजला त्या दुसऱ्या कालवडीजवळ नेले. ऋत्विज थरथर कापायला लागलेला. तो पुन्हा पुन्हा सांगू लागला की मी इतके दिवस खोटं बोलत होतो.

"मला मुक्त करा, मला मुक्त करा"

असं बडबडतच ऋत्विज अर्हताजवळ येऊन उभा राहिला.

अर्हतांना ऋत्विजच्या जागी कालवड दिसू लागली. अर्हतांनी ऋत्विजच्या डोक्यावर आपला उजवा हात ठेवला. जमावाकडे पाहून अर्हत बोलू लागले,

“नगरवासियांनो, या दुसऱ्या कालवडीला आणि या ऋत्विजलाही मुक्त करा. मला एकट्याला बळी दिलात तरी तुमची पितरं शंभर वर्षांपर्यंत यातनारहित राहतील.”

सगळे नगरवासीय आता अंतर्मुख झालेले. अर्हतांविषयी आता सगळ्यांच्याच मनात आदरभाव निर्माण झालेला. कोणीच बोलत नव्हते. जणू मौनपणे आपल्या पातकाची कबुली देत होते.

इतक्यात मेथराहने बोलण्यास सुरुवात केली. ते म्हणाले,

“ज्या अर्थी आपल्या पितरांसाठी अर्हत बळी द्यायला तयार आहेत, त्या अर्थी आपण विचार केला पाहिजे. ऋत्विजनेही बळी रिवाजासंबंधी खोटं बोलल्याचे कबूल केले आहे. तेव्हा इतकी वर्षं आपल्या हातून पातक घडले ते घडले. यापुढे ते पातक घडणार नाही असे आपण आजपासूनच ठरवून टाकू.”

लोकांनी जल्लोष केला आणि हातातील शस्त्रे टाकून देऊन नाचू लागले. बळीनृत्यापेक्षा हे नृत्य अधिक सुंदर दिसत होते आणि कितीतरी वर्षांत सलग दुसऱ्यांदा सूर्याची किरणं ओली झाल्याशिवाय आणि रंगीन झाल्याशिवाय मैदानात उतरली.

अर्हत पुढच्या नगराला निघून गेले. काही दिवस असेच गेले. सर्वांसमोर झालेला अपमान ऋत्विज विसरू शकत नव्हता. हळूहळू ऋत्विज एकेका माणसाला भेटून त्याला कालवडीचा बळी देणं कसं आवश्यक आहे हे पटवून देऊ लागला. प्रभावी बोलण्याने आणि ऋत्विजने उभ्या केलेल्या संभाव्य घटनांमुळे निर्माण होणाऱ्या भयाने काही माणसं ऋत्विजवर विश्वास ठेवू लागली. मुखिया जनपाल आणि मेथराह ऋत्विजच्या बोलण्यावर विश्वास ठेवत नसत. इतकेच नव्हे, तर इतरांनीही ऋत्विजच्या बोलण्यावर विश्वास ठेवू नये असे भेटेल त्याला सांगत. पण तरीही काही लोक ऋत्विजच्या बोलण्यावर विश्वास ठेवू लागले. नव्हे उघड उघड बोलू लागले की, यावर्षी कालवडीचा बळी दिला पाहिजे. इतकी वर्षं आपल्या वाडवडिलांनी चालविलेला रिवाज आपण का म्हणून बंद करावा?

बळी द्यावा की देऊ नये या मतात पुन्हा एकदा विरूपनगरी दुभंगली. यावेळी मात्र मागे हटायला कोणीच तयार नव्हते.

खरं तर कालवडीचा बळी ही गोष्ट मागे पडून लोक आता आपल्याला विरोध करणाऱ्याचाच बळी घेण्याची भाषा करू लागले. प्रसंगी बळी जाण्याची, म्हणजे अर्हतांनी जेव्हा कोणीतरी एकट्याने बळी जाण्यास तयार व्हावं असं म्हटलं

तेव्हा कोणीच तयार नव्हतं आणि आता मात्र अर्धे अर्धे म्हणजे सगळेच लोक एकमेकांचा बळी घ्यायला आणि द्यायलाही तयार.

कालवडीचा बळी द्यायची रात्र जशी जवळ येऊ लागली तसे दोन्हीबाजूचे लोक तयारीला लागले. ही तयारी दोन्ही बाजूंनी इतकी पूर्ण झालेली की, असा एकही माणूस विरूपनगरीत जिवंत ठेवायचा नाही की जो आपल्याविरुद्ध आवाज काढील. विशेष म्हणजे मुखिया जनपालही यामध्ये बळी देऊ नये या बाजूने तयारीत होता.

यात सामील नव्हता फक्त मेथराह. त्याचं म्हणणं असं की, कालवडीसाठी माणसाचे बळी का म्हणून घेता? देता? आपलं मत मांडण्यासाठी तो ऋत्विजकडे गेला, मुखियाकडे गेला. दोघांनीही त्याचं म्हणणंही ऐकून घेतलं नाही.

मुखियाविरुद्ध ऋत्विज हेही विरूपनगरी प्रथमच अनुभवीत होती. मेथराहने ऋत्विजजवळ मुखियाबद्दलचीही गोष्ट काढून पाहिली पण ऋत्विज काही बोलण्याअगोदर त्याच्या बाजूला बसलेल्या लोकांनी मेथराहला खडसावून सांगितले,

'आता कालवडीचा बळी दिल्यानंतरच मुखिया निवडला जाईल. आणि तोही आम्ही जिवंत राहिलेल्या लोकांमधूनच.' ते लोक असं बोलत होते जणू त्यांनी आपले विरोधक जाळून राख केलेत.

मुखिया जनपालची बोलीही याहून वेगळी नव्हती. त्याचं मत तर ऐकून मेथराहही चकीत झाला. जनपाल म्हणाला,

'यावर्षीही आम्ही कालवडीचा बळी देणार नाही. आणि जर कोणी कालवडीचा बळी देण्याचा प्रयत्न करील तर आम्ही त्या सगळ्यांचा बळी घेऊ. यामध्ये विरूपनगरीतील अर्धेअधिक लोक मारले गेले तरी मला पातक वाटत नाही. कारण इतकी वर्षं माणसांनी वर्षाला एकेका कालवडीचा बळी घेतला आहे. एखाद्या वेळी एखाद्या कालवडीसाठी काही माणसांचा बळी गेला तर त्यात कसले पातक?

खरं तर मेथराह आणि जनपाल एकमेकांचा दोघेही आदर ठेवणारे. पण या बाबतीत जनपालही मेथराहच्या मताहून वेगळं मत मांडीत होता. नव्हे त्यासाठी वाटेल ते करण्याची तयारी करीत होता.

मेथराहलाही कालवडीचा बळी देऊ नये इथपर्यंत जनपालचे मत मान्य होते. पण त्यासाठी माणसांचाही बळी घेणं म्हणजे मेथराहला न पटणारं होतं.

बळी द्यायची ती रात्र आता एका रात्रीवर येऊन ठेपलेली. थंडीही आता फारशी राहिलेली नव्हती. पण तरीही रात्री मात्र गारवा अधिक जाणवत होता.

एकमेकांना कायमचं नष्ट करण्याइतपत परस्परविरोधी वातावरण टोकाला गेलं असलं तरी आणखी एक गोष्ट खरी होती की, दोन्ही बाजूच्या अनेक लोकांना

हे जे काही आहे ते बरोबर नाही असे वाटत होते. परंतु आपण एकटं पडू म्हणून जमावात सामील होत होते.

दोन्ही बाजूच्या लोकांनी रक्षण आणि आक्रमण असे धोरण आखलेले. मुखियाने आपल्याबरोबर मोजकेच पाच-पंचवीस तरुण ठेवून घेतलेले. आपल्या बाजूच्या बाकी सगळ्या मुला-बाळांना, स्त्रियांना म्हाताऱ्यांना इतकंच नव्हे तर जनावरांनाही रातोरात मावळतीकडे कोणालाही मागमूस न लागता हाकलून दिलेले. लोकांनी आपल्याजवळ किंमती किडूकमिडूक घेतलेले. आणि पशू - मानवांचा लोंढा मावळतीकडील पर्वतरांगाचा पायथा जवळ करू लागलेला.

दुसऱ्या बाजूला हीच स्थिती. ऋत्विजनेही आपल्यासोबत पाच-पन्नास धट्टेकट्टे तरुण बरोबर ठेवलेले. बाकीच्या सगळ्यांना स्त्रिया-मुलांसह दक्षिणेकडील वाळवंटी सागरात ढकलून दिलेले. वेळ रात्रीची असल्याने वाळूतून चालत राहणे कठीण असले तरी गमतीचे वाटत होते, विशेषत: लहान मुलांना.

मध्यान्ह रात्र झालेली. सगळं विरूपनगर निर्जन आणि निर्जीव झालेलं. एका टोकाला ऋत्विज आणि त्याचे सोबती. दुसऱ्या टोकाला जनपाल मुखिया आणि त्याचे सोबती  नगर अगदीच निर्जीव म्हणता येणार नव्हतं. एक दोन जीव अजूनही नगरात होते. त्याच मैदानात उद्यासाठी कोणीतरी गडबड करून एक कालवड बांधून घातलेली. आणि मेथराह, दक्षिणेकडच्या त्या प्राचीन झाडाच्या बुंध्यात बसलेला. आपल्यासमोर आपल्याच विरुद्ध घडणाऱ्या घटनांच्या यातनांना बरोबर घेऊन.

..... मेथराह विरूपनगरीकडे टकत असतानाच दोन्ही टोकाकडून नगरीनं एकाच वेळी पेट घेतला. पेटलेल्या घरांना कोणी मित्र नव्हतंच त्यामुळे त्यांनी आपल्या शेजारच्या घरांनाही आगीत ओढून घेतलं. बघता बघता अवघ्या नगरानं पेट घेतला. इतकी मोठी आग मेथराहही पहिल्यांदाच पाहत होता. वेगळाच अनभुव. भय वाटत असूनही डोळे तिकडेच टकत असलेले. झाडांवर वटवाघळंही नसल्यानं कमालीचं रितेपण झाडात घोंगावत होतं.

ऋत्विज आपल्या सोबत्यांसह वाळवंटी सागरात उतरला. तर जनपाल आपल्या सोबत्यासह मावळतीकडे निघाला. खाली मान घालून. पण झपाझप पावले टाकीत.

दूरवर पोहचलेले दोन्ही जमावातील बहुतेक लोक विरूपनगरीकडे पाहून हुंदके देत होते, आतल्या आत. त्यातही आपण जिवंत राहिलो ही सल काही केल्या त्यांना सहन करता येईना. कारण दोन्ही जमावांची समजूत अशी की दुसऱ्या बाजूचे लोक जळून राख झालेले.

दक्षिण बाजूला एकाच प्रहाराच्या अंतरावर वाळूत एका ठिकाणी थांबलेल्या पशू मानवांचा जमाव. त्यांच्यासमोर विजयी चेहऱ्याने बसलेला ऋत्विज. बराच वेळ

शांततेत गेल्यावर ऋत्विज बोलू लागला, "आपण अखेर जिंकलो. त्या सगळ्यांची राख झाली. आता उद्या रात्री कालवडीचा बळी देताना कोणी आडवे येणार नाही. आपण येथे आणि आपले सगळ्यांचे पितर तेथे यातनामुक्त राहतील."

ऋत्विजच्या बोलण्याने फारसे कोणी समाधानी झाले नाही. उलट दु:खीच झाले. आपल्या हातून फार मोठे पातक झाले अशीच सगळ्यांची भावना. एक दोघांच्या मनात तर ऋत्विजला वाळूत जिवंत पुरून टाकावा असे आले.

मावळतीकडेही अशीच स्थिती. फरक इतकाच की मुखियाही झाल्या प्रकाराबद्दल समाधानी दिसत नव्हता. तरीही त्यानं आपल्या वागण्याचं समर्थन करताना म्हटले,

"झाल्या घटनेबद्दल मीही तुमच्याइतकाच दु:खी आहे. पण एखादा वाईट रिवाज बंद करायचा तर एवढं पातक घडणारच. आता कालवडीला बळी दिला पाहिजे असं म्हणणारा एकही आवाज शिल्लक नाही किंवा कालवडीवर शस्त्रांचे वार करणारा एकही हात शिल्लक नाही."

तरीही लोक नाराजच. नव्हे तर रागात दिसले.

दोन्ही जमावांपासून ऋत्विज आणि मुखिया आता एकटे एकटे पडत चाललेले......

....रात्र मरणयातना भोगीत होती. तिच्या शेवटच्या घटका भरत आलेल्या. विरूपनगरीने चोहोबाजूने पेट घेतलेला. कालवडीने आपली कशीतरी सुटका करून घेतली. तीही येऊन उभी राहिली. मेथराहच्या बाजूला. मेथराहने कालवडीकडे पाहिले. त्यांना आठवण झाली अर्हताची. मेथराहला उगीचच वाटले अशा वेळी अर्हत असते तर त्यांनी हा अनर्थ टाळला असता? पण अशावेळी लोकांना त्यांनी काय सांगितले असते? ते कसे वागले असते? या प्रश्नाजवळ मेथराह थांबला आणि

.....आणि त्याला तीव्रतेने जाणवलं ते वटवाघळांचं चीत्कारणं. रात्रभर झाडाबाहेर गेलेली वटवाघळं परत आपापल्या फांद्यांवर येऊन उलटं टांगून विसावा घेऊ लागलेली. म्हणजे रात्र सरत आलेली पण अद्याप उजाडलेले नव्हते. रात्रीचं काळोखपणं कुठंच स्पष्टपणे जाणवत नव्हतं. तरीही जाणवत होतं ते हळूहळू काळोखकणांचं प्रकाशात होणारं रूपांतर. मेथराह जागचा उठला. कालवडीजवळ गेला. तिच्या अंगावर हात फिरवला आणि पुन्हा एकदा त्याची नजर जळणाऱ्या विरूपनगरीकडे गेली. आणि प्रश्नांच्या शेवाळी पाण्यात गटांगळ्या खाऊ लागला. शेवाळं बाजूला करण्याचा तो जसजसा प्रयत्न करी तसं प्रश्नांचं शेवाळं अधिकच वाढू लागलं. हाताने शेवाळं बाजूला करून करून तो थकला.

.....इतक्यात पाण्याचा प्रवाहच वाढला, तो इतका वाढला की सोबत सारं शेवाळं घेऊन गेला. तो पाण्याबाहेर आला आणि पाहतो तो त्याच्या पायाशी येऊन

पडलेली आणि कितीतरी वेळ वाट पाहत असलेली एक सशक्त सडक. मेथराहने तिच्यावर अतिसावधतेने पाऊल टाकले. त्याला आता दिसत होती जळणारी विरूपनगरी, दोन्ही बाजूचे लोक हातात शस्त्र घेऊन नाचत आहेत पण आगीची आच लागताच बाहेर पडण्याचा प्रयत्न करताहेत. पण दोन्ही बाजूंनी ऋत्विज आणि मुखिया त्यांना पुन्हा आगीत ढकलत आहेत.

मेथराहच्या पुढे तोच प्रश्न उभा. अर्हतांनी अशा वेळी काय सांगितले असते? हिंसेने अहिंसा पाळता येते? शस्त्राने नि:शस्त्रकाचे रक्षण करता येते? कालवडीचा आजपर्यंत ज्या शस्त्रांनी बळी घेतला तीच शस्त्रं तिचं रक्षण कसं काय करू शकतात? विरूपनगरीच्या समस्येचे, शस्त्र हे उत्तर होऊ शकते काय? मेथराह स्वत:च प्रश्न उपस्थित करून स्वत:च उत्तर देण्याचा प्रयत्न करीत होते. पण त्याला फक्त प्रश्नच ऐकायला आले. उत्तर अजिबात नाही. पुन्हा पुन्हा कान देऊन ऐकण्याचा प्रयत्न केला. पण व्यर्थ.... इतक्यात सूर्यकिरणांनी विरूपनगरीवर पाऊल ठेवले आणि आग आता आपल्या ज्वाला परत पोटात घ्यायला लागलेली. मेथराहच्या कानात धीरगंभीर शब्द ऐकू आले,

"... अत्तदण्डा भयं जातं, जनं पस्सथ मेधकं ।
संवेगं कित्तायिस्सामि   यथा संविजितं मया॥
पन्दमानं पजं दिस्वा मच्छे अप्पोदके यथा।
अञ्ञेमञ्ञे व्यारूद्धे दिस्वा मं भयमाविसी॥"

आवाजाच्या दिशेने मेथराह पळत सुटला. मागे कालवड.आवाज जवळच्याच त्या दगडी स्तंभाजवळून येत होता.

मेथराह स्तंभाजवळ पोहचतो आणि पाहतो तो काय? उगवतीच्या प्रकाशात अर्हत स्तंभावरील लेख मोठ्यानं वाचीत आहेत.

पुढच्या ओळीही अर्हत खड्या आवाजात वाचू लागले,
...."न हि वेरेन वेरानि सम्मन्तीध कुदाचनं ।
अवेरेन च सम्मन्ति एस धम्मो सनन्तनो ॥"

अर्हतांनी आता डोळे मिटलेले. मेथराहांनीही डोळे मिटलेले आणि दोघांनाही स्पष्टपणे ऐकू येऊ लागला.... जनावरांना, लहान मुलांना हाकारण्याचा आवाज.... घोड्यांच्या टापांचा आवाज.....

मावळतीकडून आणि दक्षिणेकडून दोन्ही जमाव हळूहळू उपोसथी पावलांनी विरूपनगरीकडे सरकत होता.

●●●